சந்தியா
பதிப்பகம்

பாரதி விஜயம் 2

மகாகவியுடன் கூடி வாழ்ந்தவர்களின் குறிப்புகள்

பதிப்பாசிரியர்

கடற்கரய் மத்தவிலாச அங்கதம் (1978)

பாரதியுடன் பழகிய பலரது நினைவோடைகளைக் கொண்டு அவரது வாழ்வுக்கு ஒரு வடிவம் வழங்க முயற்சிக்கிறது இந்நூல். பாரதியின் அறியப்படாத நிஜ வாழ்வை சித்தரிக்கிறது. அவருடன் வாழ்ந்த சகமனிதர்களின் உதவியைக் கொண்டு நயமாக அளவிடுகிறது. காலம் தின்ற பக்கங்கள் போக கிடைத்த மீதிப் பக்கங்களை மீட்டளிக்கிறது. இதில் சில அரிய ஆவணங்கள் முதன்முறையாக நூல் வடிவம் பெறுகின்றன.

பத்திரிகையாளராக அறியப்படும் கடற்கரய் மத்தவிலாச அங்கதம் (01.06.1978) விருத்தாசலத்தில் பிறந்தவர். இருபது ஆண்டுகளாக சென்னையில் வசிக்கிறார். பம்மல் வாசி. 'உலகம் சுற்றிய தமிழன்' ஏ.கே.செட்டியாரின் முழுப்படைப்புகளைத் தேடி இரு தொகுதிகளாகப் பதிப்பித்தார். அதற்கு 'ஆனந்த விகடன்' விருது (2016) கிடைத்தது. இதுவரை இவரது மூன்று கவிதை நூல்கள் வெளிவந்துள்ளன. 'விதையிலிருந்து துளிர்க்கும் மாறுதல்', 'அணிநிழற்காடு' ஆகிய இரண்டு உரையாடல் தொகுப்புகள் வந்துள்ளன. ஏ.கே.செட்டியாரின் 'புண்ணியவான் காந்தி' நூலைப் பல்வேறு புதிய தரவுகளுடன் மீண்டும் பதிப்பித்தார். யதுகிரி அம்மாளின் 'பாரதி நினைவுகள்' நூலைப் பல வரலாற்று ஆதாரங்களுடன் ஆய்ந்து வெளியிட்டுள்ளார். 'காந்தி படுகொலை - பத்திரிகைப் பதிவுகள்' என்ற ஆய்வு நூல் சமீபத்தில் வெளிவந்துள்ளது.

மின்னஞ்சல் முகவரி: thonmam@gmail.com

பாரதி விஜயம்

இரண்டாம் தொகுதி

பதிப்பாசிரியர்
கடற்கரய் மத்தவிலாச அங்கதம்

சந்தியா பதிப்பகம்
சென்னை 83

பாரதி விஜயம்

இரண்டாம் தொகுதி

பதிப்பாசிரியர்
கடற்கரய் மத்தவிலாச அங்கதம்

அட்டை வடிவமைப்பு: மாயவரம் ராஜா

முதற்பதிப்பு: ஜனவரி 2020

அளவு: டெமி ● தாள்: 60gsm ● பக்கம்: 224
அச்சு அளவு: 11 புள்ளி ● விலை: 220/-
அச்சாக்கம்: அருணா எண்டர்பிரைஸஸ்
சென்னை - 40.

சந்தியா பதிப்பகம்
புதிய எண்: 77, 53வது தெரு, 9வது அவென்யூ,
அசோக் நகர், சென்னை - 600 083.
தொலைபேசி: 24896979.

ISBN: 978-81-944180-2-3

Bharathi Vijayam Part 2

Edited by Kadarkarai Maththavilasa Angatham

Printed at Aruna Enterprises.,
Chennai - 40.

Published by
Sandhya Publications
New No. 77, 53rd Street, 9th Avenue, Ashok Nagar,
Chennai - 600 083. Tamilnadu.
Ph : 044 - 24896979

Price Rs. 220/-

sandhyapathippagam@gmail.com
sandhyapublications@yahoo.com
www.sandhyapublications.com

SAN-882

'உலகம் சுற்றும் தமிழன்'
ஏ.கே.செட்டியார்
அவர்களுக்கு

ஸ்வர்க்கவாசி சி.சுப்பிரமணிய பாரதி ஞாபகம்

காசி பட்டு பீதாம்பர வியாபாரம்

ஸ்ரீமான் பா. ஆதிமூர்த்தி ஐயர் பாடியது

வேணி வலி குன்றினள், விளங்கு பல பாடையின் விதங்கள் வலி குன்றின, விறல்
நாணி வலி குன்றின எருந் தமி ழணங்கு கவி நாவலர் நலிந்தனர், துயர்
காண வரு மாதவரும் யோகியரும் நொந்தனர்கள், கம்பன் முதலான கலை தேர்
பாணினி வியாத னுயர் கும்ப முனி யொத்தநம் பாரதி மடிந்த பொழுதே!

கல்வியு மயர்ந்தன, கலைத் திற மயர்ந்தன, கலைத் திற முணர்ந்த பெரியோர்
சொல் லுறுதி வீழ்ந்தன, சுதந்திர சுதேச வழி சோர்வுகொடு சாய்ந்தன, சுடர்
வில் லுமிழு வீர மொழி மேதை கவிவாணர் சிர மேவு மணிவேத சாபம்,
மல்ல லெம் பாரதி மடிந் துல கிழந் தமரர் வா னுலகு சென்ற பொழுதே!

தெசாத குமாரரொடு பாண்டவர் இருந் தனைய சிறை நிலை யுறைந்து, தமிழின்
இசை ரச மெழுந் துலக மெவணு முயிர் தந் தடிமை யினி யொழியு மென்ற
சமயம்,

அசுர வழி கண் டமார் அவனிவர வெண்ணி யவ ணடையு மொரு சந்தி னணைதி,
புசுர கலை கண்டவ புராதன புரோகித புதான புலவோர்கள் புலியே!

ஆணவ மழிந் தடிமை யேறி யறமோடு கலை யாவு மறதிக்கு ளகல,
சர ணளவு கும்பி பெரிதா யுறையு நந் தமிழர் தங்க ணிலை கண்டு தளர்வாய்,
பூணு மழகார் கவிகளா லுயி ரெழுப்பி யவர் புத்திநிலை தந்த புலவோய்!
மாணுடைய பாரதி மகா கவிகளுக்குளுயர் மானவர் மதிக்கு முரவோய்!

உன் தமிழர் வாழ!உயர் உன் தமி முணர்ச்சி வர! உன் தமிழ ராட்சி யுலவ!
அன்புடைய மாகவிஞ, ஆரிய குலத்து மணி ஐய, நின் கீர்த்தி அமர!
இன்ப முறு மானிடருமிவ் வுலகு மெவ் வுலகு மிரவி மதியுள்ள தனையும்
பொன் பொழி யினித்த மொழி நந் தமி ழணங் களவில் புத்திரருடன் பொலிகவே!

'பாலாபாரதி', ஐப்பிசி, கலியப்தம், † ™f ‡

உள்ளே...

"புலன் அழிந்துஒரு புத்துயிர் எய்துவேன்" 10
1. நாமக்கல் என். நாகராஜ ஐயங்கார் 39
2. கி.வா. ஜகந்நாதன் 43
3. "ஆர்யசமாஜம்" 49
4. தி.ந.சந்திரன் 54
5. சுத்தானந்த பாரதியார் 56
6. ஏ. ரங்கநாதன் 70
7. ராஜாஜி 73
8. மண்டயம் ஸ்ரீநிவாஸாச்சாரியார் 77
9. சி.ஆர்.ஸ்ரீநிவாசன் 85
10. பாக்கியலக்ஷ்மி அம்மாள்* 89
11. ந. சகுந்தலா பாரதி 92
12. எஸ். சத்தியமூர்த்தி 103
13. குவளைக் கண்ணன் தினக் குறிப்பில் ஒரு நாள் 107
14. டாக்டர் எஸ். அண்ணாஸ்வாமி 109
15. விந்தன் 111
16. கே. பாலசுப்பிரமணிய அய்யர் பி.ஏ., பி.எல். 120
17. வரகவி திரு.அ.சுப்பிரமணிய பாரதியார் 125
18. பரலி சு. நெல்லையப்பர் 132
19. நெல்லையப்பருடன் 80 நிமிடங்கள் 136
20. தங்கம்மாள் பாரதி 142
21. சா. கணேசன் 214

8

நன்றி...

'சுதேசமித்திரன்' வாரப் பதிப்பு, 'கலைமகள்',
'தினமணி கதிர்', 'ஹிந்துஸ்தான்', 'பாரத சக்தி',
'ஸ்ரீ சுப்ரமண்ய பாரதி கவிதா மண்டலம்', 'பாலபாரதி',
'சக்தி', 'தாமரை', 'கல்கி', 'ஆனந்த விகடன்'.

"புலன் அழிந்துஒரு புத்துயிர் எய்துவேன்"

கடற்கரய் மத்தவிலாச அங்கதம்

'பொய்யாய்ப் பழங்கதையாய்க் கனவாய் மெல்லப் போனதுவே' எனப் பட்டினத்துப் பிள்ளையின் வரிகளைத் தன் சுயசரிதைக்கு மேற்கோளாகக் காட்டுகிறார் பாரதி.[1] இந்த வரிகள் இயம்புவதைப் போல, பாரதி வாழ்வு வெறும் பழங்கதையல்ல; பெரிதினும் பெரிதாய் பிறந்த பெருங்கனவு அது. இப்பூமிப் பந்தை புதிய நெம்புகோல் இட்டுப் புரட்டிய மாகனவு. அது பொய்க்கவில்லை; மெய்த்தது. வேடிக்கை மனிதரைப்போல் வெறுங் கூற்றுக்கு இரையாகிடவில்லை. பொய்யர்களைப் பொசுக்கியது. நயவஞ் சகர்களை நசுக்கியது. துள்ளி வரும் வேல்போல் இவ்வுலகைச் சுழற்றியது. காலத்தை மீறிச் சுழன்றது. இப்புவித்தலம் மீதினில் விசையுறு பந்தினைப்போல் உருண்டது.

பாரதியின் சுயசரிதையான 'சின்னச்சங்கரன் கதை'[2]யில், 'சங்கரன் பிஞ்சிலே பழுத்துவிட்டான்' என்ற ஒரு வரி உண்டு. இதுகூட மிகைக்கூற்றல்ல. 'அறிவிலே தெளிவு, நெஞ்சிலே உறுதி, அகத்திலே அன்பின் ஓர் வெள்ளம்' எனப் பாய்ந்து வந்த பாரதி என்னும் மாயநதி இத்தரணியில் பொங்கிப் புதுப்புனலானது.

'தனிப்பெரும் பொருளாய்' இந்த அவனியில் ஒலித்த அக்குரலைத் தகைசால் தமிழ் மக்கள் அறிவர்.

'கன'வை பாரதி, தன் 28 வயதில் எழுதினார். இத்தனை இளம் வயதில் ஒருவருக்குச் சுயசரிதை எழுத ஆர்வம் மூள்வது அபூர்வம். அந்தளவுக்கு அவர் வாழ்வில் சத்தான சரக்கிருந்தது. 'கனவு' 1910இல் (ஆவணி) அச்சானது. 1908ஆம் ஆண்டு செப்டம்பர் மாதம் சென்னைப்பட்டின உறவை உதறிவிட்டு புதுச்சேரி மண்ணில்போய்ப் புதுவிதையாய் விழுந்தார் பாரதி. அன்று அவர் கையில் எதுவுமில்லை. அவ்வூரில் ஒப்புக்குக் கூட உறவினரில்லை. கையறுநிலையில் வேள்வி செய்தார். தனிமரம் அங்கே தோப்பானது. அங்குப் பல குயில்கள் வந்து குரலெடுத்துப் பாடின. அதில் முதற்குயில் அரவிந்தர். அடுத்து லண்டனிலிருந்து ஒரு வீர விளக்காக வந்து, வ.வெ.சு. ஐயர், இம்மண்ணில் ஒளிர்ந்தார். பிற்பாடு மண்டயம் ஸ்ரீநிவாசா ஆச்சாரியார் தன் குடும்பச் சகிதமாய் இந்த ஊருக்கு வந்து அடைந்தார். அதன்பின் வ.ரா.வும் வந்தார். நெல்லையப்பரும் வந்து சேர்ந்தார். புதுவை, இந்தியச் சுதேசிகளின் புகலிடமானது. அண்டை நாட்டில் அரசியல் அகதியாய் அடைக்கலம் புகலாம் என்ற புதிய போக்கைத் தொடங்கி வைத்ததில் பாரதியே முன்னோடியானார். புதுப் பறவையாகப் புதுவைக்கு வலசை வந்த அண்டை நாட்டுப் பறவையான பாரதி, 'ஞானரத'த்தில் ஏறினார். 'குயில்' தோப்புக்குப் புறப்பட்டார். ஆர அமர்ந்து 'ஆறிலொரு பங்கி'ட்டார். மரணமில்லாப் பெருவாழ்வுக்குக் 'கனவு' கண்டார். 'பாஞ்சாலி சபதம்' படைத்தார். 'சின்னச் சங்கர'னை உண்டாக்கினார். 'முரசு' கொட்டினார். பாப்பாவுக்கும் பாடினார். 'தராசை'த் தருவித்தார். ஏழைகளுக்காக நன்னெஞ்சாய் எரிந்தார். 'பஞ்சமர்களு'டன் உண்டார். 'பரதவர்'களோடு உறங்கினார். நற்கவிதைகள் பல நல்கினார். புதியன விரும்பி 'இந்தியா'வை மீண்டும் பிறப்பித்தார். 'விஜயா' முளைத்தது. 'சூர்யோதயம்' தோன்றியது. 'கர்மயோகி'யைக் கண்டார். அவர் அன்பின் பொருட்டு 'பாரதி பரம்பரை' ஆங்குப் பிறைபோல் வளர்ந்தது. விடுதலை வானில் வெள்ளி முளைத்தது. இந்தப் பாம்புப் பிடாரன் ஆங்கில ஆட்சிக்கு எதிராக உட்கார்ந்து விடாது மகுடி இசைத்தான். அதனால் அந்நியர் காட்டில் அடாது புயலடித்தது.

வரலாற்றை இன்று திரும்பிப் பார்த்தால், பாரதி புது ஊர் புகுந்து, 23 மாதங்கள் கரைந்தபின் 'கனவு' நூலானதை அறிகிறோம்.

‘சின்னச் சங்கரன் கதை’யின் முதல் அத்தியாயம், பிரமாதீச வருடம் வைகாசி மாதம் (மே 1913) ‘ஞானபாநு’வில் எழுத்தானது. அன்று பாரதிக்கு 30 வயது முடிந்து 5 மாதங்கள் கடந்தோடியிருந்தன. இவ்விரு சரிதைகளும் ஏறக்குறைய 30 வயதிற்குள் பாரதியால் எழுதி முடிக்கப்பட்டுவிட்டன. 39 வயதிற்குள் பாரதி தன் வாழ்வில் பற்பல உயரங்களை எட்டினார்.

அதன் விளைவால் அவரது மறைவுக்குப்பின் வரகவிகள் வந்தனர். ‘பாட்டுக் கொருபுலவ’னாம் அவருக்குப் புகழ் வணக்கம் பாடினர். புவிதனில் அவர் புகழ் மேவியது. ‘அறம் பாட வந்த இந்த அறிஞனை’த் தமிழுக்குத் தலைவனாக்கினர். இருபதாம் நூற்றாண்டின் ஈடிணையற்ற புலவனாய் ‘இலகு பாரதி’ மாறினார். இப்பெரும் வெளிச்சம் பேசாப் பொருளைப் பேசச் செய்தது. அவர் மீது ஈர்ப்பு கொண்டு பலன் கருதாத பாரதி அறிஞர்கள் பல்கிப் பெருகினர். பாரதி ஆய்வுகள் மெருகேறின. புதுப்புதுப் பாய்ச்சல்களைக் கண்டன. மண்டிக் கிடந்த களைகள் பிடுங்கி வீசப்பட்டன. தமிழில் இது தனி மரபானது. அம்மரபின் நீட்சியாக 2017இல் பாரதியின் மீது உழுவலன்பு நிறைந்த கிட்டத்தட்ட 65 ஆளுமைகள் எழுதிய ஆக்கங்களை ஒன்றுகூட்டி, ‘பாரதி விஜயம்’ என்ற பெருநூலைச் சமைத்தேன். அதனைத் தமிழுலகு தலைமேற் கொண்டு தாங்கியது. ‘கோணல் புத்தி’ கொண்ட சிலர் சதி வலை நெய்தனர். அப்பகை யாவும் பாரதியின் தவத்தால் தகர்ந்தன. சகலமும் ஈசல் வாழ்விற்கொப்ப முடிவை எய்தின. அந்த ஊர்க் குருவிகளால் உயரப் பறக்க முடியாமல் போனது. எனக்கு நசையறு நல் இதயம் தந்தார் பாரதி.

இந்தப் ‘பாரதி விஜயம்’ பணியின் பொருட்டுச் சில உண்மைகளை நான் உணர்ந்தேன். எந்தக் கவியும் பெறாத பேற்றைப் பாரதி பெற்றுள்ளார் எனப் புரிய வந்தது. இதுவரை பாரதி சரித்திரத்திற்கு ஐந்து பெண்கள் உருவம் தந்துள்ளனர். தையலைப் போற்றியவனுக்குச் செம்மை மாதர் செய்த சேவை இது. பட்டியலில் இடம்கொள்ளும் செல்லம்மாள், தங்கம்மாள், சகுந்தலா ஆகிய மூவரும் பாரதியின் ரத்த உறவுகள். மீதம் வரும் யதுகிரியும் ரங்கநாயகியும் வேற்று அகத்தினர். நமக்கு இன்று வாசிக்கக் கிடைக்கும் இந்த ஐந்து பெண்களின் படைப்புகளும் பாரதியியலுக்குக் கிடைத்த அழிவிலா ஐம்பொன் என்பேன். இவற்றைக் கடந்தால் வ.ரா. வருகிறார். ஆக்கூர் அனந்தாச்சாரி தெரிகிறார். தி.ஜ.ர. மற்றும் கவியோகி என ஏனையோர் உள்ளனர். ஆகவே இன்னும் நூல்களின் பட்டியல் பருக்கும். என் முயற்சியால்

பல நினைவுரைகள் மீண்டுள்ளன. மேலும் தேட வேண்டியவை ஏராளம். இப்பணி இன்னும் செம்மை பெறவில்லை. விடுபடல்கள் உள்ளன என்பதை வரலாறு உணர்த்துகிறது. வரும் நாளில் பாரதி ஆய்வில் பல மாற்றங்கள் நிகழலாம். இயன்றவரை காலம் உண்டது போக பெற்ற உதிரிகளைத் திரட்டி இந்த இரண்டாம் தொகுதியை வெளியிடுகிறேன். இத்தேடலில் நான் பெற்ற உத்வேகம் அதிகம். சிறுகச் சிறுகத் தேடிச் சேர்த்த இந்தக் கைப்பொருளே அதற்குச் சான்று. இக்கட்டுக்குள் இடம்பெறும் படைப்புகள் சில நானறிந்த வரை பாரதிய உலகம் அறியாதவை. சின்னக் கதிர்மணிகளை என் விளைநிலத்தில் விதைத்து பண்ணையாக்கியுள்ளேன். அதில் 'பதர் கலந்திருப்பின்' மேலோர் கண்டறிந்து கூறினால் அது அடுத்தப் பதிப்புச் செழுமைபெறப் பயன்தரும்.

●

இந்தப் 'பாரதி விஜயம்' இரண்டாம் தொகுதிக்குள் அடக்கப்பட்டுள்ள நாமக்கல் என். நாகராஜ ஐயங்காரின் 'நான் கண்ட பாரதி' தனித்துவம் மிக்க கட்டுரை. நாமக்கல் கவிஞரின் ஆத்ம நண்பர்தான் இந்த ஐயங்கார். அழுந்தச் சொன்னால் அவரது அரசியல் குரு. அடுத்து ஆரியசமாஜம் எழுதிய 'நான் கண்ட பாரதியார்' கட்டுரை. நானறிந்த வரை பாரதி நண்பர்களில் புதிய வரவு இவர். யாரிவர் என அறிவதற்கில்லை. தரவுகளில் சிக்காத மர்ம மனிதராக உள்ளார். பாரதியைக் கண்ட அரைநாள் சந்திப்பில் இந்த மனிதர் ஆயிரம் கதை செப்புகிறார். மிகைக் குணம் இல்லாத இவர் எழுத்து நம் உள்ளத்தைப் பலவழிகளில் கிளர்த்துகிறது.

பின் தி.ந.சந்திரன். இவரது 'ஸ்ரீமான் பாரதியார்' ஒரு குட்டிப் பதிவு. எனினும் செம்மாந்த படைப்பு. பாரதி வாழ்வில் மரணமில்லாத மனிதர் இந்தச் சந்திரன். பரலி சு.நெல்லையப்பரைத் தனியே சுட்ட வேண்டாம். பாரதி படைப்புகளை ஆங்கிலேயர் மிரட்டலுக்கு அஞ்சாமல் தலையில் சுமந்து வீதிவீதியாக விற்றப் பெருமகன், இந்தத் திருமகன். இவருடன் 'சிகரம்' செந்தில்நாதன் நிகழ்த்திய 'எண்பது நிமிடங்கள்' நேர்காணல் ஒன்றும் அரிய பொருளாக அகப்பட்டுள்ளது. மேற்படி இவரது 'பாரதி நினைவு – முதல் சந்திப்பு'ம் கைப்பொருளாகியுள்ளது. இத்துடன் கி.வா.ஜ.வின் 'வரவே இல்லை' கட்டுரையையும் குவளையின் டயரி குறிப்பையும் அகழ்ந்து அளித்துள்ளேன்.

வரகவி திரு.அ.சுப்பிரமணிய பாரதியின் இரு கட்டுரைகளை முன்பே 'பாரதி விஜயம்' முதற்தொகுப்பில் கையளித்துள்ளேன். மீதம்

புதுவாசம் வீசும் படைப்பாகப் 'பிரமதரிசனம்' கிடைத்துள்ளது. இதுகாறும் பாரதி ஆய்வில் அதிகமறியப்படாதவர் டாக்டர் எஸ்.அண்ணாஸ்வாமி. அவரெழுதிய 'பாரதியாரின் ஆங்கிலச் சொற்பொழிவு' மீட்கப்பட்டுள்ளது. பாரதியின் எதிரி வக்கீல் வி. கிருஷ்ணசாமி ஐயரின் புதல்வர் கி.சந்திரசேகரன் எழுதிய கட்டுரை ஒன்றை ஏற்கனவே உலகத்தார்முன் ஒப்படைத்துள்ளேன். அதுபோக அவரது மூத்த சகோதரர் கி.பாலசுப்பிரமணிய அய்யர் இப்போது கிடைத்துள்ளார். இவரின் 'நம் கவிச்சக்கரவர்த்தி' என்னும் கட்டுரை இவரது இளவல் பதிவின் நீட்சியாகச் சில சின்னஞ்சிறிய கதைகளைப் பேசுகின்றது.

எனது முந்தைய தேடலில் அச்சானது போக, சுத்தானந்த பாரதியாரின் 'மகாகவியும் மகாத்மாவும்', 'மாடசாமி' ஆகிய இரு கட்டுரைகளைத் தேடிப் பெற்றுள்ளேன். மேலும் எஸ். சத்தியமூர்த்தி 'பாரதி தமிழனா? இல்லையா?' என்ற பொருண்மையில் வீசிய உரையொன்றும் மீண்டுள்ளது. பாரதியை நேரில் அறிந்த ஏ.ரங்கநாதன் என்பவரது கட்டுரையும் மீட்கப்பட்டுள்ளது. அவரது, 'பாரதியாரை நேரில் கண்டேன்' கட்டுரை, பாரதியின் பொழிவை நேரில் சுவைத்து எழுதப்பட்டது. இவர் யார் என அறிவதற்கு இல்லை. எனினும் இவர் தரும் பாரதி சித்திரம் தரமிக்கது.

அடுத்து, பாக்கியலக்ஷ்மி அம்மாள். இவர் வ.வெ.சு. ஐயரின் மனைவி. புதுவையில் தொடங்கி, பாரதி சென்னையில் வாழ்ந்த இறுதிக்காலம் வரை அனுதினமும் அவருடன் பழகும் பேறு பெற்றவர் வ.வெ.சு.ஐயர். பாரதி, 1921இல் மறைந்தார். ஐயர் 1925இல் அவரது மகள் சுபத்திரையுடன் ஆற்றில் கரைந்தார். பாரதி மறைவுக்குப் பிறகு நான்கு ஆண்டுகள் இவர் உயிருடன் இருந்துள்ளார். இந்த இடைப்பட்ட ஆண்டுகளில் வ.வெ.சு.ஐயருக்கு எதிரான கலகம் அரசியல் உலகை ஆட்டிப்படைத்தது. 'சேரன்மாதேவி குருகுல' சர்ச்சைகள் நடுவே சிக்கிச் சிதைந்தார். பாரதியின் அறிவுலக நண்பரான இவர், அவரது பழக்கம் பற்றியோ, இழப்பு குறித்தோ, எதுவும் எழுதவேயில்லை. 'கண்ணன் பாட்டு' இரண்டாம் பதிப்பு கண்டபோது (சித்தார்த்தி, ஆவணி22) ஒப்புக்குப் 'பாயிரமல்லது பனுவலன்றோ' என்ற மூதுரைக் கூறி முன்னுரையாகச் சில சொற்களை உதிர்த்தார். பாரதி வாழ்ந்த காலத்தில், கம்பனில் கரைந்தார் ஐயர். வேறு சில அரசியல் தலைவர்களைப் பற்றி பக்கம் பக்கமாக எழுத முடிந்த அவருக்கு, பாரதி சிநேகிதம் பற்றி எழுத சந்தர்ப்பம் வராமல் போனது. ஆனால் அவரது மனைவி பாக்கியலக்ஷ்மி அம்மாள் அக்குறையைச் செவ்வனே நிறைவு

செய்துள்ளார். இவர் எந்தளவுக்குப் பாரதியை மதித்தார் என்பதை அவரது கட்டுரை பகர்கிறது. கர்ணன் அளவுக்குக் கொடையுள்ளம் கொண்டவர் பாரதி எனப் பொருள்படும்படி 'பாரதி ஏழையல்ல; கர்ணனே' எனக் கசடற எழுதியுள்ளார்.

ஐயரைப்போல், பாக்கியலக்ஷ்மி அம்மாளைப்போல் பாரதியின் புதுவை வாழ்வில் மாண்புமிக்க மனிதராக இருந்தவர் மண்டயம் ஸ்ரீநிவாஸாச்சாரியார். இவரது 'இருளிடையே வீசிய ஒளி' கட்டுரை காலம் கடந்து கைவரப்பெற்றுள்ளேன். 'சுதேசமித்திரன்' ஆசிரியர் சி.ஆர்.ஸ்ரீநிவாசனின் 'பாரதியின் நினைவு' கட்டுரையும் ராஜாஜியின் 'பாரதியார்' குறித்த உரையும் என் நூலை வனப்பாக்கியுள்ளன. இவை போக, சகுந்தலா பாரதியின் 'பாப்பாவும் பாரதியும் பாடிய பாட்டு' நேர்காணல் ஒன்றும், சா.கணேசனின் 'காரைக்குடியில் பாரதி – சில நினைவுகள்', விந்தன் கொடையளித்த 'பாரதி வாழ்ந்த பாண்டி' மற்றும் 'பாரதியார் – சில குறிப்புகள்' என்ற பொதுத் தலைப்பில் தங்கம்மாளின் எழுத்தாக்கங்கள், 'சுதேசமித்திரன்' வாரப் பதிப்பில் பிரசுரமான இவரது சில பத்திகள் என இருபது ஆளுமைகளின் ஆக்கங்கள் கரையேறியுள்ளன.

இப் புதிய திரட்டில் நூலாக்கம் பெற்றுள்ள பலரது படைப்புகள் பாரதி வாழ்வுக்கு நயமிக்க நல்லுரம் இடுபவை. சக்தி நிரம்பியவை. வீரியம் மிக்கவை. அவற்றுள் தலையாய நாகராஜ ஐயங்காரது படைப்பு. இப்பெயரை நான் முதன்முதலாக நாமக்கல் கவிஞரின் 'என் கதை'யில் அறிந்தேன். அந்த நூலில் 'பாரதி தரிசனம்' என்னும் தனி ஓர் இயலே உள்ளது. கவிஞருக்குப் பாரதி மீது தணியாத தாகம் ஏற்பட நாகராஜ ஐயங்காரே காரணம். 'என்னுடைய தேசாபிமான எண்ணங்கள் உருவானதற்கு மிகவும் உதவியாக இருந்தவர் என்னுடைய நண்பர் ஸ்ரீ நாகராஜ ஐயங்கார்' என்கிறார் அவர். நாமக்கல் கவிஞரைப் பரந்துபட்ட அளவில் பாடம் படித்தத் தமிழகம், அவரது அரசியல் குரு நாகராஜ ஐயங்காரை மறந்துவிட்டது. வெளிச்சம் காணாத வேர்போல் அவர் நிலத்தின்கீழ் சென்றுவிட்டார். இன்றைக்கு ஐயங்கார் பற்றிய தரவுகளைப் பெறுவது குதிரைக் கொம்பாக உள்ளது. நான் செல்லாத ஊரில்லை. விசாரிக்காத ஆளில்லை. அசதிதான் அண்டியது. நாகராஜ ஐயங்காரைப் பொறுத்தளவில் நாமக்கல் கவிஞர் தரும் சித்திரம் சிறப்பானது. அதன் பொருட்டு அதை ஆய்வோம்.

> "அவரும் (நாகராஜ ஐயங்கார்) நானும் ஆரம்பத்தில் நம்மாழ்வார் பள்ளிக்கூடத்தில் படித்தவர்கள். பால்யம் முதற்கொண்டே எங்களுக்குள் ஒருவிதப் பற்று. என்னுடைய

தந்தை, உத்யோக முறையில் மாற்றப்பட்டதனால் ஹைஸ்கூல் படிப்பில் நானும் நாகராஜ ஐயங்காரும் பிரிந்துபோனோம். ஆனாலும் என்னை வளர்த்த என் தமக்கை பழனியம்மாள் நாமக்கல்லிலேயே வாழ்ந்ததனால் நான் அடிக்கடி நாமக்கல்லில் வந்து தங்குவேன். 1906இல் என் தந்தை பென்ஷன் பெற்று நாமக்கல்லிலேயே தங்கிவிட்டார். அதனால் நாமக்கல் உறவு எனக்கு இடைவிடாது இருந்து கொண்டேயிருந்தது. நாகராஜ ஐயங்காருடைய நட்பும் இடைவிடாது இருந்து கொண்டேயிருந்தது.

1907–1908ஆம் வருஷங்களில் நாகராஜ ஐயங்கார் சென்னை வக்கீல் வேலைக்குப் படித்துக் கொண்டிருந்தார். சென்னையில் சுப்ரமண்ய பாரதியாருடைய சுதந்திர கீதங்கள் தெருத் தெருவாக முழங்கிக் கொண்டிருந்த காலம். சென்னையிலுள்ள மாணவர்கள் பள்ளிக்கூடங்களையும் மறந்து விட்டு, பாரதியாருடைய பாட்டையும் பிரசங்கங்களையும் கேட்கப் பெருந்திரளாகக் கூடுவார்கள். நாகராஜ ஐயங்கார் பெரிய பாரதி பித்தர். பரீட்சைக்குப் போகத் தவறினாலும் பாரதியார் பிரசங்கத்துக்குப் போகத் தவறமாட்டார். விடுமுறை என்றோ வேறு காரணமாகவோ நாகராஜ ஐயங்கார் நாமக்கல்லுக்கு வரும்போதெல்லாம் எங்களுக்குப் பாரதியாரைப் பற்றி அடிக்கடி சொல்லுவார். பாரதியாரைப் பற்றி நான் முதன்முதல் கேள்விப்பட்டது நாகராஜ ஐயங்கார் மூலமாகத்தான். பாரதியாருடைய சுதந்திர வெறியைப் பற்றியும் அவருடைய கவிதைகளைப் பற்றியும் வீராவேசமுள்ள அவருடைய பிரசங்கங்களின் பெருமையைப் பற்றியும் ஐயங்கார் சொல்லும்போது எனக்கு உள்ளமும் உடலும் துடிக்கும். பாரதியாருடைய பிரசங்கங்கள், மூர்மார்க்கெட்டில்தான் நடக்கும். பாமர மக்களுக்குச் சுதந்திர ஆர்வம் உண்டாக்க வேணுமென்ற நோக்கத்துடன் திறந்த வெளிகளில் கூட்டம் கூட்டி தேசபக்திக்கான பிரசங்கங்கள் அப்போதுதான் தமிழ் நாட்டில் ஆரம்பம். அதுவரையிலும் அரசியல் பேச்சுகளெல்லாம் பட்டம் பெற்ற படிப்பாளிகள் நல்ல கட்டிடங்களில்கூடி மேல்நாட்டு முறையில் பேசித் தீர்மானங்களைச் செய்து அதிகாரிகளுக்கு நகல் அனுப்புகின்ற நாற்காலி – மேஜை முறையில்தான் நடந்து வந்தன. பாமர ஜனங்களுக்கும் அந்தப் பிரசங்கங்களுக்கும் சம்பந்தம் இராது. மேலும் பொது ஜனங்களுக்கு நாம் அடிமைகளாக இருக்கிறோம்

என்ற நினைப்பாவது, நம்முடைய நாட்டை அந்நியர்கள் ஆண்டு வருகிறார்கள் என்ற எண்ணமாவது இல்லாத காலம் அது" என்கிறார்.³

நாமக்கல் கவிஞர், நாகராஜ ஐயங்கார் குறித்துத் தரும் மேற்படி தரவுகள் முக்கியமானவை.

"மூர்மார்க்கெட்டில் அடிக்கடி நடக்கும் பாரதி பிரசங்கங்களுக்கு நாகராஜ ஐயங்கார் போவார். அந்தக் காலத்தில் மூர் மார்க்கெட்டில் இப்போதுள்ளது போலக் கட்டடங்கள் இல்லை. பெரும்பகுதியும் புழுதிபடிந்த பொட்டலாக இருக்கும். மழைக்காலங்களில் நீரும் சேறும் நிறைந்து கிடக்கும். கோடைக் காலங்களில் குப்பையும் கூளமும் குவிந்து இருக்கும். பாரதியாருடைய சுதந்திரப் பிரசங்கங்கள் அங்கேதான் நடக்கும். ஜனங்கள் பெருந்திரளாகக் கூடுவார்கள். சேறாக இருந்தாலும் புழுதியாக இருந்தாலும் பொருட்படுத்தாமல் உட்கார்ந்து பாட்டையும் பிரசங்கத்தையும் கேட்பார்கள். விடுதலை வேட்கை மிகுந்த அநேக புதுப்புது பாடல்களைப் பாரதியார் மூர் மார்க்கெட் பிரசங்கங்களிலேதான் அரங்கேற்றினார். பாரதியார் சென்னையை விட்டுப் புதுச்சேரிக்குள் புகுந்துகொள்வதற்குச் சிறிது காலத்துக்கு முன்புதான், ஒரு நாள் மூர்மார்க்கெட் பிரசங்கத்தில் ஏராளமான வாலிபர்களுடைய கூட்டத்துக்கு இடையில் 'என்று தணியுமிந்தச் சுதந்திர தாகம்' என்ற பாட்டை முதன் முதலாகப் பாடி வெகு ஆவேசத்துடன் பிரசங்கம் செய்தார். அந்தக் கூட்டத்துக்கு நாகராஜ ஐயங்கார் போயிருந்தார். பாரதியார் பாடின அந்தப் பாட்டின் சில முக்கியமான அடிகளை அப்படியே நாகராஜ ஐயங்காரும் மற்ற மாணவர்களும் எழுதி பாடம் பண்ணிக் கொண்டார்கள். அந்தப் பிரசங்கத்துக்குச் சில நாட்களுக்குப்பின் நாமக்கல்லுக்கு வந்த நாகராஜ ஐயங்கார், எங்களையெல்லாம் வழக்கம் போல் கூட்டி வைத்துக் கொண்டு பாரதியாருடைய புதுப் பாட்டைப் பற்றியும் அதிலுள்ள மிகவும் குறிப்பிடத்தக்க சில சொற்றொடர்களையும் சொல்லிப் புகழ்ந்து கொண்டிருந்தார்."⁴

மேலான விவரங்கள் இவர் யார் என்பதைப் பகரும். நாமக்கல் கவிஞருக்குத் தேசப் பசியைப் புகட்டிய ஒருவர், எப்படிப்

பாரதி சந்திப்புப் பற்றி எழுதாமலிருப்பார்? என என் மனம் சொன்னது. அதைக் கொண்டே நான் ஐயங்காரை அலசினேன். என் தேடலின் கீற்றாக அவரது 'நான் கண்ட பாரதி' நினைவுரை 'ஸ்ரீ சுப்பிரமணிய பாரதி கவிதா மண்டலம்' (1982 ஜூன்) இதழிலிருந்து மீட்கப்பட்டுள்ளது. இதனை ஏ.கே. செட்டியார்தான் 'குமரிமலரி'ல் தேடிப் பிரசுரித்துள்ளார். அதனைக் 'கவிதா மண்டலம்' மறுபிரசுரம் செய்தது. ஆனால் 'குமரிமலர்' பற்றிய காலக்குறிப்பேதும் அதில் இடம் பெறவில்லை.

பலரையும் போல் பாரதியை ஆதர்சமாக ஏற்று, வாழ்வை அர்ப்பணித்த ஐயங்காரின் இப்பதிவின் வழியே நாமக்கல் கவிஞரின் கூற்றுக்குக் கூடுதல் கனம் கிடைத்துள்ளது. இச்செய்திகள் நாமக்கல்லாரின் பதிவுடன் ஒத்துப் போவதுடன், ஐயங்கார் 1907இல் சென்னையில் படித்து வந்ததும் உறுதியாகிறது. இவர், தன் கட்டுரையில் நண்பர் சபாபதி முதலியாருடன் சென்று பாரதி கூட்டங்களில் பங்கேற்றதாகக் கூறுகிறார். சபாபதி, ஐயங்காரின் குருநாதரான எம்.சி. ஆனையப்ப முதலியாரின் சகோதரர் என்பதும் விளக்கப்பட்டுள்ளது. இனி வரும்நாளில் சபாபதி தனியே ஏதேனும் எழுதியுள்ளாரா எனத் தேட வேண்டும். நாமக்கல்லாரின் கூற்றுப்படி 'என்று தணியுமிந்தச் சுதந்திர தாகம்' என்ற பாரதி பாடலைக் கேட்டு ரசித்ததையும் இவர் பிசகாது எழுதியுள்ளார். இப்பாடல் சரியானது; ஆயினும் களம்தான் மாறுபடுகிறது. பிரிட்டிஷாரின் ரகசிய ஆவணக்குறிப்பேட்டின் படி 1907களில் மூர்மார்க்கெட்டில் கூட்டங்களேதும் நடந்ததற்கான அகச்சான்றுகளில்லை. புறச்சான்றாகவே நாமக்கல் கவிஞர் குறிப்பிலும், ஐயங்கார் எழுத்திலும் பதிவாகியுள்ளது. ஒருவேளை பாரதி, உளவாளிகள் பொறிக்குள் அதிகம் அகப்படாதிருந்த நாள்களில் அங்குப் பாடியிருக்கலாம் என்பது என் ஊகம்.

நாமக்கல் கவிஞர் மற்றும் நாகராஜ ஐயங்கார் ஆகிய இருவரும் குறிப்பிடும் 'என்று தணியுமிந்தச் சுதந்திர தாகம்' என்னும் பாடல் பிரிட்டிஷாரின் பெரும் பகையைப் பாரதிக்கு ஈட்டித் தந்தது. 'இந்தியா'வில் 'ஸ்ரீகிருஷ்ண ஸ்தோத்திரம்'[5] என்ற தலைப்பில் (07.03.1908) வெளியான இப்பாடலால், பாரதிக்கு ஊறு விளைந்ததாக வ.ரா., 'மகாகவி பாரதியாரி'ல் குறிப்பிடுகிறார்.[6] இதனைப் பாரதி பாட, மூர்மார்க்கெட்டில் நாகராஜ ஐயங்கார் கேட்டு வந்ததாக நாமக்கல் கவிஞரும் எழுதுகிறார். ஆனால் இப்பாடல் சென்னை தெற்குக் கடற்கரையில் நடந்த கூட்டத்தில் பாடியது என்பதற்கான சான்றினை போலீசார் ரகசிய செய்திக் குறிப்பின் வழி ஆய்ந்துள்ளார் சீனி.

விசுவநாதன்.[7] இவரது ஆய்வில் 07.03.1908இல் பாரதி, இப்பாடலை 'இந்தியா'வில் வெளியிட்டதற்கானச் சான்று உறுதியாகிறது. நாமக்கல் கவிஞர், பிரிட்டிஷார் ரகசியக் குறிப்புகளிடையே உள்ள முரண்பாடு இவரது ஆய்வின் மூலம் வெளிச்சம் பெற்றுள்ளது. ஆனால் நேரில் கண்ட நாகராஜ ஐயங்காரே தனது பதிவில், மூர் மார்க்கெட்டில் கேட்டதாகவே எழுதியுள்ளார். பிரிட்டிஷ் ஆவணம் மட்டுமே வரலாறு ஆகுமா என்பது இங்கு இயல்பாய் எழும் கேள்வி. விசுவநாதனின் ஆய்வில் ஐயங்கார் பதிவு சார்ந்து எந்தக் குறிப்புமில்லை. காலம் கடந்து நாகராஜ ஐயங்கார் பதிவு வெளியாகும் இவ்வேளையில் பாரதி பற்றிய குழப்பம் மிகுந்த இப்பகுதி மேலும் வெளிச்சம் பெறலாம்.

இவற்றுடன் மேலும் சில விவரங்களுக்கும் விளக்கங்கள் தேவைப்படுகின்றன. பாரதி, பாடலைப் பாடி முடித்ததும் 'சர்க்கரை செட்டியாரும், எதிராஜுலு சுதேந்திரநாத் ஆரியாவும் நாடு விடுதலை பெறும் மார்க்கத்தை நன்கு உணர்த்தி வீராவேசத்தோடு சொற்பொழிவாற்றினர்' எனத் தெளிவுற எழுதுகிறார் ஐயங்கார். 'நாமக்கல் திரும்பியதும் எனது ஆப்த நண்பரும் தேசியக் கவிஞருமான நாமக்கல் வெ. இராமலிங்கம் பிள்ளை, ஆர். வரதராஜ முதலியார் ஆகியோரிடம் கூறினேன்' என்றும் சொல்கிறார். ஆகவே, அவர் நினைவை இலகுவாக உதறிவிடமுடியாது.

பிரிட்டிஷ் ஆளுநர் குழு உறுப்பினர் பிராட்லே என்பவர் 'மூர் மார்க்கெட்டில் நடத்தப்படும் கூட்டங்கள் கூர்ந்து கவனிக்கப்பட வேண்டியவை' எனக் குறிப்பிட்டதையும் 'மூர் மார்க்கெட்டில் நடைபெறும் கூட்டங்களை நடத்தவிடாமல் செய்வதற்கு ஒரேவழி, பேச்சாளர்களின் பேரில் – அதாவது, அவர்கள் நன்கு அறிமுகமான ஒருசிலரே என்ற போதிலும் வழக்குத் தொடர வேண்டியதுதான்' என ஸ்டோக்ஸ் என்பவர் (18.03.1908) அரசுக்கு எடுத்துக் கூறியிருப்பதையும் பிரிட்டிஷார் ஆவணங்கள் மூலம் அறியும்படி செய்துள்ளார் பாரதி ஆய்வாளர் சீனி. விசுவநாதன்[8]. இதே மாதம் 16ஆம் தேதியன்று மூர் மாக்கெட்டில் ஒரு கூட்டம் நடை பெற்றதும் இவரது ஆய்வில் வெளிப்பட்டுள்ளது.[9] சென்னை நகரக் காவல்துறை ஆணையர் எழுதிய புகாருக்குத் தலைமைச் செயலர் (பொறுப்பு) அளித்துள்ள விளக்கத்தில் பாரதி, சுதேந்திரநாத் ஆர்யா மீது நடவடிக்கை எடுக்க 'மெயில்', 'டைம்ஸ்' நிருபர்களின் பதிவில் வலுவான ஆதாரமில்லை எனக் கூறியுள்ளதையும் அறிய முடிகிறது.

எனவே, பாரதி 'என்று தணியும்...' பாடலை சீனி. விசுவநாதன் குறிப்பிடும் பிரிட்டிஷ் ஆவணப்படி மூர் மார்க்கெட்டில்

பாடப்படாமல் இருக்கலாம். ஆனால் அப்பாடல் அங்குப் பாடப்படவேயில்லை என்பது ஏற்கத் தகுமா? ஆட்சியர் ஆவணத்தை மட்டுமே சான்றாகக் கொண்டால் சாட்சியாக நின்ற ஐயங்காரின் குரலுக்குப் பொருள்தான் என்ன? எனவே ஐயங்கார் கட்டுரையை ஏற்று பாரதி சரித்திரத்திற்குப் புதுக்கணக்குப் போடுகிறேன்

நாமக்கல் கவிஞரின் 'என் கதை' பதிவுக்கு அப்பால் ம.பொ.சி.யின் 'தமிழன் குரல்' (ஆகஸ்ட் 1954) பத்திரிகையில் வெளிவந்துள்ள 'காந்தி படம் என் மானத்தை காத்தது'[10] என்னும் தனிக்கட்டுரையில் நாகராஜ ஐயங்கார் பற்றி சில விவரங்கள் உள்ளன. இதனைக் கொண்டு 1940க்குப் பின் நாமக்கல் தொகுதிக்குச் சட்டமன்ற உறுப்பினராகவும் ஐயங்கார் இருந்துள்ளார் என்பதை அறிய முடிகிறது. இவரைப் பற்றிய என் தேடல் மேலும் நீள்கிறது. எதிர் வரும்நாள்களில் சில தரவுகளை நான் பெறக்கூடும். அன்று பாரதிக்கும் ஐயங்காருக்குமான இருளடைந்த இந்தப் பக்கங்களில் ஒளிபுகக்கூடும்.

எனது 'பாரதி விஜயம்' முதற்தொகுதி மூலம் வாசகர்களிடையே அறிமுகமாகியிருப்பவர் வரகவி திரு.அ.சுப்பிரமணிய பாரதி. அவரின் இரு பதிவுகள் அப்பெருநூலில் முன்பே அச்சாகியுள்ளன. 'சுதேசமித்திரனி'ல் பாரதியுடன் இசைந்து பணியாற்றிய அப்பெருந்தகையின் முந்தைய பதிவுகள் தவிர, 'கலைமகளி'ல் (1943 நவம்பர்) வெளியான பதிவொன்றும் இப்போது கிடைத்துள்ளது. அதில் சென்னை திருவேட்டீசுவரன்பேட்டையிலுள்ள நாகப்பையர் தெருவில் சங்கரன் என்பவர் வீட்டில் நடந்த நிகழ்வுக்கும் பாரதி 'சக்ரவர்த்தினி'யில் (1906 ஆகஸ்ட்) எழுதிய 'ராஜாராம் மோஹன் ராய்' கட்டுரைக்கும் உள்ள தொடர்பு இடம்பெறுகிறது. இந்தப் பேட்டையில்தான் வரகவி திரு.அ. சுப்பிரமணிய பாரதி 1906இல் வசித்துள்ளார். அந்நாளில், இவ்வீதி வழியே பாரதி கடந்து செல்கிறார். இடையில் வரகவி வீட்டில் இளைப்பாறல். அங்குப் பாரதிக்குக் கிடைத்த ரசமான அனுபவத்தை விவரிக்கிறது 'பிரமதரிசனம்'. பாரதியின் 'ராஜாராம் மோஹன் ராய்' கட்டுரை 'கால வரிசைப்படுத்தப்பட்ட பாரதி படைப்புகளி'ல்'[11] உள்ளது. வரகவி தரும் கட்டுரையின் வடிவத்திலும் இவர் பதிப்பிலும் சில பேதங்கள் உள்ளன. 'சக்ரவர்த்தினி'யில் வெளியான இக்கட்டுரை 'இந்தியா'வில் (04.09.1906) மறுபிரசுரமாகியுள்ளது. அதில் 'சக்ரவர்த்தினி' பெயர் மட்டுமே அச்சாகியுள்ள்ளது என்றும் பாரதியின் பெயர் இடம்பெற இல்லையென்றும் சீனி.விசுவநாதன் குறிப்பிடுகிறார். இவர் குறிப்பிடும் காலமும் அ.சுப்பிரமணிய பாரதி சுட்டும் கட்டுரையின் காலமும் பொருந்திப் போகிறது. பாரதியின்

'சக்கரவர்த்தினி' பத்திரிகை பண்டிதர் வட்டத்தைத் தாண்டி சில குடும்பத்தினரும் வாசித்துள்ளனர் என்பதை 'பிரமதரிசனம்' கதையாடல் மூலம் உய்த்துணர முடிகிறது. பாரதியின் 'ராஜாராம் மோஹன்ராய்' ஆக்கத்தின் பின்னால் பாரதியின் காலத்திலேயே நடந்த கதையாடல் ஒன்றை வரகவி எழுத்தின் உதவியைக் கொண்டு இன்றைக்கு அறிய முடிகிறது. கூடவே வனப்புமிக்க வரகவியின் படம் ஒன்றையும் கண்டறிந்து வெளியிட்டுள்ளேன்.

வரகவி தமது கட்டுரையில் வீட்டுக்கதையைச் சொன்னார். டாக்டர் எஸ். அண்ணாஸ்வாமியோ தமது பதிவில் சொற்பொழிவு ஒன்றின் பின்புலத்தை விளக்கியுள்ளார். இவரது 'பாரதியாரின் ஆங்கிலச் சொற்பொழிவு' பதிவுக்கு வருவோம். இதனை ஜனவரி 1968 'கலைமகளி'லிருந்து பெற்றேன். பாரதி மறைந்து 45 ஆண்டுகள் மறைந்தபின் இதனை அவர் எழுதியுள்ளார். அன்று தனக்கு 19 பிராயம் என்கிறார். ஆக, இவர் 1900க்குப் பின் பிறந்திருக்கலாம். தங்கசாலையில் தங்கியிருந்த இவரை ஜட்கா வண்டியில் தேடிச் சென்று பாரதி சந்தித்துள்ளார். அவரிடம் விக்டோரியா ஹாலில் தான் நடத்திய பொழிவுக்கான நுழைவுச் சீட்டை விற்றுவர பாரதி பணித்துள்ளார். அச்சமயம் பாரதி, தன்னிடம் ஆங்கிலத்தில் உரையாடியதாக அண்ணாஸ்வாமி சொல்கிறார்.

இவர் குறிக்கும், விக்டோரியா ஹால் பொழிவுக்கு "Mr C. Subramania Bharati Lectures on The Cult of Eternal" எனப் பாரதி தலைப்புத் தந்துள்ளார். இவரோ 'How to Conquer Death' எனக் குறிப்பிடுகிறார். பாரதி, தன் பொழிவுக்கு உபத்தலைப்பாக 'Being a scientific exposition of the Art of conquering Death' எனக் கொடுத்துள்ளார். அதற்கான நுழைவுச்சீட்டில் இவ்வாறே அச்சிடப்பட்டுள்ளது. இந்த, உபத்தலைப்பை மனத்திற்கொண்டு அண்ணாஸ்வாமி தடுமாறியிருக்கலாம். பாரதியின் இப்பேச்சு 'நியூ இந்தியா' (04.03.1919) வில் ஏற்கெனவே கண்டறியப்பட்டுள்ளது.[12] இக்கூட்டத்திற்குக் கட்டணம் வசூலிக்கப்பட்டது உண்மை. அதற்கான தொகை ஒரு ரூபாய். நுழைவுச் சீட்டிலிருந்து இதற்கான தகவலைப் பெறுகிறோம். கூட்டம் 1919 மார்ச் 2 ஞாயிறு மாலை 5.30க்கு நடந்துள்ளது. எஸ். சுப்பிரமணிய ஐயர்தான் தலைமை ஏற்றுள்ளார். அண்ணாஸ்வாமி சொல்வது இக்கூட்டத்தைக் குறித்துதான் என உறுதியாக நம்பலாம்.

பாரதி, தன் இறுதிக்காலங்களில் மரணம் குறித்து வேறுவேறு கூட்டங்களில் அதிகம் உரையாற்றினார். ஈரோடு கருங்கல்பாளையக் கூட்டம் வரை இந்த மனநிலை தொடர்ந்தது. 'மனிதனுக்கு

மரணமில்லை' என்பதைத் திடமாகப் பாரதி நம்பினார். விக்டோரியா ஹாலில் அவர் ஆற்றிய ஆங்கிலப்பொழிவே அதன் அடையாளம். அதனை நேரடியாகக் கேட்ட ஒருவரின் பதிவு பல ஆண்டுகளுக்குப் பின்பு கிடைத்துள்ளது. இது எனக்கு 'நுனியில் கரும்பு தினல்போல் இனிக்கும்' காரியம். எனினும் கட்டுரையாளர் பற்றிய இதர விவரங்களைப் பெறவியலாமல் போனதில் வருத்தங்கள் எழுகின்றன.

நாகராஜ் ஐயங்காரும் அண்ணாஸ்வாமியும் பாரதியைத் தள்ளி நின்று கண்டவர்கள். குவளை கிருஷ்ணமாச்சாரியார் அப்படியல்ல; பாரதியின் மெய்க்காவலர். இவரது சில பதிவுகளைப் 'பாரதி விஜயம்' முதற்தொகுப்பில் தந்துள்ளேன். மேலும் இரண்டு கிடைத்துள்ளன. கி.வா.ஜகன்நாதனின் 'ஒரு சாண் வயிறு'[13] நூலிலுள்ள பதிவொன்று இதில் அடங்கும். இவரது 'வரவே இல்லை' கட்டுரைத் தொனி குவளைக்கெழுதிய நினைவஞ்சலி போன்றுள்ளது. ஆனால் அதன் பேசுபொருள் யாவும் பாரதி மீதே குவிகிறது. குவளை, 1939 செப்டம்பர் 26 அன்று மாலை 4 மணிக்கு இயற்கை எய்தினார். பாரதிக்கும் குவளைக்கும் இடையேயான நட்பைக் காட்சிப்படுத்தும் இப்பதிவு பரந்தளவில் போய்ச்சேர வேண்டும். ஆகவே அதனை வரித்துக் கொண்டுள்ளேன். மீதமாக குவளையின் டயரி குறிப்பொன்றையும் அகழ்ந்து அளித்துள்ளேன். அதில் 1915ஆம் ஆண்டு ஆகஸ்ட் மாதம் புதுவையிலிருந்து இவர் சொந்த ஊர்ப் புறப்பட்ட விவரங்கள் உள்ளன. பாரதியின் நட்பால் குவளைக்குப் 'புலைஇயல் சாரர்கள்' கொடுத்த கெடுபிடிகள் எழுத்தாகியுள்ளன. இவரை 33 கான்ஸ்டேபிள்கள் பின்தொடர்ந்ததை அறியமுடிகிறது. (பாரதியை 200 ஒற்றர்கள் வேவு பார்த்ததாக பிரிட்டிஷ் ஆவணம் சொல்கிறது) இதனை 'ஸ்ரீ சுப்பிரமணிய பாரதி கவிதா மண்டலம்' (1983 மாசி–பங்குனி) பத்திரிகையிலிருந்து கண்டெடுத்தேன். மாயக் கண்ணனைப் போல் பாரதியுடன் வாழ்ந்த குவளையின் டயரியைக் கொடுத்துதவியவர்கள் அவரது அகத்தார் எனப் பத்திரிகைச் செய்தி இயம்புகிறது. முன்னமே யாரேனும் இவரது முழு டயரி படிகளைத் தேடிப் பதிப்பிதிருந்தால் பற்பல உண்மைகள் வெட்ட வெளிச்சமாகியிருக்கும். இன்று இவர் வாழ்க்கை 'கனவிலும் ஓர் கனவாகி' விட்டது. எங்குப் போய் தேடுவேன்? யாரைப் போய் பார்ப்பேன்? எனவே கிடைத்த வரை இலாபம் என இதனைக் கட்டித்தந்துள்ளேன்.

இதே பத்திரிகையில் (ஆவணி1983) தி.ந.சந்திரனின் படைப்பு ஒன்றும் கிடைத்தது. சின்னஞ் சிறிய பத்தி. இவரது 'ஸ்ரீமான் பாரதியார்'

கட்டுரை மகாகவி வாழ்வில் அழிவிலாத கதைகளில் ஒன்று. 'பன்றி போத்து சங்க வேறாக்கல்' என்ற பாரதி ஒரு பொடியனைப் பார்த்து, 'குன்றென நிமிர்ந்து நில்' எனச் சேவலைக் காட்டி உவமை உரைத்த கதை உலகப் பிரசித்தம். அச்சேவல் கதையைச் சந்திரனிடம்தான் பாரதி சொன்னார். பாரதிதாசனின் 'ஆத்மசக்தி'யில் (14 அக்டோபர் 1923) அச்சான இதனை 'ஸ்ரீசுப்பிரமணிய பாரதி கவிதா மண்டலம்' மீள்பதிப்புச் செய்தது. 'ஆத்மசக்தி'யில் 1923 வெளியானது என்றால், பாரதி மறைந்த இரண்டாண்டிற்குள் இது எழுதப்பட்டுள்ளது. இதுநாளும் யாரும் அறியா அதனைக் கண்டறிய இன்றுதான் காலம் கனிந்துள்ளது.

சேவல் கதைக்குச் சாட்சியம் சொன்ன சந்திரனைப்போல, மாயவரத்திலிருந்து ரயிலேறி பாரதியைக் காணவந்த கதையை எழுதியுள்ளார் 'ஆர்யசமாஜம்'. இவரது 'நான் கண்ட பாரதியார்' கட்டுரை 'பாரத சக்தி'யில் (1947 நவம்பர்) பிரசுரமான ஓர் அரிய படைப்பு. நீண்ட நெடிய பாரதி ஆய்வில் வெளிப்படாத மனிதர் இவர். யார் இந்த 'ஆர்யசமாஜம்' என அறியேன். பள்ளிப் பருவத்தில் 'இந்தியா'வில் வெளியான வ.உ.சி.யின் சுதேசிக் கப்பல் கருத்துப் படத்தைக் கண்டு பாரதியை அறிந்ததாகவும் அதற்கு விசுவநாதய்யர் என்பவர் துணை நின்றதாகவும் இவர் கூறுகிறார். தன் பதிவில் 1906 முதல் 1912 வரையிலான காலப்பகுதியைப் பேசியுள்ளார் ஆரிய சமாஜம்.

'இந்தியா'வில் வ.உ.சி. குறித்த முதல் கருத்துப் படம் 1907இல் அச்சாகிறது. இப்பத்திரிகை, சென்னையிலிருந்து வந்த காலம் இது. அடுத்த சித்திரம் 1909 ஜூலை 17இல் வெளியானது. இது புதுவையிலிருந்து அச்சான காலம். இவை இரண்டில் ஏதோ ஒன்றை 'ஆர்யசமாஜம்' தன் பள்ளி நாளில் கண்டுள்ளார். அந்நாளில் இவருக்கு 15 பிராயம். ஆக, இவர் 1892ஆம் ஆண்டில் பிறந்தவராக இருக்கலாம். அது சரியெனில் பாரதி இவரைவிட 10 வயது மூத்தவர். இவ்விருவரது சந்திப்பும் 1909இல் நடந்துள்ளது. அன்று பாரதிக்கு 27 வயது. பாரதியைப் பார்க்க 'இந்தியா' மானேஜர் ஸ்ரீநிவாச ஆச்சாரியாருக்கு எழுதிக் கேட்டு, பின் சந்தித்துள்ளார். 'ஆர்யசமாஜம்' தன் நினைவுரையில் அஜித் சிங் நாடு கடத்தப்பட்டதைக் குறிப்பிடுகிறார். 'அஜித் ஸிங்' (பாரதி பொருளில் வெல்லப்படாத சிங்கம்) பிடிப்பட்டது பற்றி பாரதி 'இந்தியா'[14]வில் தனியாக எழுதியுள்ளார். இது நடந்தது 1907இல். 'பாரத சக்தி'யில் வெளியான 'ஆர்யசமாஜ'த்தின் கட்டுரையின் அடிக்குறிப்பில் தொடரும் எனக் கூறப்பட்டுள்ளது. ஆனால் எங்குத் தேடியும் வேறு

இதழ்களைப் பெறுவதற்கில்லை. எனவே இது முழுமையானதல்ல; கிடையாச் சரக்கு என்ற கணக்கில் ஏற்றி இதனைத் தந்துள்ளேன்.

இதே 'பாரத சக்தி'யில் வேறுசில ஆக்கங்களும் அகப்பட்டன. 'பாரதி தமிழனா? இல்லையா?' (1947 ஆவணி) என்ற பொருண்மையில் எஸ். சத்தியமூர்த்தி சொற்பொழிவு ஒன்று அதிலடங்கும். இதனை எழுத்தாக்கிய 'பழம்நீ', 10.09.1939இல் 'சென்னை பாரதி யூனியனில் பேச்சை என்னுடைய பதினான்காவது வயதில் குறிப்பெடுத்து வைத்திருந்தேன்' எனச் சொல்கிறார். இது மிக முக்கியமான பதிவு. சத்தியமூர்த்தி, தனக்குப் பாரதியின் பாடல்களைக் கேட்கும் பாக்கியம் 1906 மற்றும் 1908களில் கிடைத்தது எனப் பேசியுள்ளார். 'பாரதியுடன் சேர்ந்து கடற்கரைக்குப் போவோம். அப்போது அவர் பாடுவார்' என்கிறார். 'எனக்கு முதலில் தேசபக்தி உண்டாவதற்குக் காரணம் பாரதியாரின் பாடல்களே' என மனம் திறந்துள்ளார் சத்தியமூர்த்தி. பாரதியின் பாடல்களுக்கு அன்றைய பிரிட்டிஷ் அரசு தடையேற்படுத்தியபோது சட்டமன்றத்தில் தான் பாரதியின் பாடல்களைப் பாடி ஆட்சேபித்ததைச் சுட்டிக் காட்டியுள்ளார். இத்தடை 1928இல் நடந்தது. 'எரிதழல்' போல் எதிர்த்து நின்று அன்று வஞ்சகர்களை எச்சரித்தார் சத்தியமூர்த்தி. சட்டசபையில் அவர் ஆற்றிய செறிவுமிகு உரை (08.10.1928) தமிழக வரலாற்றில் ஈடிணையற்றது.[15] அன்று இச்சகத்திலுள்ளோரை எதிர்த்து அச்சமில்லாமல் நின்ற சத்தியமூர்த்தி, 1939இல் மீண்டும் பாரதி நினைவுகளை மீட்டியுள்ளதை 'பழம்நீ' தன் பதிவில் தந்துள்ளார். 'பழம்நீ' முதுபெரும் எழுத்தாளர். திராவிட இயக்கச் சார்பாளர். அதாவது 'அன்பு பழம்நீ' என்பது இவரது முழுப் பெயர். இவரது பதிவைத் தலைமுறை தாண்டி மீட்டுள்ளேன்.

சுத்தானந்த பாரதியின் 'மாடசாமி' பற்றிய பதிவொன்றும் 'பாரத சக்தி'யிலிருந்து (1947 அக்டோபர்)கரைசேர்ந்துள்ளது. 'மாடசாமி'யின் தரவுகளிடையே உட்பொருளாகப் பாரதி நிற்கிறார். கவியோகி சுத்தானந்தர் மகாகவியின் பிரதான சீடர். ஆஷ் கொலைக்கு அடித்தளமாகவிருந்த எஸ்.எம். மாடசாமிப் பிள்ளை பற்றிய இப்பதிவு அறியப்படாத ஒன்று. மாடசாமிக்கும் வ.உ.சிதம்பரம் பிள்ளைக்குமான உறவை உலகறியும். மாடசாமிப் பிள்ளைக்குப் பக்கபலமாக நின்ற வ.உ.சி., அவரது தந்தையையே எதிர்த்து வழக்காடினார். அதற்கு விசுவாசமாகவிருந்து சுதேசிக் கப்பல் கம்பெனிக்காக உழைத்தார் மாடசாமி. ஆஷ் கொலைக்குப்பின் வரலாற்றில் மர்ம மனிதராக மாறிய மாடசாமி குறித்துக் கவியோகி

கையளித்துள்ள இக்கட்டுரை புனைவு வடிவிலானது. பாரதியின் பின்புலத்தைப் பேசுவதால் அதனை இங்குச் சேர்த்துள்ளேன்.

மேலும், இவரது 'மகாகவியும் மகாத்மாவும்' கட்டுரை பாரதியின் சிறப்பு மலராக மலர்ந்த 'தமிழரசு' (16.09.1976) இதழிலிருந்து கிடைத்தது. மறுபதிப்பிது. மூலக் கட்டுரை 'ஆனந்த விகடனி'ல் வந்துள்ளது. ஆனால் காலம் கிடைக்கவில்லை. கவியோகி 1990இல் மறைந்தார். அதற்கு 14 வருடங்களுக்கு முன்பே இக்கட்டுரை வெளியாகியுள்ளது. தன் பதிவில் காந்தி புதுச்சேரிக்கு வந்ததாகவும் அப்போது வ.வெ.சு. ஐயரைச் சந்தித்ததாகவும் அந்நேரம் பாரதியைக் காண காந்தி ஆவல் கொண்டதாகவும் சுத்தானந்தர் கூறுகிறார். இது ஒரு மிகையாக்கம். வரலாற்றில் இச்சந்திப்பு நடைபெறவே இல்லை.

வ.ரா., தன் 'மகாகவி பாரதியரி'ல் 1919இல் சென்னையில் வைத்து நடந்த பாரதிக்கும் காந்திக்குமிடையேயான சந்திப்பை எழுதியுள்ளார். இதனை வ.ரா. மூலமே வையகம் அறிந்தது. இதிலுள்ள முடிச்சுகளே இன்னும் அவிழ்க்கப்படவில்லை. இச்சந்திப்பில் சில காலப்பிழைகளிருப்பதை (நான் உட்பட) பலர் ஆய்ந்துள்ளனர். உண்மை இவ்வாறிருக்க, புதுச்சேரியில் வைத்தே வ.வெ.சு. ஐயரை காந்தி கண்டதாக கவியோகி கூறுவதில் எள்ளவும் மெய் இல்லை. பாரதியை அறிந்த ஒருவரே தவறான சாட்சியம் தந்துள்ளார் என்பது வருந்ததக்க செய்தி.

காந்தியின் தென்னிந்திய பயண அட்டவணையைப் பொறுத்தவரை புதுச்சேரிக்கான அவரது முதல் பயணம் 17.02.1934இல் தான் நிகழ்ந்தது. அன்று கடலூரில் அஞ்சலை அம்மாளுக்குப் பேட்டியளித்த காந்தி, காலை 6.30 மணிக்கு இவ்வூர் விட்டு விலகி, 8 மணிக்குப் புதுவைக்குள் புகுந்தார். பின் பண்ருட்டி சென்று, அங்கிருந்து திருவண்ணாமலையை அடைந்து, இரவு 9.20 மணிக்கு வேலூரில் நின்றார். பாரதி 1918 இறுதியிலும், வ.வெ.சு.ஐயர் அதற்குப் பின்னும் புதுச்சேரியைவிட்டு வெளியேறிவிட்டனர். 1918 டிசம்பர் கடலூரில் சிறை மீண்டு கடையம் சென்ற பாரதி, 1919இல் சென்னைக்குப் பிரயாணமானார். வ.வெ.சு.ஐயர், புதுவையைத் துறந்து சென்னைக்குக் குடிபெயர்ந்து 'தேசபக்தனி'ல் பணியாற்றுகிறார். 1925இல் இவரது மரணம் நிகழ்ந்தது. இவையாவும் மறுக்க முடியாத உண்மைகள். அப்படியிருக்க புதுவையில் வைத்து காந்தியை வ.வெ.சு. கண்டார் எனச் சுத்தானந்தர் கூறுவது உண்மையல்ல. இதனால் பாரதி ஆய்வில் மறுபடியும் குழப்பம் கூடியுள்ளது. உண்மைக்கு மாறான

இப்பிரதியை உலகமறிய வேண்டும். அதன்பொருட்டே இதனை எடுத்தாண்டுள்ளேன்.

'பாரதி விஜயம்' முதற்தொகுப்பில் பாரதியின் காரைக்குடி வாழ்வு சார்ந்த மூன்று கட்டுரைகள் இடம்பெற்றுள்ளன. வை.சு. ஷண்முகம் செட்டியார், ராய. சொக்கலிங்கம், மு. நடராசன் ஆகிய மூவர் அதனை எழுதியுள்ளனர். மேலும் மண்டயம் ஸ்ரீநிவாஸாச்சாரியார், ராஜாஜி, தங்கம்மாள், சகுந்தலா, பரலி சு. நெல்லையப்பர் எனப் பலரது படைப்புகளும் அத்தொகுப்பில் நிரல்படுத்தப்படுத்தப்பட்டுள்ளன. மேலாக இவர்களது வேறு சில ஆக்கங்களையும் இப்போது கண்டறிந்துள்ளேன். 'தாமரை'யில் (செப்டபர் 1967) வெளியான பரலி சு. நெல்லையப்பரின் அரிய நேர்காணல் ஒன்றையும் மீட்டுள்ளேன். இவரை நேர்கண்டு எழுதியவர் மூத்த எழுத்தாளர் 'சிகரம்' செந்தில்நாதன். 80 நிமிடங்கள் இச்சந்திப்பு நடந்தேறியுள்ளது. அன்று பரலிக்கு 80 வயது என்பது தற்செயலாகாது. நானறிந்த வரை நெல்லையப்பரின் நேர்காணல் ஒன்று கிடைத்திருப்பது இதுவே முதன்முறை. இதில் நெஞ்சை நொறுக்கும் உண்மைகள் உள்ளன. தமிழக அரசு தியாகிகளுக்கு நல்கிய பூமிதானத்தில்கூட இவருக்கு அநீதி இழைக்கப்பட்டுள்ளதை அறியமுடிகிறது. இவர் மணமாகாதவர் என்பதால் பத்து ஏக்கருக்குப் பதிலாக மூன்று ஏக்கரைத்தான் அரசு கொடுத்தது எனப் பரலி கூறியுள்ளதைக் கேட்டால் உள்ளம் பதறுகிறது. சேர வேண்டிய உதவித் தொகைகூடச் சரியாக வழங்கப்படவில்லை என்பது கூடுதல் வலியைத் தருகிறது. 'எப்படியேனும் பணம் கண்டுபிடித்து நமக்கனுப்பு'[17] எனப் பாரதி கட்டளையைச் சிரமேற்கொண்ட ஓர் உன்னதருக்கே இந்த இழிநிலை.

இந்நேர்காணலில், பாரதி படைப்புகள் சார்ந்து சில கருத்துகளைப் பரலி முன்வைக்கிறார். பாரதி பழக்கம் நீலகண்ட பிரம்மச்சாரியால் நேர்ந்தது என்கிறார். 'அந்நாளில், மக்கள் பாரதியைத் தேசியக் கவியாகவே கருதினர்' என உறுதிப்படுத்துகிறார். 'பாரதியின் பாடல்களைவிட வசனமே சிறந்தது என்பது என் அபிப்ராயம்' என்கிறார். இதில் பலருக்கும் பேதம் வரலாம். நெருங்கி நின்ற, நேரிலறிந்த ஒருவரின் அவதானிப்பு இது என்றளவில் கடந்துபோக வேண்டுகிறேன். உணர்ச்சிக் குவியலாக யாரும் கொந்தளிக்க வேண்டா.

இவரின் பிறிதொரு கட்டுரையான 'பாரதி நினைவு – முதல் சந்திப்பு' – 'சக்தி'யில் (1946 பிப்ரவரி)வெளியாகியுள்ளது. 'கலைஞன்'

பதிப்பகத்தார் பதிப்பித்துள்ள 'சக்தி' இதழ்த் தொகுப்பில்கூட இடம்பெறாத பதிவிது.

'சக்தி'யின் அடிக்குறிப்பில், "பாரதியாரை எனக்குத் தெரியும்; எனக்குத் தெரியும் என்று இன்று நூற்றுக்கணகான பேர் பெருமை பேசிக் கொள்கிறார்கள். அதில் எல்லாம் எவ்வளவு உண்மை என்பதை ஆண்டவனே அறிவான். ஆனால், 'லோகோபகாரி' என்ற சிறந்த வாரப் பத்திரிகையை நடத்திப் புகழ்ப் பெற்ற பரலி சு. நெல்லையப்பர், பாரதியாரோடு நெருங்கிப் பழகியவர். பாரதியார் பாட்டுகளை ஆரம்பக் காலத்தில் அச்சிட்டு வெளியிட்டுப் பரப்பியவர். அவர் எழுதிவரும் ஒரு புத்தகத்தின் முதல் அத்தியாயம் இது" எனச் சுட்டப்பட்டுள்ளது. ஆக, பாரதியுடனான உறவைக் கொண்டு இவர் தனி நூலொன்றை எழுதி வந்துள்ளார் என அறிகிறோம். அதன் முதல் அத்தியாயம் இதுவெனில் மீதம் என்னவானது என்பது விளங்கப் பெறாத புதிர்.

இப்பதிவில் பாரதியுடனான முதற்சந்திப்பு தூத்துக்குடியிலுள்ள வ.உ.சிதம்பரம் பிள்ளை இல்லத்தில் வைத்து நடந்தது என்கிறார். பிரிட்டிஷ் புலனாய்வுத்துறை ஆவணப் பதிவின்படி பாரதி, தூத்துக்குடியில் 08.02.1908 அன்று கடற்கரையில் நடந்த கூட்டத்தில் கலந்தார் என அறிகிறோம்.[18] இவருடன் சுப்பிரமணிய சிவா, வ.உ.சிதம்பரம் பிள்ளை முதலியோரும் கலந்தனர். பரலியின் கூற்றின்படி இந்தமுறை பயணத்தின்போது இருவரது சந்திப்பு ஈடேறியதற்கான ஆதாரம் பொருந்திப்போகவில்லை. ஏனெனில் இவர் சந்தித்ததாக சொன்னக்காலத்தில் வ.உ.சி. சிறையில் இருந்தார். பாளையங்கோட்டை சிறையில் பாரதியும் நண்பர்களும் வ.உ.சியைச் சந்தித்து உரையாடினர் என்கிறார் நெல்லையப்பர். சிதம்பரம் பிள்ளை 1908 மார்ச் 12 அன்று கைதானார். காலனிய ஆவணப்படி தன் துணைவியுடன் 'மெயில்' ரயில் வண்டியில் 26.06.1908 அன்று பாரதி நெல்லைக்குச் சென்று சேர்ந்துள்ளார்.[19] 'இந்தியா' (02.05.1908) பத்திரிகையில் இது சம்பந்தமாக வேறுபெயரில் வியாசம் எழுதிய பாரதி, 26ஆம் தேதி மாலை திருநெல்வேலி போய் சேர்ந்ததையும் மறுநாள் திங்கட்கிழமை பாளையாங்கோட்டை ஜெயிலுக்குப் போய் சேர்ந்ததையும் அங்கு ஸ்ரீ சிதம்பரம் பிள்ளை, சிவா ஆகிய இருவரையும் கண்டு பேசியதையும் உறுதிப்படுத்துகிறார். ஆக, நெல்லையப்பர் சொற்படி பாரதிக்கும் இவருக்குமான சந்திப்பு 1908 ஜூலை 27ஆம் தேதிக்குப் பின் நடந்தது என ஏற்கலாம். 'சக்தி'யில் வ.உ.சி. வீட்டில் வைத்து பாரதி அறிமுகம் நிகழ்ந்தது என்று கூறிய இவர், பின் 'தாமரை' பேட்டியில் நீலகண்ட பிரம்மச்சாரி மூலம்

அறிமுகம் என்றும் குழப்புகிறார். ஒன்று; முதுமை பரிசளித்த மறதியின் விளைவாக இதைக் கொள்ளலாம். அல்லது, கண்டு எழுதியவர் குழம்பி இருக்கலாம். இரண்டில் ஒன்றே நடந்திருக்கும். ஆயினும் இரண்டு பதிவும் வரலாற்றில் வளம் மிக்கவை.

மேலும் பாரதியின் காரைக்குடி பயணம் தொடர்பாக கிடைத்துள்ள 'காரைக்குடியில் பாரதி – சில நினைவுகள்' கட்டுரையைச் சார்ந்தும் கொஞ்சம் விளக்கவேண்டும். 'ஹிந்து மதாபிமான சங்க'த்தில் பாரதியை நிறுத்தி வைத்து எடுத்த இரு புகைப்படங்களின் பின்புலத்தை சண்முகம் செட்டியார், ராய. சொக்கலிங்கம், நடராசன் ஆகிய மூவரின் எழுத்துகள் முன்பே பேசியுள்ளன. ஆனால் கணேசனின் இப்பதிவு இம்மூவரும் சொல்லாத பல சங்கதிகளைச் சுவைபட சொல்கிறது. கம்பன் அடிப்பொடி சா. கணேசன் பாரதியை நேரில் கண்டவர் என்பதை எழுத்தாளர் கல்கி, அவரது 'பாரதி பிறந்தார்' கட்டுரையில் *(08.10.1944)* 'காரைக்குடி தேசபக்தரும் பாரதியாரைப் பார்த்துப் பழகும் பாக்கியம் பெற்றவருமான ஸ்ரீ சா.கணேசன்' எனச் சந்தேகத்திற்கு இடமின்றிச் சான்றளித்துள்ளார்

'சட்டைபோடாத' கணேசனின் எழுத்தாக்கம் வழியே காரைக்குடியில் பாரதி அணிந்து அமர்ந்துள்ள அல்பகா கோட் அவருடையதல்ல; இரவல் என்பது தெரிகிறது. ஆனால் அந்த கோட் அவருக்கென்றே அளவெடுத்து தைத்தாற்போல் வடிவழகு குன்றாமல் உள்ளது. காரைக்குடியில் பாரதிக்குச் சிகை மழிப்பு நடத்தியுள்ளனர். அவர் மீசையை மழிக்க மறுத்துள்ளார். பூணூல் பூண ஆசைப்பட்ட பாரதி, அதனைத் தருவிக்கக் கட்டளையிட்டுள்ளார். 'சாஸ்திரி தராவிட்டால் சாயபுவிடம் கேள்' எனப் பாரதி பேசியது நேர்பட்டப் பதிவாகியுள்ளது. இங்கே இடைச்செருகலாகப் பாரதி, காசியில் பூணூலை அவிழ்த்ததும் புதுவையில் ராஜாஜி 'பூணூல் எங்கே' எனக் கேட்டதும் கனகலிங்கத்திற்குப் பூணூல் சாற்றி அழகு பார்த்ததும் நம் மனப்பதிவில் நிழலாடுகின்றன. இச்சங்கத்தில் *09.11.1919* அன்று பாரதி எடுத்துக் கொண்ட இரு நிழற்படங்கள் அதிசிறந்தவை.[20] இதன்பின் மறைந்துள்ள ஏனைய கதைகளைக் கட்டவிழ்த்திருக்கும் பெரியவர் கணேசனின் இக்கட்டுரை அறியப்படாத பாரதியின் பல பக்கங்களை இனிய சொற்களைகொண்டு நிரப்புகிறது. இதைத் தேடித்தந்த பெருமை பாரதிதாசனின் நேரடி சீடர் 'முல்லை' முத்தையாவையே சாரும். அவரது 'பாரதி விருந்'தில்[21] அச்சாக்கம் பெற்றதை இன்றைய வாசக உலகம் பரவலாக அறியும்படி

அரவணைத்துள்ளேன். 'அணிசெய் காவியம் ஆயிரம் கற்கினும்; ஆழ்ந்து இருக்கும் கவிஉளம் காண்கிலார்' என வருந்திப்பாடிய பாரதியின் கவியுள்ளம் காணத் துடிப்பவர்களுக்கு நயம் நல்கும் நல்ல படைப்பு இது.

பதிப்புலக முன்னோடியான 'முல்லை' முத்தையாவின் பிறிதொரு நூலான 'பாரதியார் பெருமை'[22]யில் பாரதி சந்திப்பு சார்ந்து சில பதிவுகள் உள்ளன. 13.10.1947ஆம் ஆண்டு எட்டயபுரத்தில் நடைபெற்ற 'பாரதி மணிமண்டபத் திறப்பு விழா'வில் பங்கேற்று சக்கரவர்த்தி ராஜகோபாலாச்சாரியார் ஆற்றிய உரைப்பதிவும் அதில் அடங்கும். ராஜாஜியின் 'பாரதியார்' பொழிவை வாசக வசதிவேண்டி அவரது நூலிலிருந்து தந்துள்ளேன். மேலும் 1953இல் பாரதி விழா ஒன்றில் 'சுதேசமித்திரன்' ஆசிரியர் சி.ஆர். ஸ்ரீநிவாசன் ஆற்றிய பொழிவான 'பாரதி நினைவு' பதிவும் பயனாக்கம் பெறுகிறது.

சி.ஆர். ஸ்ரீநிவாசன் ஆற்றியுள்ள உரையில் கி. பாலசுப்பிரமணிய ஐயரின் அங்கலாய்ப்பு ஒன்றும் இடம்பெற்றுள்ளது. பாரதி பாடல்களை அச்சிட்டு முதன்முதலாக நூலாக்க உதவிய வக்கீல் வி. கிருஷ்ணசாமி ஐயரின் மகன் இவர். பாரதி தரிசனம் பற்றி இவரெழுதிய தனிக்கட்டுரை ஒன்று இந்த 2ஆம் தொகுதியில் கட்டடம் செய்யப்படுகிறது. கிருஷ்ணசாமி ஐயருக்கும் பாரதிக்கு மிடையேயான சந்திப்புக்கான தரவுகள் கி.சந்திரசேகரன் கட்டுரையிலுள்ளன. 1907இல் நடந்த சந்திப்புக்குப் பின் மறுபடியும் 12 ஆண்டுகள் செலவான பின் கிருஷ்ணசாமி வீட்டுக்குப் பாரதி விரைந்ததை பாலசுப்பிரமணிய ஐயர் எழுத்தில் தந்துள்ளார். அதனளவில் சீர்மிகு சிறப்பான பதிவிது. 'நம் கவிச்சக்கரவர்த்தி'யை 1936 'ஆனந்த விகடன்' தீபாவளி மலரிலிருந்து கண்டறிந்தேன். இதனைச் சீனி. விசுவநாதன் மேற்கோளாக எடுத்தாண்டுள்ளார். ஆயினும் அது முழுமையானதன்று.

மேற்கொண்டு சகுந்தலா பாரதியின் 'பாப்பாவும் பாரதியும் பாடிய பாட்டு' ('கல்கி' 17.02.1974), 'என் தந்தை' (1956 'ஆனந்த விகடன்' தீபாவளி மலர்) ஏ.ரங்கநாதனின் 'பாரதியாரை நேரில் கண்டேன்' ('ஆனந்த விகடன்' 10.03.1968), 'ஹிந்துஸ்தான்' பாரதி மலரில் (10.11.1939) வெளியான வ.வெ.சு.ஐயரின் மனைவி பாக்யலக்ஷ்மி அம்மாள் எழுதிய 'பாரதி ஏழையல்ல; கர்ணனே', மண்டயம் ஸ்ரீநிவாஸாச்சாரியாரின் 'இருளிடையே வீசிய ஒளி' எனப் பலதும் இத்தொகுப்பிற்குத் தெம்பைத் தருவன.

மேலும் தங்கம்மாள், 'ஆனந்தவிகடனி'ல் 1939ஆம் ஆண்டில் 'பாரதியார் சில குறிப்புகள்' எனச் சில வாரங்கள் எழுதியுள்ளார். செல்லம்மாளின் 'தவப்புதல்வர் பாரதியார் சரித்திரம்' (1941) நூலாவதற்கு முன்பே எழுதினார் என்பது அடிக்கோடிட்டுச் சொல்ல வேண்டிய விஷயம். இவரது 'சமதிருஷ்டி' (05.03.1939), 'ரசகுல்லா ஆசாபங்கம்' (12.03.1939), 'கடவுள் குடிகொள்ளும் உள்ளம்'(19.03.1939),'பால்ய லீலைகள்'(26.03.1939), 'இன்னார் செய்தார்க்கு' (02.04.1939), 'மலைபோன்ற கஷ்டங்கள்' (09.04.1939), 'பஜனை கோஷ்டி' (16.04.1939), 'கடவுள் காதலால் கவலை தீரும்' (23.04.1939), 'அமரத்துவம்' (30.04.1939), 'ராஜாத் தோட்டம்' (07.05.1939) எனப் பல படைப்புகள் அச்சயேறியுள்ளன. இவை வெளியாகி கிட்டத்தட்ட இன்றைக்கு 80 வருடங்கள் கரைந்துவிட்டன. காலமுண்டதுபோக மிச்சப் பிரதிகளைக் கண்டறிந்து வெளியிட்டுள்ளேன். இவரது இப் பதிவுகளிலுள்ள சில கதைகள் 'அமரன் கதை', 'பிள்ளைப் பிராயத்திலே', 'பாரதியும் கவிதையும்', 'எந்தையும் தாயும்' ஆகிய நூல்களில் வருகின்றன. ஆனால் அதன் நடை மாறுபடுகிறது. காலக் குறிப்புகளோடு உள்ள இப்பதிவுகளை நான் பயன்படுத்திக் கொண்டுள்ளேன். இக்கால விவரங்கள் வரும்நாளில் வேறுசில வரலாற்று ஆய்வுக்குப் பயனளிக்கும்.

இவரது 'விகடன்' பதிவுகள் மூலம் பாரதி வாழ்வைக் குறித்து பல தெளிவுகள் பிறக்கின்றன. 'பாரதியைப் பித்தனைப்போல் உள்ளார்' என ஊரார் பழித்ததற்குப் பாரதியே உரிய பொருள் கூறி விளக்கியுள்ளார். காசியில் பாரதியின் அத்தை வீட்டில் நடந்த சில ரசமான சங்கதிகளும் வருகின்றன. 'என் உடலை வாசனை திரவியங்கள் தடவி கெடாமல் வைத்தால் ஏசுவைப்போல் நான் உயிர்த்தெழுவேன்' எனப் பாரதி சபதம் செய்துள்ளார். பாரதிக்கு மறுபிறவியில் நம்பிக்கை இருந்தது. அதனை அவரது 'தராசு'வில் காணலாம். 'மறுஜென்மம் உண்டு. மனோதைரியமில்லாத பேடிகள் புழுக்களாகப் பிறப்பார்கள். பிறர் துன்பங்களை அறியாமல் தமதின்பத்தினை விரும்பினோர் பன்றிகளாகப் பிறப்பார்கள். சொந்த பாஷையைக் கற்றுக் கொள்ளாதவர்கள் குரங்குகளாகப் பிறப்பார்கள். சோம்பேறிகள் எருமைகளாகப் பிறப்பார்கள்' எனப் பெரிய பட்டியலே இடுகிறார்.

தங்கம்மாள் தரும் பாரதி சித்திரத்தில் பல இடங்களில் பாரதியின் பகடி அனிச்சையாக வெளிப்படுகிறது (பாரதி நகைச்சுவை குறித்துக் 'கல்கி' தனிக் கட்டுரையே எழுதியுள்ளார்). கடையம் திரும்பிய

காலத்தில் பாரதி, புதர்போல் மண்டிக் கிடந்த தாடியுடன் சோபை இழந்திருந்ததை தங்கம்மாள் பேசியுள்ளார். சா.கணேசனின் காரைக்குடி வருணிப்பிலும் உயிர்ப்பற்ற பாரதியின் உருவம் இடம்பெற்றுள்ளது.

இவைபோக 'சக்தி விசேஷம்' (15.05.1945), 'அமரன் கதை' (01.07.1945), 'அமரன் கதை' நான்கு (22.07.1945), 'நந்தலாலா' (07.10.1945 'உண்மைச் சம்பவம்' (21.10.1945 'பாஞ்சாலி சபதம்' (03.03.1946), 'குருவின் உபதேசம்' (17.03.1946), 'மலைக் காட்சி' (24.03.1946), 'கோபமும் குணமும்' (21.07.1946), 'கவிதையும் கவிஞனும்' (1946). 'கையாலாகாதவன் கோபம்' (14.04.1946), 'யாருக்கும் தோழன்' (28.04.1946) ஆகியன 'சுதேசமித்திரன்' வாரப் பதிப்பிலிருந்து கரைசேர்ந்துள்ளன. ஆக, அனைத்துக்கும் முதன்முறையாகக் காலக்குறிப்புகள் இடம்பெறுகின்றன. தங்கம்மாளின் 'ஆனந்த விகடன்' பதிவுகளை விரும்பி வெளியிட்டவர் கல்கி. அவர்தான் அப்போது அதன் ஆசிரியராகவிருந்தார். அதை உபகுறிப்பாகப் புதிய வாசக உலகம் மனங்கொண்டு படிக்க வேண்டும்.

'மித்திரன்' பதிவுகளைக் கொண்டு 'பாஞ்சாலி சபதம்' பிரதிகளைப் பாரதி காசிக்கு அனுப்பி வைத்தத் தகவல் கிடைக்கிறது. அன்பு மனம் கொண்ட பாரதியின் மூர்க்கக் குணத்தைச் சிதறல் சித்திரங்களாகச் சில இடங்களில் காண்கிறோம். 'சக்தி' வழிபாடு சார்ந்து பாரதி அளித்த விளக்கங்கள் வருகின்றன. 'நோக்குமிடமெல்லாம் நீயின்றி வேறில்லை' என்பதை உணர்த்தி வந்துள்ளார் பாரதி. 'நவராத்திரி கதை'யில் மிருகங்களைக் கையாண்ட விதம் குறித்து வ.உ.சி.யோடு பாரதி முரண்பட்ட செய்திகளும் வெளிப்பட்டுள்ளன. இருவருக்குமிடையே நடந்த கடிதப் போக்குவரத்து பற்றிய விவரங்கள் தங்கம்மாள் தரும் தரவுகள் மூலமே வெளிவந்துள்ளன. 'ஞானபாநு'வில் தமிழ் எழுத்துப் பற்றாக்குறை குறித்து இவ்விருவர்களுக்குமிடையே நடந்த விவாதம் பலர் அறிந்தது. தங்கம்மாள் சுட்டிக்காட்டும் கடிதங்கள் பாரதி வாழ்வில் வெளிச்சம் பெறாத புதிய பகுதி.

'விகட'னிலிருந்து (10.03.1968) பெறப்பட்டுள்ள ஏ.ரங்கநாதன் கட்டுரையில், 1916இல் பாரதியைச் சந்தித்ததாகத் தெரிவித்துள்ளார். அந்த ஆண்டில் பாரதி சென்னையிலேயே இல்லை. 1908 செப்டம்பரில் புதுவைக்குள் தஞ்சமடைந்து விட்டார். திரும்ப 1919இல் தான் சென்னைக்கு வருகிறார். ஆக, ரங்கநாதன் சுட்டும் ஆண்டில் கால மயக்கம் உள்ளது. மற்றபடி சந்திப்பு உண்மை. இது 'பாரதி விஜயம்' முதல் தொகுதியிலேயே வந்திருக்க வேண்டியது. அதில் இடர்

இருந்தது. அதற்குள் இதனைப் பாரதி அறிஞர் இளசை மணியனும் பயன்படுத்திவிட்டிருந்தார்.

அடுத்து வரும் 'பாரதி வாழ்ந்த பாண்டி'யை எழுதியவர் மூத்த படைப்பாளி விந்தன். இதனைத் 'தினமணி கதிரி'லிருந்து *(14.08.1970)* தருவித்துள்ளேன். அவர் பாரதியை நேரில் கண்டவரில்லை. இருப்பினும் இப்பிரதிக்குள் பாரதியை நேரில் கண்ட பலரது குரல்கள் ஒலிக்கின்றன. தேவை கருதி அதனை அரவணைத்துள்ளேன். இப்பதிவுடன் புதுச்சேரி பாரதி வீட்டின் மாறுபட்ட கோணத்தில் தெரியும் படமொன்றும் அச்சாகியிருந்தது. அது 'சித்திர பாரதி' படச் சாயலற்றிருந்தது. புதுவை வாழ்வின் பாரதி நண்பரான நளினி குப்தாவை நேரில் கண்டிருந்தார் விந்தன். அதற்கான படமும் அச்சாகியிருந்தது.

இவ்வாறாக நெஞ்சையள்ளும் பலரது நினைவுரைகள் என் திரட்டில் திரண்டுள்ளன. 'அக்கினிக்குஞ்சு' ஒன்றின் ஆதார வாழ்வை அடித்தளமாகக் கொண்டு தொடங்கிய என் தேடல், பாரதிக்கு புதிய வரலாற்றைக் கட்டி எழுப்பியுள்ளது. ஏதோ அவரது சரித்திரத்தில் எள்முனையளவு நான் பணி செய்துள்ளேன். பாரதியின் 'இயல்பினை ஆய நல்அருள் பெற்றவன்' என்பதில் எனக்கு மகிழ்வு வருவது இயல்புதானே?

•

என் பள்ளிப்பருவ காலத்தில் 1995ஆம் ஆண்டு தஞ்சையில் நடந்த 'உலகத் தமிழ் மாநாட்டிற்கு'ச் சென்றிருந்தேன். அந்த மாநாட்டிற்குச் செல்ல இலவசமாகப் பேருந்துகளை இயக்கியது அரசு. ரயில் பயணமும் இலவசம்தான். சாத்துக்குடல் கிராமம் கீழப்பாதி சுப்பிரமணிய பிள்ளையோடு இணைந்து ரயிலில் பயணம் செய்தேன். தஞ்சை அடையும் முன் பொங்கி நுரைத்த காவிரி நதியை நான் அன்றுதான் நேரில் பார்த்தேன். ரயில் கூரையில் உட்கார்ந்து பயணித்த மக்களை நேரில் கண்டதும் அப்போதுதான். மாநாட்டில் நடந்த பல்வேறு கருத்தரங்குகளில் பார்வையாளராகப் பங்கேற்றேன். பாரதி குறித்துப் பல உரைகளை உள்வாங்க அது நல்ல வாய்ப்பாக அமைந்தது. பொடியனான என்னைப் பலர் 'மந்தை தவறிய ஆடாக'ப் பார்த்தனர். மாநாட்டையொட்டி வெளியான 'தாமரை' மலரை வழிப்பயணத்தில் படித்துத் திரும்பிய நினைவுகள் இன்றும் நெஞ்சில் சுழல்கின்றன. பின்னாளில் 1999ஆம் ஆண்டு நான் சென்னைக்குப் பத்திரிகைப் பணிக்காக வந்து சேர்ந்தேன். எனக்காக ஒதுக்கப்பட்ட மேஜை மீது இளசை மணியன் தொகுத்தளித்த

'பாரதி தரிசனம்' முதற்தொகுதி கேட்பாரற்றுப் பல மாதங்கள் கிடந்தது. அதனை ஒருநாள் எடுத்துப் புரட்டலானேன். அன்று 'இந்தியா'வில் வெளியான உரைநடைகள் வழியே பாரதி எனக்குள் புகுந்தார். நான் சென்னை வந்த சில வாரங்களிலேயே 'தென்னிந்திய வர்த்தகச் சபை'யில் நடந்த 'சுப்பிரமணிய பாரதியார்' ஆவணப் பட விழாவில் கலக்கும் வாய்ப்பு கிடைத்தது. அங்கே 'நாம் எல்லோருமே பாரதியின் வாரிசுகள். சில பேர் அதை உணர்ந்திருக்கிறார்கள். சில பேர் அதை உணராமல் இருக்கலாம்' எனப் பாரதியையும் புதுமைப்பித்தனையும் ஒப்பிட்டு ஜெயகாந்தன் கர்ஜித்தது காலம் கடந்தும் காதில் இனிக்கிறது.

அதன்பின் 2008ஆம் ஆண்டு நான் மேற்கொண்ட எட்டயபுரம் அரண்மனைப் பயணம் பெருந்திறப்பை ஏற்படுத்தியது. அதன் அடையாளமாகப் 'பாரதி விஜயம்' முதற்தொகுதி கடந்த 2017ஆம் ஆண்டு டிசம்பரில் வெளியானது. அது முன்னறிமுகம் இல்லாத பலரது அன்பை பெற்றுத் தந்தது. இன்று இதன் இரண்டாம் தொகுதி உங்கள் கரங்களில் தவழ்கிறது. இதனைத் தூக்கிச் சுமப்பது பாரதி அன்பர்கள் கடமை. என் ஆய்வின் பொருட்டு இதற்காகத் துணை நின்றோர் பலர். ஆகவே என் சுமையைச் சிறுபுல்லெனக் கொள்க. இதற்காக உதவிய உள்ளங்கள் பலர். புகைச்சலால் குமைந்தவர்களும் உண்டு. அவர்களுக்கும் சேர்த்து நன்றி பல நல்குவேன்.

உடனே எழுத்தாளர் பிரபஞ்சன் நினைவுக்கு வருகிறார். அவர் இன்றில்லை. அம்மறைவை மறக்கலாகாது. முன்னோடி 'சிகரம்' செந்தில்நாதன், பகை முறித்த மருத்துவர். 'முகம்' மாமணியின் கே.கே.நகர் இலக்கிய வட்டத்தினர். என்னைச் சபையிலேற்றிய மேன்மக்கள். என் உரை கேட்டு எனக்கு உயர்வளித்தவர் மூத்த அரசியல்வாதியான இல. கணேசன் அவர்கள்.

இதுவரை முகமறியா அகிலா கண்ணதாசன் நினைவில் நிற்கிறார். 'தி இந்து' ஆங்கில இதழில் நயத்தகு நற்பதிவை நல்கியவர் அவர். வரகவி திரு. அ. சுப்பிரமணிய பாரதியின் பிரதியைத் தேடி நல்கியவர் பேராசிரியர் கல்யாணராமன். என் பயணத்தின் வழித்துணை முனைவர் ப. சரவணன், என் இனிய இதயம் இவர். பாரதி ஆய்வின் பெரும் பலனாய் நான் கண்டடைந்த மூத்தவர் கா.வி.ஸ்ரீநிவாஸமூர்த்தி, அன்பால் ஆராதிக்கும் பண்பாளர். பாரதி ஆய்வுலகின் முன்சால் 'முல்லை' முத்தையா அவரது புதல்வர் பழனி, சில தரவைப் பயனாக்கம் கொள்ள அனுமதித்தவர். 'பலன்தேடிப் பழகும்' இவ்வுலகில் பயன்கருதா நண்பர் ந.முருகேசபாண்டியன், பேராசிரியர்

பா. ஆனந்தகுமார், ஆய்வாளர் ஸ்டாலின் ராஜாங்கம், பேராசிரியர் கோவிந்தராஜன், ஊடகவியலாளர் பார்த்திபன் குமார், தங்கம்மாள் புதல்வர் ராஜ்குமார் பாரதி, இசைக்கவி ரமணன், அட்டை வடிவமைத்த ராஜா, சுபாஷினி சுப்பிரமணிய ரமேஷ், பத்திரிகையாளர் மெ.உலகநாதன் என மறக்கவியலாத மேன்மக்கள் பலர்.

இவர்களுடன் 'தமிழ் இந்து'வில் தக்க கவனத்தைத் தந்த செல்வ. புவியரசன், 'தூர்தர்ஷன்' விஜயன், சித்திரா பாலசுப்பிரமணியன், தஞ்சை எனக்களித்த உறவு அண்ணன் செழியன் மற்றும் அவர் துணைவியர் சுந்தரி, கோவை டாக்டர் ரவிக்குமார் என வரிசை வளர்கிறது. மேலும் சௌந்தரராஜன், மேனகா, பழனி, முருகன், பாக்யா என என்னுடன் நூலாக்கத்திற்காக உழைத்தவர்கள் இருக்கிறார்கள்.

என் ஆய்வின் விளைபுலமாக நிற்கும் தமிழ்நாடு அரசின் ஆவணக்காப்பகம், அதன் நூலகர் ஜெகன் பார்த்திபன். மற்றும் அடையார் உ.வே.சாமிநாதையர் நூலகம், ரோஜா முத்தையா ஆராய்ச்சி நூலகம், கும்பகோணம் சிவகுருநாதன் நூலகம், மறைமலையடிகள் நூலகம், புதுச்சேரி பாரதிதாசன் நினைவு அருங்காட்சியகம் மற்றும் அதன் நூலகர் பெ.பாலமுருகன், ஆனந்த விகடன் நூலகர் ராஜேந்திரன் என இந்தத் தவச்சாலைகள் தந்த நிழல் பெரியது.

இந்தப் 'பாரதி விஜயம்' இரண்டாம் தொகுதி 'சந்தியா' நடராஜனுக்குச் சரியான மருந்து. காயம்பட்டு கனத்த அவர் நெஞ்சம் இதன்பொருட்டு இதம் பெறும்.

இருள் சூழ்ந்த இவ்வாழ்வில் பொருள் நிறைந்த பேரன்பு என் தாய் நூர்ஜஹானை நினைத்துக் கொள்கிறேன். உறுதுணையாக இருக்கும் இனிய நண்பன் சர்புதீனையும் ஆரத் தழுவிக் கொள்கிறேன்.

அனைவருக்கும் என் உள்ளக் கமலம் நிறைய ஆயிரம் நன்றிகள்.

பம்மல், சென்னை.   01.01.2020

சான்றுப் பட்டியல்

1. 'கனவு', சி.சுப்பிரமணிய பாரதி, வர்த்தமானன் பதிப்பகம், தி.நகர், சென்னை 17, மூன்றாம் பதிப்பு: ஜூன் 2019

2. 'சின்னச் சங்கரன் கதை', சாவித்திரி என்னும் நமது நிருப நேயர் எழுதியது, (சி.சுப்பிரமணிய பாரதி), 'ஞானபாநு', ஆசிரியர்: சுப்பிரமணிய சிவா, 1913 மே.

3. 'என் கதை', நாமக்கல் கவிஞர் வெ.இராமலிங்கம் பிள்ளை, பூம்புகார் பதிப்பகம், சென்னை. பக்:311-12

4. மேலது, பக்கம்: 312-13

5. 'இந்தியா' 07.03.1908 சான்று: Madras Native News Paper Report, 1908, page: 178. குறிப்பிட்ட இந்த இதழ் கிடைக்கப்பெறவில்லை. ஆனால் பாரதி தன் 1909ஆம் ஆண்டு வெளியான 'ஜன்ம பூமி'யில் இதே பாடலைப் பிரசுரித்துள்ளார். பாரதியிட்ட 'ஸ்ரீ கிருஷ்ண ஸ்தோத்திரம்' தலைப்பை அரசாங்கப் பதிப்பில் 'சுதந்திர தாகம்' எனத் திரித்தனர். இப்பாடல் குறித்த பாடவேறுபாட்டினைச் சீனி. விசுவநாதன், 'கால வரிசைப்படுத்தப்பட்ட பாரதி படைப்புகள்' தொகுதி 3இல் (பக்: 120-28) மிக விரிவாக ஆராய்ந்துள்ளார். அதில் நாகராஜ ஐயங்கார் பதிவு சார்ந்து எந்தக் குறிப்பும் இல்லை.

6. 'மகாகவி பாரதியார்', வ.ரா., சக்தி காரியாலயம் வெளியீடு 1944, பக்: 49

7. க.பா.ப. மூன்றாம் தொகுதி, பக்கம்: 126

8. 'பிரிட்டிஷ் அரசின் பார்வையில் பாரதி', காலவரிசையில் ஆவணப் பதிவுகள், மொழிபெயர்ப்பு: கி.அ.சச்சிதானந்தம், இரா. சுப்புராயலு, தொகுப்பும் பதிப்பும்: சீனி. விசுவநாதன், டிச:2018, பக்:51-52

9. மேலது, பக்: 53

10. ம.பொ.சி.யின் 'தமிழன் குரல்' இதழ்த் தொகுப்பு, அரசியல் கட்டுரைகள், தொகுப்பாசிரியர்: தி. பரமேசுவரி, சந்தியா பதிப்பகம், சென்னை, மு.ப:2010, ப:138-45

11. 'காலவரிசைப்படுத்தப்பட்ட பாரதி படைப்புகள்', தொகுதி ஒன்று, 30 மார்ச் 1998, பக்: 358-63

12. மேலது, தொகுதி 10, பக்: 496-97. இதனை முதன்முதலாகக் கண்டறிந்தவர் சீனி. விசுவநாதன். இக்கூட்டம் 1919 மார்ச் 2ஆம் தேதி மாலை 5.30 மணிக்கு நடைபெற்றுள்ளது. ஆனால் இவர் தன் பதிப்புரையில் மார்ச் 3 என்கிறார். அது பிழை.

13. 'ஒரு சாண் வயிறு', கி.வா.ஜகன்நாதன், 'கலைமகள்' காரியாலயம், மயிலாப்பூர், டிசம்பர் 1943, பக்: 47-53

14. அஜித் ஸிங், 'இந்தியா' 8 ஜூன் 1907. 'பாரதி தரிசனம்', ஸி.எஸ். சுப்பிரமணியம்-இளசை மணியன், நியூ செஞ்சுரி புக் ஹவுஸ் (பி) லிட், பக்: 113

15. பாரதி பாடல்களுக்குத் தடை, மொழியாக்கம்: அ.மார்க்ஸ், புலம் வெளியீடு, சென்னை.

16. தமிழ்நாட்டில் காந்தி, அ. ராமசாமி. விகடன் பிரசுரம், பக்: 884

17. பரலி சு. நெல்லையப்பருக்குப் பாரதி புதுச்சேரியிலிருந்து 19 ஜூலை 1915இல் எழுதிய கடிதம். 'பாரதி கடிதங்கள்', ரா.அ. பத்மநாபன், காலச்சுவடு, நாகர்கோவில், பக்: 53-55

18. சென்னை மாநகரக் குற்றவியல் புலனாய்வுத்துறை 08.02.1908ஆம் தேதி சமர்ப்பித்த அறிக்கை. 'பிரிட்டிஷ் அரசின் பார்வையில் பாரதி' கால வரிசையில் ஆவணப் பதிவுகள், பக்:28

19. மேலது, பக்: 82-83

20. பொன்விழா மலர், இந்து மதாபிமான சங்கம், காரைக்குடி, பிலவங்க, ஆவணி (09.09.1967)

21. பாரதி விருந்து, தொகுத்து எழுதியவர்: முல்லை பி.எல். முத்தையா, செல்வி பதிப்பகம், காரைக்குடி, ஜூன், 2002, பக்: 185-192

22. 'பாரதியார் பெருமை', பிஎல். முத்தையா, முல்லை பதிப்பகம், ஏப்ரல் 2016, சென்னை, பக்: 32-36 மற்றும் 84-88.

நாமக்கல்
என். நாகராஜ ஐயங்கார்

நான் கண்ட பாரதி

1907 ஆம் ஆண்டு நான் சென்னையில் படித்துக் கொண்டிருந்த சமயம். காங்கிரஸ் மகாசபை அப்பொழுது சுய ராஜ்யத்திற்காகத் தீவிரமாக உழைக்க ஆரம்பித்தது. அந்நிய சர்க்காருடன் ஆயுதமின்றிப் போராட்டம் நடத்த வீரமும், அறிவும் வாய்ந்த தலைவர்கள் சிலர் ஒவ்வொரு மாகாணத்திலும், ஒவ்வொரு ஜில்லாவிலும் எவ்வித தியாகத்திற்கும் துணிந்து முன் வந்தார்கள். அவர்கள் கடவுளை நம்பித் தாயின் சேவையை மேற்கொண்டனர். தேச பக்தியாலும், தொண்டினாலும், தியாகத்தினாலும் மக்களின் மனத்தைக் கவர்ந்த மாபெரும் தலைவர்களாகத் திகழ்ந்தார்கள்.

1907ஆம் வருடம் சூரத்நகர் காங்கிரஸில் பிளவு ஏற்பட்டு, தீவிரவாதிகளின் தனிக்கட்சி பிறந்தது. அடுத்த வருஷம் அமிதவாதிகள் காங்கிரஸை நாகபுரியில் நடத்த தீர்மானித்தார்கள். அதற்குச்

சேலம் பிரதிநிதிகளாக ஸ்ரீமான்கள்: சி. ராஜகோபாலாச்சாரியார், ஆர்.வி. கிருஷ்ணய்யர், பாரிஸ்டர் ஆதிநாராயண செட்டியார், வக்கீல் எஸ்.ஸி. வெங்கடப்ப செட்டியார் முதலியவர்களும், மற்றும் சிலரும் போவதாகத் தீர்மானிக்கப்பட்டு, அவர்களின் பெயர்களும் பத்திரிகைகளில் பிரசுரமாகியிருந்தன. சர்க்கார் ஆட்சேபணையால் நாகபுரியில் அமிதவாதிகள் மகாநாடு நடைபெறாமல் போய்விட்டது. அது முதற்கொண்டே காங்கிரஸ் இயக்கமும், சுதேசி இயக்கமும் சேலம் ஜில்லாவில் முக்கியமாக நாமக்கல்லில் அதிவேகமாகப் பரவியது.

மகாராஷ்டிரத்தைச் சேர்ந்த புனாவிலிருந்து திலகர் பெருமான் 'சுயராஜ்யம்' எனது பிறப்புரிமை என முழங்கியதும், திலகரே நாட்டின் ஒப்பற்ற தலைவர் எனக் கருதி அவரைப் பின்பற்றி 'வந்தே மாதரம்' எனும் தாரக மந்திரத்தை வங்காளத்திலிருந்து கோஷித்த தியாகியும் யோகியுமான அரவிந்தரும், தெற்கே, தமிழ் நாட்டிலே பாரதத் தாயின் தென்கோடியிலுள்ள திருநெல்வேலி, தூத்துக்குடியில் வ.உ. சிதம்பரம் பிள்ளை அவர்களும், சுப்ரமண்ய சிவாவும், திலகரைப் பின்பற்றி 'சுய ராஜ்யம் எனது பிறப்புரிமை', 'வந்தே மாதரம்' என்ற கோஷங்களைத் தமிழ் நாடெங்கும் ஒலிபரப்பி விடுதலை வேள்வியை ஆரம்பித்திருந்த தருணம் அது. தமிழகத் தேசிய இயக்கத்திற்கு அடி பீடமாய் விளங்கிச் சேவை செய்த ஸ்ரீ வி. சக்கரை செட்டியார் அவர்களும் (பிற்காலத்தில் தொழிலாளர் இயக்கங்களில் பெரும் பங்கு கொண்டவர்) மற்றும் சிலரும் சென்னை நகரில் மூலை முடுக்குகளிலெல்லாம் கூட அடிக்கடி பெரும் கூட்டங்களைக் கூட்டி மக்களிடையே சுதந்திர வேட்கையைப் பரப்பி வந்தார்கள். நானும், என் நண்பர் ஸ்ரீ சபாபதி முதலியாரும் (காலஞ்சென்ற என் குருநாதர் ஸ்ரீ எம்.சி. ஆனையப்ப முதலியாரின் சகோதரர்) அந்தக் கூட்டங்களுக்குத் தவறாமல் செல்வோம்.

ஒருநாள் சென்னை 'மூர்மார்க்கெட்'டில் ஒரு பொதுக் கூட்டம் நடைபெற இருந்ததை அறிந்து நானும் நண்பர் சபாபதி முதலியாரும் அங்குச் சென்றோம். அன்றைய கூட்டத்திலே ஓர் ஆச்சர்யம் என்னவென்றால், நாங்கள் அதற்கு முன் காணாத ஒரு புது முகம், ஒல்லிய உருவம் கூட்ட ஆரம்பத்தில் 'கணீ'ரென்ற தன் வெண்கலக் குரலில் பாட ஆரம்பித்தது! மக்கள் அனைவரும் மந்திர சக்தியிலே கட்டுண்டதைப் போல் அந்தப் பாடலில் மயங்கி அசைவற்றிருந்தனர். ஸ்ரீ கிருஷ்ண பரமாத்மாவை, இந்திய மக்களின் அடிமைத் தளையறுக்க, துன்பத்தைத் துடைத்துத் தங்கள் சுதந்தர வேட்கையைத் தீர்க்குமாறு கனிந்துருகி வேண்டும்

பாடல் அது. புதுமையுடன், புரட்சியும், வீரமும், தீரமும், சுதந்திர தாகமும் மிக்க அந்தப் பாடல்,

"என்று தணியுமிந்த
சுதந்திர தாகம்?
என்று மடியுமெங்கள்
அடிமையின் மோகம்?...."

என்பதுதான்! அந்தப் பாட்டின் அடிவரிகள் பின்பு திருத்தி எழுதப் பெற்றவை என நினைக்கிறேன். பாரதி ஸ்ரீ கிருஷ்ணனை நினைந்து 'பாரதப் போர் முழக்க வந்தோனே' என்று ஓலமிட்ட வார்த்தைகள் இன்னும் என் நினைவில் இருக்கின்றன. அது அவர் எழுதிப் படித்த பாட்டல்ல! அவர் இதயத்தில் பொங்கியெழுந்த தேசபக்தி. வாயினின்றும் பாடலாக வந்தது. அந்த அருமையான பாடலைக் கேட்ட ஜனங்கள் மெய்ம்மறந்து அவரவரிடத்தில் எழுந்து நின்றனர். பாட்டு முடிந்ததும் ஸ்ரீ சக்கரைச் செட்டியாரும், சுரேந்திரநாத் ஆரியா (எதிராஜுலு நாயுடு என்னும் ஆந்திரர்) நம் நாடு விடுதலை பெறும் மார்க்கத்தை நன்கு உணர்த்தி வீராவேசத்தோடு சொற்பொழிவாற்றினர். கூட்ட முடிவிலே குயிலினுமினிய குரலால் பாடியும், கூட்டத்தின் மத்தியிலே சுதந்திர சங்க நாதமும் செய்த அந்தப் 'புது முகம்' தான் இன்று அகில உலகும் போற்றும் அமரகவி பாரதியார்! அன்று முதல், பாரதியார் பாடிப் பேசும் கூட்டமென்றால் நானும் நண்பரும் முதலில் கூடிவிடுவோம்.

பாரதியார் பாடிய தேசிய கீதங்களையும், அவரது வீர உரைகளையும் கேட்டு நாமக்கல் திரும்பிய நண்பர் சபாபதி, சுதந்திர உணர்ச்சி பெருக்கெடுத்தோட, "இனி படிப்பெதற்கு? பட்டமெதற்கு? 'சுயராஜ்யம் எனது பிறப்புரிமை!', 'வந்தே மாதரம்' என்றெல்லாம் கோஷித்து "நாமார்க்கும் குடியல்லோம், நமனையஞ் சோம்! ஏமாப்போம், பிணியறியோம், பணிவோ மல்லோம்!" என்று ஆரம்பித்து நாமக்கல் பாறையிலே ஒரு பெரும் கூட்டத்தைக் கூட்டித் தாமும் தேசீயப்பிரச்சாரம் செய்ய ஆரம்பித்து விட்டார்! பாரதியாரைப் பற்றியும் அவரது பாடல்கள் மக்களிடையே சுதந்திர வேட்கையை எவ்வளவு வேகமாகப் பரப்புகின்றது என்பதையும் நான் நாமக்கல் திரும்பியதும் எனது ஆப்த நண்பரும் தேசியக் கவிஞருமான நாமக்கல் திரு.வே. ராமலிங்கம் பிள்ளை, ஸ்ரீ ஆர். வரதராஜ முதலியார் (யூனியன் பிரஸ்) ஆகியோரிடம் கூறினேன். அவர்களும் அதுமுதலே பாரதி பக்தர்களாக மாறினார்கள்.

ஒரு சமயம் 'இந்தியா' என்னும் தேசீயப் பத்திரிகையில் பாரதி 'சுயராஜ்யம் எங்கள் பிறப்புரிமை இமயம் முதல் குமரி வரை எங்கள் நாடு, திலகரே எங்கள் ஏகத் தலைவர். தேசாபிமானமே எங்கள் மதம். தீர்த்தியாகி திலக மகரிஷி வாழும் புனா எங்கள் காசி க்ஷேத்திரம், இந்திய நாடே எங்கள் தாய்! அவள் பெற்ற முப்பத்து முக்கோடி மக்களும் வாழ்ந்தால் ஒரு மிக்க வாழ்வோம். வீழ்ந்தால் ஒருங்கே வீழ்வோம்!' என வீரம் செறியும் ஒரு கட்டுரையை எழுதினார். பாரதியாரின் எழுத்தும் பேச்சும் அந்தக் காலத்தில் முதலில் நகர மக்களில் பலரைச் சுதந்திரப் போராட்டத்தில் ஈடுபடுத்தப் பெரிதும் உதவியது எனலாம்.

நெடு நாட்களுக்குப் பிறகும் ஆங்கில அரசாட்சியில், பாரதியின் பாடல்களைப் பள்ளிகளில் பாடத் தடைவிதித்தும் அதை எதிர்த்து காலஞ்சென்ற ஸ்ரீ சத்தியமூர்த்தி சட்ட சபையில் எதிர்க் கட்சியினரை (ஆளும் வர்க்கத்தை) பார்த்து "நீங்கள் பாரதியின் பாடல்களின் எல்லாப் பிரதிகளையும் பறிமுதல் செய்து விடலாம். ஆனால் தமிழ் மொழி உள்ளளவும் கடைசித் தமிழன் ஒருவன் உயிரோடு உள்ளளவும் பாரதியின் பாடல்களை அரிய பொக்கிஷமாகத் திகழச் செய்வோம். பாரதியின் பாட்டைக் கேட்கவும் அதைப் பாடவும் சம்மதிக்காத சர்க்கார் மெம்பர்கள் செல்லும் இடமெங்கும் எங்கள் பாரதியின் பாட்டு ஒலிக்கும்படிச் செய்வேன்!" என்று வீராவேசமாக கர்ஜனை புரிந்தார் 1926ல்! அந்தத் தீர்க்கதரிசி சத்தியமூர்த்தியின் வாக்கு இன்று எவ்வளவு உண்மையாகி விட்டது!

மானிட சமுதாயத்தின் பண்பையும் சுதந்திர எழுச்சியையும் பற்றி எழுதிய எழுத்தாளர்களின், பாடிய புலவர்களில், பற்பலரை நாம் கண்டும் கேட்டும் இருக்கிறோம். ஆனால், அடிமைகளாய்க் கிடந்த இந்திய மக்களைத் தனது வீரமிக்க பாடல்களாலும் சொற்பொழிவுகளாலும் தட்டியெழுப்பி அந்நிய ஆட்சியை வெளியேற்றப் பெரும் பணி புரிந்து தீர்க்கதரிசனத்தோடு பல நல்ல உயிர் உள்ள, உலகுள்ளளவும் வாழும் சிரஞ்சீவிக் கவிதைகளை இயற்றிய ஒரு மகா புருஷனை நாம் பார்க்க முடிந்தது என்றால் பாரதி ஒருவர் தான் நம் கண் முன்னே நிச்சயம் காட்சி தருவார். அந்த அமர கவி பாரதியாரை நினைக்கும் இந்நாளில் நாம் மனத் தூய்மை பெற்று, சாதிசமய பேதமகற்றி நல்வாழ்வு வாழ்வோமாக! வாழ்க பாரதி நாமம்!

வாழ்க பாரதமணித் திருநாடு!

கி.வா. ஜகந்நாதன்

வரவே இல்லை

"நான் ஒரு ஸ்ரீ வைஷ்ணவன்; வைதிக ஆசாரங்களில் தவறாத குடும்பத்திலே பிறந்தவன். ஜாதியென்றும் மதமென்றும் பிரிவு செய்யும் கொடுமையிலே கொக்கரிக்கும் சமூகக் காற்றைச் சுவாசித்தவன். பாரதியாருக்கு ஜாதியில்லை. சமயமில்லை. வரம்பில்லை. வழியில்லை. அவர் வைத்தது சட்டம்; போனது வழி. குடும்பத்திலே அவர் ராஜா. அவர் உருட்டலும், மிரட்டலும் குடும்பத்தைக் கதிகலங்கச் செய்யும். அடுத்த நிமிஷத்தில் நாய்க் குட்டிபோல் பணிந்துவிடுவார். அவரோடு என் வாழ்க்கை இணைந்து நின்றது எனக்கே ஆச்சரியத்தை உண்டாக்குகிறது."

இவ்வாறு அவர் சொன்னார். அவர் வேறு யாருமல்ல; குவளைக் கிருஷ்ணமாச்சாரியார் தாம்; 'குவளைக் கண்ணன்' என்ற பெயரால் பாரதியார் தமிழ்ப் பாட்டிலே பதித்துவைத்த பெரியார் அவர். பெரியவரென்று சொல்லும்போது

அவருடைய உருவப் பெருமை, உள்ளப் பெருமை எல்லாம் ஞாபகத்துக்கு வருகின்றன. வாழ்க்கையின் சாரமற்று யமனோடு போராடிக் கொண்டிருந்த கடைசிக் காலத்தில் அவர் பேசிய பேச்சு, பாரதியாரைப் பற்றியதுதான்.

“எனக்குத் தெரிந்தவரை சொல்லிவிடுகிறேன். நீங்கள் ஒரு காரியம் செய்யவேண்டும். தமிழ்நாட்டில் பாரதி விழா எல்லாரும் கொண்டாடுகிறார்கள். ஒரு வேண்டுகோள் விடுக்க விரும்புகிறேன். பாரதியாரோடு பழகிய நான் அவர் வாழ்க்கையோடு இணைந்து வாழ்ந்தவன். நல்ல வஸ்து நெடுநாள் உலகத்தில் தங்குவதில்லை. அவர் போய்விட்டார். எனக்கு ஏதாவது பொருளுதவி செய்தால், பாரதியார் விழாவில் ஒரு சிறந்த கடமையை நிறைவேற்றினதாக இருக்கும். இதை நாலு பேரிடம் சொல்லிப் பத்திரிகைகளில் பிரசுரம் செய்ய வேண்டும்” என்று அவர் சொன்னார். அந்த விருப்பத்தை நிறைவேற்ற முடியவில்லை. அதற்குள் அவர் பாரதியாரைத் தேடிக்கொண்டு போய்விட்டார்.

பாரதியாரைப் பற்றி யார் விசாரித்தாலும் அன்போடு அவர் பழைய ஞாபகங்களைச் சொல்லுவார்; சொல்லும்போது இன்னும் பாரதியார் அருகில் இருப்பதாகப் பாவித்துக் கொள்வார்போல் இருக்கிறது. இல்லாவிட்டால் அவருக்கு அந்தச் சமாசாரங்களை விவரிக்கும் போதெல்லாம் அவ்வளவு உத்ஸாகம் இருக்க நியாயமே இல்லை.

அவர் தொண்டையிலே ஒருவிதமான கரகரப்பு. தொண்டைக்குள்ளே ஏதோ அடைத்துக் கொண்டது போல இருக்கும். அதனோடே அவர் பாரதியார் பாடல்களைப் பாடுவார். அவர் பாட்டிலே ராகம் இராது; இனிமை இராது; பாவம் இராது. ஆனால் ஒரு வகையான ஜீவன் மாத்திரம் இருக்கும். பாரதியார் பாடிப் பாடிக் கேட்டு அதிலே ஊறி ஊறிப் பழகி, அன்போடு தாமும் பாடிப் பாடி இன்பமடைந்தவர் அவர். காலம் பாரதியாரையும் அவர் பழக்கத்தையும் மறைத்துவிட்டது. ‘குவளைக் கண்ண’னுக்கும் வயசாகி விட்டது. அடிக்கடி பாடச் சந்தர்ப்பமும் இல்லை. ஆயினும் அந்தப் பழைய அன்பு, அந்தப் பழைய இன்பம், பாரதியாரது பாடலைச் சொல்லும் போது அவருக்கு இருந்தனவென்பதை அவரிடம் பாடல்களைக் கேட்ட யாவரும் எளிதில் தெரிந்து கொண்டிருக்கலாம்.

புதுச்சேரியிலே பாரதியாரை ஊன்ற வைத்ததற்கு மூலமாக இருந்தவர் குவளைக் கிருஷ்ணமாச்சாரியார். அவருக்கு எப்போதும்

உற்ற தோழருமாக இருந்தார். கிருஷ்ணமாச்சாரியாருக்கு இளமை முதலே சாமியார்களைக் கண்டால் அதிகப் பிரியமாம். பல சாமியார்கள் அவருக்குப் பழக்கம். அவர்களை ஒவ்வொருவராகப் பாரதியாருக்கும் பழக்கம் செய்து வைத்தாராம். கோவிந்தசாமி, குள்ளச்சாமி, யாழ்ப்பாணத்துச்சாமி – இந்தச் சாமிகளெல்லாம் குவளைக் கண்ணனால் கிடைத்தவர்கள்.

"கிருஷ்ணா" என்று அன்புடன் ஒருமையிலே கூப்பிடுவாராம் பாரதியார்.

கிருஷ்ணமாச்சாரியார் ஆங்கிலம், பிரெஞ்சு இரண்டிலும் அறிவு வாய்ந்தவர். 1922-ஆம் வருஷம் 'ராலி' கம்பெனியிலிருந்து உத்தியோகம் தருவதாகக் கடிதம் வந்ததாம். அதைக் கிருஷ்ணமாச்சாரியார் பாரதியாரிடம் கொண்டு போய்க் காட்டினார். அந்த மனுஷ்யர் சிறிதேனும் தயா தாட்சண்யமின்றி அதைக் கிழித்துப் போட்டு விட்டாராம். திருவண்ணாமலையில் அந்த கம்பெனியார் சில வேலைகளை நடத்தி வந்தபடியால் அங்கே வரும்படி கிருஷ்ணமாச்சாரியாருக்கு உத்தரவு வந்திருந்தது.

பாரதியார் உத்தரவைக் கிழித்துப் போட்டவுடன் கிருஷ்ணமாச்சாரியார், "என்ன இப்படிச் செய்துவிட்டீர்களே?" என்றார்.

"கிருஷ்ணா, நீ திருவண்ணாமலைக்குப் போய்விட்டால், எனக்கு இங்கே யார் துணை?" என்று பாரதியார் கேட்டார்.

"வாஸ்தவம். நமக்கு இவர் துணை; இவருக்கு நாம் துணை" என்ற திருப்தியோடு அவர் இருந்துவிட்டார்.

"பாரதியார் என்னை முதலியார்கள் வீட்டிலெல்லாம் சாப்பிடச் சொல்வார். முதலில் நான் மறுத்தேன். எங்கள் வீட்டுக்குத் தெரிந்தால் தலைபோய்விடுமென்று சொன்னேன். நாளாக நாளாகப் பாரதியாருடைய பழக்கம், சிறிது நேரம் அவரைப் பிரிந்திருப்பதுகூடப் பெரிய துன்பமென்று தோற்றச் செய்துவிட்டது. அதனால் சில ராத்திரிகளில் மாதா கோவில் வீதியிலுள்ள லோகநாத முதலியார் வீட்டில் அவரோடு சாப்பிட்டிருக்கிறேன்."

"உங்கள் வீட்டிற்கு இந்த விஷயம் தெரியாமலே இருந்ததா?" என்று நான் கேட்டேன்.

"குறிப்பாகத் தெரியும். தெரிந்து என்னை என்ன செய்ய முடியும்? என்னை ஒரு 'தத்தாரி' என்று நினைத்துவிட்டார்கள்.

பாரதியாரையே அப்படி நினைத்தவர்கள் எவ்வளவு பேர்? அவருடைய தோழனுக்கு மாத்திரம் அந்தக் கௌரவம் வருவது கூடாதா?"

குவளைக் கிருஷ்ணமாச்சாரியாரைக் கடைசி முறையாகக் கண்டபோது அவர் மிகவும் மெலிவாக இருந்தார். "நான் இன்னும் இரண்டு நாளில் ஆஸ்பத்திரி போகப் போகிறேன். பாரதியாரோடு போய்ச் சேருங் காலம் வந்துவிட்டதென்று தோன்றுகிறது. ஏதாவது பத்திரிகையில் வெளிவந்தால் ஆஸ்பத்திரிக்கு அனுப்புங்கள்" என்று மேல்மூச்சு வாங்கிக்கொண்டு அவர் சொன்னார். எனக்கும் உடனிருந்த நண்பருக்கும் வயிற்றை என்னவோ செய்தது.

" 'யோகசித்தி' பார்த்திருக்கிறீர்களா?"

"படித்திருக்கிறேன்."

"ஒரு விஷயம் சொல்லுகிறேன்; கேளுங்கள்."

"ஐயோ! உங்களுக்கு மேல்மூச்சு வாங்குகிறது. உங்கள் உடம்பு சௌக்கியமாகி வந்த பிறகு சாவகாசமாகக் கேட்டுக் கொள்ளுகிறேனே."

"அவகாசம் எங்கே கிடைக்கப் போகிறது? இப்பொழுதே மெல்லச் சொல்கிறேன்" என்று அவர் வற்புறுத்தினார்.

எங்களுக்குக் கேட்பதில் ஆசைதான்! ஆனால் அவர் இருந்த நிலையில் அவரைப் பேச அனுமதிப்பது பெரும்பாவமாகத் தோற்றியது. அவரோ சொல்லித்தான் தீருவாரென்று தெரிந்தது. பாரதியார் பேச்சை மூச்சிருக்கு மட்டும் பேச வேண்டும் என்று சங்கற்பம் செய்து கொண்டவரைப் போலக் காணப்பட்டார்.

"புதுச்சேரியிலே வீராசாமி பிள்ளை தோப்பு என்று ஒரு பெரிய தோப்பு இருக்கிறது; நாலு ஐந்து ஏக்கரா பூமி விஸ்தீரணமுள்ளது. அங்கே ஒரு குளமும் பங்களாவும் உண்டு. பாரதியார் அடிக்கடி அந்த இடத்திற்குப் போய் உல்லாஸமாக இருந்து வருவார். ஒருநாள் சில நண்பர்களுடன் சேர்ந்து அங்கே காலையில் போனார். நானும் போயிருந்தேன். அந்தக் குளத்திலே ஸ்நானம் செய்தோம். சாப்பாட்டையும் முதலியார் வீட்டிலிருந்து அங்கே வருவித்து விட்டார். எங்கள் எல்லோருக்கும் சேர்த்து வருவித்தார்.

"நான் முதலியார் வீட்டில் ராத்திரி வேளையில் சாப்பிடுவது உண்டு. ஆனால் அப்போது அவ்வளவு பேருக்கு நடுவில் அந்த உணவைச் சாப்பிடுவதற்குச் சிறிது லஜ்ஜையாக இருந்தது;

'கிருஷ்ணா, நீ சாப்பிடத்தான் வேண்டும்' என்றார் பாரதியார்; 'வேளாளன் கொடுக்கிற அரிசி உதவும்; சோறு உதவாதாஷை?' என்று கேள்வி கேட்க ஆரம்பித்து விட்டார். எனக்கு அவரோடு வாய் கொடுக்கத் தைரியம் இல்லை; பேசாமல் நானும் சாப்பிட்டேன்."

நடுநடுவே அவர் பெருமூச்சு வாங்கிக் கொண்டே சொன்னார். அவர் சாப்பிட்ட கதையை முடித்தவுடன், "போதும்; பிறகு பேசிக் கொள்ளலாம்; சிரமமாக இருக்குமே" என்றேன்.

"இந்த விஷயம் அவ்வளவு முக்கியம் அல்ல; நான் சொல்ல வந்த சமாசாரமே வேறு" என்றார் அவர்.

"கொஞ்சம் சிரம பரிகாரம் செய்து கொள்ளுங்களேன்".

"அதற்காகத்தான் இதைக் கேட்கச் சொல்கிறேன். பாரதியார் அன்றைக்கு யோக சித்தியை பாடிக் காட்டினார். ஆஹா! எத்தனை உத்ஸாகம்!"

எங்களைப் பார்த்துப் பேசிக்கொண்டு இருந்த குவளைக் கிருஷ்ணமாச்சாரியார் தலையை வேறு பக்கம் திருப்பிக் கொண்டார். ஒரு நிமிஷ நேரம் அப்படி இருந்து விட்டு மறுபடியும் எங்களை நோக்கும்போது கண்ணைத் துடைத்துக் கொண்டார். அவர் உணர்ச்சி வசப்பட்ட போது இப்படிச் செய்வதைப் பலமுறை பார்த்திருக்கிறேன்.

துக்கம் தொண்டையை அடைத்தது; ஒரு மிடறு எச்சிலை விழுங்கிக் கொண்டார்.

"விண்ணு மண்ணுந்தனி ஆளும் – எங்கள்
வீரை சக்திநின தருளே – என்றன்
கண்ணுங் கருத்துமெனக் கொண்டு – அன்பு
கசிந்து கசிந்துகசிந் துருகி"

என்று பாட ஆரம்பித்துவிட்டார்.

"என்ன இது? பாட அல்லவா ஆரம்பித்து விட்டீர்கள்? உங்களுக்குச் சக்தி இல்லையே! வேண்டாம், நிறுத்துங்கள்."

"பாரதியார் பாட்டைச் சொல்லும்போது உயிர் போனால் போகட்டுமே; அதைக் காட்டிலுமா வேறு ஆனந்தம் இருக்கப்போகிறது?"

அந்த வார்த்தைகளிலேதான் எத்தனை ஆர்வம்! பாரதிப் பித்துக்குளித் தனத்துக்குத் தான் எத்தனை வன்மை?

அவர் பதினைந்து நிமிஷம் யோக சித்தியிலிருந்து பல பாடல்களைச் சொல்லித்தான் நிறுத்தினார். அவர் எங்களுக்காகவா சொன்னார்? இல்லை, இல்லை. தமக்காகவே, தமது இன்பத்துக்காகவே, அந்தப் பழைய காட்சிகளை உள்ளத்திலே கண்டு அனுபவிப்பதற்காகவே அவர் பாடினார்.

"நான் ஏழை, அறிவில்லாதவன். அவர் எனக்கும் தமது செய்யுட்களிலே ஒரு ஸ்தானம் கொடுத்திருக்கிறார். 'கிருஷ்ணா, பொருட் செல்வம் அழிந்து விடுமடா; கவிச் செல்வம் தருகிறேன் உனக்கு' என்று சொல்லியிருக்கிறார். இந்த வார்த்தைகளைக் குவளை கிருஷ்ணமாச்சாரியாரோடு பழகிய யாவரும், ஒரு முறையல்ல, பல முறை கேட்டிருப்பார்கள்; இந்த வார்தைகளை அவர் சொல்லும்போது அவருக்கு இருந்த சந்தோஷத்துக்கு ஈடும் உண்டோ?

"சரி, போய் வாருங்கள்; உடம்பை ஜாக்கிரதையாகப் பார்த்துக் கொள்ளுங்கள்" என்று நான் சொல்லி அவரை ரிக்ஷாவில் ஏற்றினேன்.

"இந்தச் சரீரமே அநித்தியமென்றால் அதை ஒட்டிய அவஸ்தைகள் நித்தியம் ஆகுமோ? என்று பாரதியார் அடிக்கடி சொல்வார். நான் போய் வருகிறேன்."

அவர் போவார்; வரமாட்டாரென்று எங்களுக்குப் பட்டது; அவர் உடம்பு, மலை போல இருந்த சரீரம், கரைந்து தளர்ந்து போனதிலிருந்து அப்படி நினைக்க வேண்டியிருந்தது. நாங்கள் நினைத்தபடியேதான் நடந்தது; அவர் ஆஸ்பத்திரிக்குப் போனார்; பிறகு வரவே இல்லை. பாரதியார் வந்தால் வருவார்.

"ஆர்யசமாஜம்"

நான் கண்ட பாரதியார்

என் மாணவப் பருவத்தின் பெரும் பகுதியை நான் முதலில் மயூரபுரியிலும் (மாயவரம்) பின்பு, சீர்காழியிலும் கழித்தேன். அந்நாளில்தான் இந்திய அரசியல் உலகில் தீவிர தேசிய ஆர்வம் பொங்கியெழுந்தது. அந்நாளில்தான் வங்காளப் பிரிவினை மக்கள் மனத்தைப் பிளந்து துன்புறுத்தியது; நாட்டில் சுதேசி இயக்கமும் தோன்றலாயிற்று; அந்நாளில்தான் அரசியல் சம்பந்தமான பீதியும் கவலையும் அதிகம் பொது மக்கள் மனதில் குடிகொண்டிருந்தன. நான் ஈண்டு குறிப்பிடுவது 1906 முதல் 1912ஆம் வருஷம் முடிய நிகழ்ந்த நிகழ்ச்சிகளையேயாகும்.

1907-8ல்தான் நான் முதன்முதல் ஸ்ரீ பாரதியாரைப் பற்றிக் கேள்விப்பட்டேன். 1908 வருடம் தான் நான் முதன்முறையாக அவரது 'இந்தியா'ப் பத்திரிகையைப் பார்த்தேன் என நினைக்கின்றேன். அதில் பிரசுரிக்கப்பட்டிருந்த விஷயங்களின் கோவையும், அழகும் என்

மனதைப் பார்த்தவுடனேயே கவர்ந்துவிட்டன. அவை காலத்திற்கேற்ற விஷயங்கள் காரசாரமாய், விறுவிறுப்பாய் எழுதப்பட்டிருந்தன.

ஸ்ரீ பாரதியாரது எழுத்தின் வீரமும் அழகுமே எப்போதும் அவ்வழிதான் அன்னாரது பைந்தமிழ்ச் சொற்கள் கம்பீரமும் இனிமையும் ஒளியும் பொருந்தியவை. அவை மின்னொளிபோல் படிப்போர் கேட்போர் மனத்திற்பாயும். அச்சம், அஞ்ஞானம் ஆகிய இருளை நீக்கு இயல்பின இவை. ஆயினும் நான் பாரதியை முதலில் அறிந்த ஆண்டிலும் இன்னும் பலவாண்டுகளுக்குப் பிற்பட்டும், அவரது பெருமையையும் அவரது தமிழ்ச் சொல்லின் திறமையையும் அவ்வளவாகத் தெரிந்துகொள்ளவில்லை. இது வருந்தத் தக்கதே; ஆயினும் இப்போது ஒரு சிறிது அறிந்து மனம் ஆறுதல் பெறுகின்றேன்.

என் பள்ளிப் பருவத்தில் பார்த்த 'இந்தியா'ப் பத்திரிகை இதழ் ஒன்றில் காலஞ் சென்ற தேசபக்தர் உயர்திரு V.O. சிதம்பரம்பிள்ளையவர்களின் சிறைவாசத்தைக் குறித்த சித்திரப் படம் ஒன்று வெளியிட்டிருந்தது. தேசீய உற்சாகம் தீவிரமாய்க் கொண்ட உபக்கியாசகர் ஒருவர் இப் படத்தை ஜனங்களுக்குக் காட்டி அரசாங்கத்தாரின் அற்பத்தனத்தையும் கொடுமையையும் கண்டனஞ்செய்து வீர கர்ஜனை செய்து நின்றார். இதன் பின்னர் 'இந்தியா'ப் பத்திரிகையைப் பற்றியும் நாங்கள் இருவரும் தனித்துப் பேச நேர்ந்தது. அவரை என் வீட்டிற்கு இட்டுச் சென்று விருந்திட்டு உபசரித்தேன். அவர் பெயர் ஸ்ரீ விசுவநாதய்யர் என்று நினைக்கிறேன். உண்மையும் உணர்ச்சியும் மிகுந்த அவரது உபந்நியாசங்கள் என் மனதை ஸ்ரீ பாரதியாரிடமும் தேசிய விஷயங்களிலும் பக்தி கொள்ளத் தூண்டின. ஏற்கனவே, 'வந்தே மாதரம்' என்ற ஆங்கிலப் பத்திரிகையையும் படித்து வந்தேன். அப்போது நான் 17 பிராயச் சிறுவன்.

லாலா லஜபதிராயும் உயர்திரு அஜித்சிங்கும் அரசாங்கத்தாரால் ராஜத்துரோகத்திற்கென நாடு கடத்தப்பட்ட போழ்து நான் அடைந்தத் துன்பத்திற்கும் கோபத்திற்கும் அளவேயில்லை. ஆயினும் என் செய்யலாம்? விடுதலைக்கு வழிகாட்ட வேறு வீரர்கள் இல்லையா? என்று வருந்துவேன். அவ்வளவுதான்; ஓர் மாணவன் தனியே என்ன செய்யக் கூடும்? என்று நினைத்து வாளாவிருந்தேன்!

இந்து சமூக ஆசரணைகளில் பல, பழக்க வழக்கங்களில் அநேகம், நீதியற்றன. கொடுமை மிகுந்தன. சாரமற்றன, அவசியமில்லாதவை என்று நான் என் சொந்த அனுபவத்திலேயே இன்றைக்கு 40 ஆண்டுகள் முன்னரேயே (1907ல்) கண்டறிந்து கொண்டேன். எனக்கு அப்பொழுது 15 வயது இருக்கும். இந்நாளில் நாம் காணும் சமூக சீர்திருத்தம் அந்நாளில்தான் தொடங்கியது.

இந்து சமய ஆராய்ச்சி சிறிது செய்தேன்; பல அறிவாளிகளுடனும் பண்டிதர்களுடனும் பேசி என் சந்தேகங்களைத் தீர்த்துக் கொள்ள முயன்றேன். ஆயினும் அதிகம் பயன் பெற்றேனில்லை. என் சமய விசாரணையெல்லாம் என்னை எப்படியோ நாஸ்திகத்தில் கொண்டு சேர்த்தன! தக்க சமாதானம் கிடைக்காமற்போகவே, என் பாடசாலைக் கடமைகளையும் மறந்து சமய விசாரணையிற் புகுந்து எனக்கு அக்காலம் மனக்குழப்பமே மிஞ்சியது. ஆயினும் சில மாதங்கள் கழித்து நான் 'ஆர்ய சமாஜ' சித்தாந்தமே சிறந்ததெனக் கருதி அதன் அனுஷ்டானங்களையும் கைக் கொள்ளலானேன். வேறு வகையில் எனக்கு மன அமைதி ஏற்படவில்லை.

இந்து சமயம், வேதங்கள் இவை அநாதியே என்று உணர்ந்தேன். ஆயினும் நமது இந்து சமயத்தில் பரந்த தத்துவங்களும் இலட்சியங்களும் விளக்கப்பட்டுள்ள போதிலும், இடைக்காலத்தில் அதில் சேர்ந்த குப்பைகளும் கூளங்களும் அதிகம் உள்ளன என்று அறிந்தேன். இவற்றை நீக்கிய இந்து சமயமே தக்கவாறு இந்திய நாட்டின் பணியை எத்துறைகளிலும் ஆற்றவல்லது என்று உணர்ந்த எனக்கு ஆர்ய சமாஜமே பல பிரச்சனைகளை வெற்றிகரமாய்த் தீர்க்குமென்று திடநம்பிக்கை பிறந்தது. என் நண்பர்களிடமும் பிறரிடமும் இத்தகைய பிரச்சாரத்தையே நான் செய்து வந்தேன்!

எனவே நாட்டுப் பற்று ஓர்புறமும், சமயப் பற்று ஓர்புறமும், சமுதாய சேவை ஆர்வம் ஓர் புறமும் என்னையிழுக்கவே, என் மாணவக் கடமைகளைப் பெரிதும் மறந்தேன் எனல் மிகையன்று. என் நாஸ்திகப்பற்று மாறி ஆஸ்திகம் என்னுள்ளத்தில் நிலைபெறுமுன் நான் அடைந்த இதயத் தத்தளிப்புக்கு எல்லையில்லை.

நாட்டுப் பணியிலும், சமயப் பணியிலும், கல்விப் பணியிலும், சமுதாய சேவையிலும் ஈடுபட்டுழைத்த வீரத்தியாகிகளின் சரிதங்கள் என்னையும் யாதேனுமோர்த் துறையில் பணி செய்யுமாறு ஊக்கின. ஸ்ரீ பாரதியாரிடம் மனதில் பக்தி வைத்த

எனக்குப் புதுவை சென்று தேச சேவை அவரது ஆணையின் கீழ் செய்தலே நலம் என்று தோன்றிற்று. எனவே, 1908 வருடம் டிசம்பர் முடிவிலோ அல்லது 1909 ஜனவரி ஆரம்பத்திலோ புதுவையிலிருந்து புதிதாய் வந்து கொண்டிருந்த 'இந்தியா'ப் பத்திரிகை மானேஜர் அவர்களுக்கு ஆங்கிலத்தில் ஓர் கடிதமெழுதி நான் நாட்டுப் பணிசெய்யப் புதுவைக்கு வரச் சித்தமாயிருத்தலைத் தெரிவித்தேன். அப்போது பத்திரிகை மானேஜர் அவர்களாயிருந்த ஸ்ரீமான் ஸ்ரீநிவாச ஆச்சாரியார் நான் இந்தியாப் பத்திரிகைத் தொண்டில் இயன்ற பணியாற்றச் சித்தமாயிருத்தலைக் கேட்டு மகிழ்ந்து என்னை ஊக்கும் வகையில் ஓர் பதில் கடிதம் ஆங்கிலத்தில் எழுதியிருந்தார். நான் அடைந்த ஆனந்தத்திற்கு அளவில்லை!

மாயவரமிருந்து காலை ரெயிலில் புறப்பட்டு புதுவைக்கு மாலை வந்து சேர்ந்தேன். அப்போது சுமார் 6 மணி இருக்கும். (1909 வருடத்திற்குப் பின் நான் புதுவையை மீளவும் பார்க்கும் பாக்கியம் இன்னும் எனக்குக் கிடைக்கவில்லை. ஸ்ரீ பாரதியின் இல்லம் அப்போது ஒடுக்கமானதோர் தெருவின் ஓரத்திலிருந்த பெரிய மாடிக் கட்டடம். தெருவின் பெயரும் எனக்குத் தற்போது ஞாபகத் தில்லை). நான் பாரதியார் ஜாகைக்குள் நுழைந்தவுடன் கம்பீரமான குரல் ஒன்று உள்ளே கேட்டது. கூடத்திற்குச் சென்றேன். அங்கு ஓர் பெரிய பாய்மேல் நால்வர் உட்கார்ந்து பேசிக்கொண்டிருந்தனர். ஸ்ரீ பாரதியாரைப் பார்த்தவுடனேயே அவர்தான் பாரதியென்று எப்படியோ தெரிந்து கொண்டேன். அவர் ஓர் உட்சட்டை யணிந்து, தூணின்மேல் சாய்ந்து கொண்டு தனக்கெதிரில் உள்ள நண்பர்களுக்கு அமெரிக்க ஞானியாகிய எமர்சன் எழுதியுள்ள நூலின் ஓர் பகுதியைப் படித்து மொழி பெயர்த்து வந்தார். நான் உள்நுழையும்போது கேட்ட குரல் இவருடையதே. இச்சிறு கூட்டத்தாருக்குள் கருத்த கனத்த தேகமுடைய துறவியொருவர் இருந்தார். இவரை நோக்கியே பெரும்பாலும் பாரதியார் தம் மொழிபெயர்ப்பை அவ்வப்போது அழகாய்ச் செய்துரைப்பார்.

உள்ளே சென்ற நான் ஸ்ரீ பாரதியாரின் பக்கத்தில் சிறிது தூரத்திற்கப்பால் நின்றபின் 2, 3 நிமிடங் கழித்து எனது ஆர்ய சமாஜப் பழக்கப்படி பாரதியாரை நோக்கி 'நமஸ்தே!' என்றேன். வணக்கம் செய்த பாரதியார் என்னை நிமிர்ந்து பார்த்தார். "நீர் எங்கிருந்து வருகின்றீர்? எப்போது இங்கு வந்தீர்?" என்றார். நான் ஆங்கிலத்தில் "மாயவரமிருந்து இன்று காலை புறப்பட்டேன்.

இப்போதுதான் வந்து சேர்ந்தேன்" என்று விடையளித்தேன். ஆங்கிலத்தில் என் மறுமொழியைக் கேட்ட பாரதிக்கு ஆத்திரம் பொங்கியெழுந்து, "ஏன் உமக்குத் தமிழ் தெரியாதோ? தமிழ் வராதோ?" என்று உரத்த குரலில் சிறிது கோபப் பார்வையுடன் கேட்டார். என் மனம் பதைபதைத்தது. "ஆர்வத்துடனும் நம்பிக்கையுடனும் அன்புடனும் வந்து வணங்க செய்த நம்மை முதன் முதலிலேயே இப்படிச் சீறுகிறார்? ஆங்கிலத்தில் பதில் கூறியது ஓர் பெருங்குற்றமா? அப்படியாயின் ஏன் இவர் ஆங்கில நூல்களை ஆவலாய்ப் படிக்கிறார்? மொழி பெயர்த்துச் சொல்கிறார்? என்று நினைத்தது என் ஆணவம்! ஆயினும் நான் ஒன்றும் சொல்லவில்லை. கீழே உட்காரச் சொன்னார். உட்கார்ந்தேன்.

பாரதியார் தாம்பூலம் மென்ற வாயுடனும், புன்னகையுடனும் மொழி பெயர்த்துக் கொண்டே வந்தார். நாங்கள் யாவரும் வியப்புடனும் மகிழ்வுடனும் கேட்டுக் கொண்டே களித்து வந்தோம். சிறிது நேரத்திற்கெல்லாம் கூட்டம் கலைந்தது.

தி.ந. சந்திரன்

ஸ்ரீமான் பாரதியார்

தமிழ்நாட்டுக் கவிச்சக்ரவர்த்தியான சி. சுப்பிரமணிய பாரதியார் புதுச்சேரியில் வசிக்கையில், நான் ஒருநாள் வழக்கம்போல் பள்ளிக்கூடத்துக்குச் செல்லுகையில் ஸ்ரீமான் பாரதியார் தமது வீட்டின் திண்ணையில் உட்கார்ந்து கொண்டிருந்தார். அவருக்கும் எனக்கும் பரஸ்பரம் முகப் பார்வையே தவிர, பழக்கம் கிடையாது. அன்று என்னை "தம்பி" என்று அழைத்தார். அருகில் வணக்கத்துடன் பூமியைப் பார்த்த வண்ணமாகச் சென்றேன்.

"தம்பி! நேர்படப்பார்; ஏன் குனிந்து கொள்ளுகிறாய்? நடக்கையிலும் குனிந்து நடக்கிறாய்! நிமிர்ந்து நட, அதோ சேவல் தனக்கு நிகர் ஒருவருமில்லையெனத் தனது மார்பைக் காட்டிக் கூவுவதைப் பார். நாம் மனிதர்கள் அல்லவா? கேவலம் கோழியினும் தாழ்ந்து வாழ்வதா? இனி உன் நடையைத்

திருத்திக் கொள்" என்று கட்டளை இட்டார். மற்றும் அவர் இயற்றியுள்ள 'புதிய ஆத்தி சூடி'யில் "குன்றென நிமிர்ந்து நில்" என்றும் எழுதி உள்ளார். அவரது வார்த்தையைக் கேட்டு எனது நடை, நோக்கம், பார்வை முதலிய யாவும் மாறுதல் அடைந்து விட்டது. அவரது கவித்திறமையையும் சமரசப்பான்மையையும் விசால நோக்கத்தையும், வீரத் தன்மையையும், உத்தம குணத்தையும் வர்ணிக்கப் போதிய ஆற்றல் என்னிடமில்லை. மனத்தில் மாத்திரம் அவை பதிந்து மறக்கமுடியவில்லை. ஸ்ரீமான் பாரதியைப் போல் பலர் நம் நாட்டில் தோன்ற வேண்டுமெனக் கடவுளைப் பிரார்த்திக்கின்றேன்.

சுத்தானந்த பாரதியார்

மகாகவியும் மகாத்மாவும்

புதுச்சேரி இன்று புதுயுகச் சேரியாக விளங்குகிறது. அன்று சேரி என்றால், ஏதோ ஓர் இனம் ஒதுக்கமாக வாழும் இடம். இன்று 'சேரி' என்றால் உலகெல்லாம் சாதி 'மத, நாடு', நிறவேறுபாடில்லாமல் சேர்ந்து வாழும் இடம். புதுச்சேரியில் இன்று மேற்கும் கிழக்கும் கைகோத்து உலாவுகிறது. ஆரோவில் – என்ற உலக நகர் எழுந்து கொண்டிருக்கிறது. இந்த அற்புதத்தைச் செய்தது, ஸ்ரீ அரவிந்த சக்தி.

புதுச்சேரியில் முதன்முதல் புகுந்து புகலடைந்தவர் கவியரசர் சுப்பிரமணிய பாரதியார். பாரதியார், சென்னையில் 'இந்தியா' பத்திரிகை ஆசிரியராயிருந்தார். அவர் படபடப்பும், துடிதுடிப்பும், பாசமும், பாய்ச்சலுமாயிருப்பார். பாரமெல்லாம் பாரத பராசக்தியிடம் வைத்தார் அவர். 'வேண்டுமடி எப்போதும் விடுதலை' என்று பராசக்தியிடம் உரப்பாகக் கேட்பார். என்று 'தணியும் எங்கள் சுதந்திர தாகம்' என்று ஏங்கித் தவிப்பார். அவர் உறக்கத்தில் கூட

'சுதேசம், சுதந்திரம்' என்று நெட்டுயிர்ப்பார். பாரதியார் அருள்பெற்ற அமரகவி. அவர் உள்ளத்துடிப்பிற்கேற்ற 'இதழ்' அமையவில்லை. 'சுதேசமித்திர'னில் தலையங்கம் எழுத முடியவில்லை. வீறு பெற்ற அவரது பேனா, விடுதலை தேடிப் படபடத்தது.

விவேகானந்தருக்குச் சென்னையில் அணுக்கத் துணைவராயிருந்தவர் அளசிங்கப் பெருமாள். அவர் ஒரு ரசாயன ஆசிரியர். அவருடைய உறவினர்கள் மண்டயம் திருமலாச்சாரியாரும் ஸ்ரீநிவாசாச்சாரியரும் கூடி 'இந்தியா' பத்திரிகையை நடத்தி வந்தனர். பாரதியார் அதன் ஆசிரியராகி, வேட்டு நடையில் விடுதலைக் கனல் கக்கினார். பாரதியார் எழுத்து, தமிழுக்குப் புதிய எழுச்சியைத் தந்தது. பிரிட்டிஷ் ஒற்றர் வரிவரியாகப் படித்து, கத்தை கத்தையாக மேலே எழுதிவிட்டனர். வங்கத்தில் 'வந்தே மாதரம்', பம்பாயில் 'கேசரி', சென்னையில் 'இந்தியா' – இம் மூன்று பத்திரிகைகளும் வீரசுதந்திரப் பேரிகை முழக்கின. 'இந்தியா'வை அதிகார வர்க்கம் ஒடுக்கி அடக்கச் சட்டம் போட்டது. பாரதியாரைக் கைது செய்ய 'வாரண்டு' பிறப்பித்தது.

'பாரதியாரோ, உச்சிமீது வானிடிந்து வீழுகின்ற போதிலும் அச்சமில்லை, அச்சமில்லை அச்சமென்பதில்லையே' என்று திருவல்லிக்கேணி பார்த்தசாரதி கோயில் மண்டபத்திலிருந்து குரலெடுத்துக் குதித்தார்.

டாக்டர் நஞ்சுண்ட ராவ் அவரை அழைத்து, ஆபத்தை விளக்கி, அன்றிரவே புதுச்சேரிக்கு வண்டியேற்றி விட்டார்.

புதுச்சேரியில் பாரதியார் பட்டபாடு, அந்தக் காலத்தில் பிரதாபசிங்கன் நாடு இழந்து, போரிழந்து, வறுமையுழன்று, அரவலி மலைக் கணவாயில் பட்ட துன்பங்களுக்கே இணையாகும். இரண்டு நாள் இடம் கொடுத்த குப்புசாமி, "கிளம்பும்! ஒற்றர் தொல்லை வருகிறது" என்று துரத்தினார். பாரதியார் எப்படியோ தர்மராஜாகோயில் தெருவில் ஒரு வீடு பிடித்துக் குடியேறினார். அந்த வீட்டைச் சுற்றி ஒற்றர். வெளியே சென்றால் ஒற்றர்!

பாரதியார் தலை நிமிர்ந்தே நடந்தார். 'செல்வோம் சுதேச வீரர் – நம் கீர்த்தி பெருகிடு நாளே' என்று பொருள்படும் பிரெஞ்சு தேசிய கீதத்தைப் பாடிக் கொண்டும், சீழ்க்கையடித்துக் கொண்டும், கடற்கரைப் பாலத்தில் நடை போட்டார். வீட்டில் உணவிராது, மனைவி மக்கள் கவலைப்படுவர், நோய் நொடி வரும். ஆனால், பாரதியாரின் தேச பக்திக்கு என்றும் நோய் நொடி வந்ததில்லை. அவர் நாட்குறிப்புகளில் எழுதுகிறார்; "கடன்காரன் வந்து நிற்கிறான்.

எத்தனை நாள் சாக்குச் சொல்வது! உடல் படுக்கிறது – என்னையே நம்பியிருக்கும் மனைவி, கவலைப் படுகிறாள் – வீட்டுக்கு வந்தால், கவலை – கடற்கரை சென்றால் விடுதலை! பராசக்தி! உன்னையே நம்பியுள்ளோம்; நீ வழி காட்டா விட்டால்...... ஹூம்ம்... 'தேடி யுன்னைச் சரணடைந்தேன் தேச முத்துமாரியம்மா.... தேச முத்துமாரி' ... ஆனந்தக் களியாட்டம்! கவலை பறந்து போகும்."

ஸ்ரீ அரவிந்தர் உறவினால் பாரதியார் வேதப் பொருளை ஆராய்ந்து, யோக வழியிற் சென்றார். அவர் எழுத்தில் புதிய ஆவேசம் பிறந்தது. அரவிந்தரின் அமரக் கனவுகள் பாரதி வீணையில் கமகங்களுடன் மீட்டப்பட்டன. புதுவையில் மீண்டும் 'இந்தியா' எழுந்தது; சர்க்கார் அதையும் அடக்கி விட்டது. சென்னைக்கு 'இந்தியா' வரக் கூடாது என்று சட்டம் போட்டு ஆணியடித்து விட்டது. பாரதியார் 'கண்ணன் பாட்டும்', 'குயில் பாட்டும்', 'பாஞ்சாலி சபதமும்' பாடி தமது கவியார்வத்தைக் காலம் உள்ளளவும் விளங்கச் செய்தார்.

1910இல் வீர விளக்கு வ.வே.சு. ஐயரும் புதுவையில் புகலிடம் கொண்டிருந்தார். கவி, யோகி, வீரக் கலைஞர் – இம் மூவரும் புதுச்சேரிக்குப் புதுமையளித்து, அதைப் புனிதமான யாத்திரைத் தலமாக்கினர். திலகரும், அரவிந்தரும் விட்ட அரசியல் வானில் மகாத்மா காந்தி எழுந்து பளிச்சிட்டார்.

தென்னாப்பிரிக்காவில் கறுப்புச் சட்டத்துடன் போராடி ஒருவாறு வெற்றி பெற்ற காந்திக்கு, இந்தியாவில் 'ரௌலெட்' சட்டம் காத்திருந்தது. 1917-ல் இந்தச் சட்டம் உருவானது. உருவாக்கினவர்கள் ரௌலெட்டு, குமாரசாமி சாஸ்திரி, சந்திரமித்தர் ஆகிய மூவர்.

இந்தச் 'சதிச் சட்ட' அறிக்கையில் சாவர்கர், வ.வே.சு. ஐயர், அரவிந்தர், பரீந்திரர், திலகர், லாலாஜி முதலிய தேச பக்தர்களின் புரட்சி வரிசைகளை இராமாயணமாக எழுதித் தீர்த்தது பிரிட்டிஷ் அதிகார வர்க்கம். ஐந்து பேர் கூடிப் பேசக் கூடாது! 'தேசம்' என்றால், சிறைவாசம்! 'விடுதலை என்றால், விலங்கு', எதிர்த்தால், எமலோகம், ஒற்றர் விழிகள் குற்றங் காணப் புலிப் பார்வையுடன் சுற்றுகின்றன.

பதிதபாவனனாக எழுந்தார் காந்தி மகான். வல்லபாய் படேல், "அவசரம், முன்செல்வோம், துணிந்து எதிர்ப்போம்" என்றார். காந்தி தீவிரமாகச் சிந்தித்தார். 'ஹர்த்தால்' என்ற மருந்தைக் கண்டுபிடித்தார். ஹர்த்தால் என்றால் வேலை நிறுத்தம். நமது இந்தியப் பண்பாட்டுடன் ஒட்டிய சாதனையே அது. ஸ்ரீராம நாம

பஜனை செய்து, தேசத்தைக் காக்கத் தெய்வத்தைத் தொழும் நாள் அதுவே.

மகாத்மா காந்தி அந்தச் சமயம் சென்னை, மதுரை முதலிய இடங்களில் அன்பர்களைப் பார்த்து விட்டுப் புதுச்சேரிக்கு வந்தார். அரவிந்தரைத் தரிசிக்க முயன்றார். முடியவில்லை. வீரக் கலைமணியான வ.வே.சு. ஐயரைப் பார்த்தார். காந்தியைக் கண்டதும் ஐயர் உள்ளம் உருகிவிட்டது, பேச முடியவில்லை. நாக்கு தழதழத்தது.

ஐயர்: நமஸ்தே மகாத்மாஜி! நாங்கள் தேச விடுதலைக்காகத் துடிக்கிறோம். கண்ணீர் வடிக்கிறோம். துப்பாக்கி பிடிக்கிறோம்.

காந்தி: துப்பாக்கி பயன்படாது. அன்னியர் அதைக் கொண்டுதான் நம்மை அடக்கி வைத்திருக்கிறார்கள். நாம் அதை விடத் தீவிரமான ஆயுதத்தைக் கையாள வேண்டும். பிரிட்டிஷ் பீரங்கியை நமது கள்ளத் துப்பாக்கி எதிர்க்க முடியாது. அந்த நினைப்பே வேண்டாம்.

ஐயர்: துள்ளும் வீர உள்ளத்திற்கு வழியென்ன? நாம் ஏன் கரிபால்டி, நானா சாகேப் போன்று படை சேர்த்துப் போராடக் கூடாது?

காந்தி: கரிபால்டி தனது படைகளுக்கு முன்னும் பின்னும் ஒன்று சொன்னான். அதுவே 'தியாகம்'. நமக்கு அது போதும், சத்தியாக்கிரகமே சமயத்திற்கேற்ற ஆயுதம். பகைவனைப் பகையோம்; அவனைச் சுடோம்; இரத்தம் வடியோம்! நமது இரத்தத்தைக் கொடுப்போம்; நமது அச்சத்தைச் சுடுவோம். ராமநாம பேரிகை கொட்டி, ரணகளத்தைத் தூண்டுவோம். ஆத்ம தீரத்தை விளக்குவோம். இப்போது 'சதிச் சட்டம்' வந்திருக்கிறது. அதை மறுத்து நாடு முழுதும் எழுந்து ஹர்த்தால் நடத்துவோம்... ஐயரே, துப்பாக்கியைக் கடலில் எறிந்து விட்டு வாரும். அச்சமற்ற தியாகத்தை அணிந்து வாரும். வெற்றி நமதே

ஐயர்: மஹாத்மாஜி! அன்று கண்ணன், விஜயனுக்கு 'பகைவரைக் கொல்' என்றான். இன்று தாங்கள் 'அச்சத்தைக் கொல்லு; ஆத்ம சக்தியால் வெல்லு' என்கிறீர்கள். இதோ திரிகரண சுத்தியுடனே தங்களைப் பின்பற்றுகிறேன்... எனது நண்பர் கவிபாரதி இருக்கிறார். அவரையும் அழைக்கிறேன்.

ஐயர், சுபத்திராவைப் பாரதி வீட்டிற்கு அனுப்பினார். பாரதியார் இன்னும் வீட்டுக்கே வரவில்லை என்ற தகவல் வந்தது. ஐயர் வருத்தப்பட்டார். காந்தி விடைபெற்று, வண்டியேறி விட்டார்.

ஐயர் அவரை அனுப்பி விட்டுத் திரும்பி வந்ததும், பாரதியாரும் வந்து சேர்ந்தார்.

பாரதி: எங்கே காந்தி? எங்கே எம்மான்!

ஐயர்: அடடா! பாரதி, அவர் இப்போதுதான் வண்டியேறினார். வண்டி புறப்பட்டு விட்டதே. நீர் எங்கே சென்றீர்? சுபத்திராவை அனுப்பினேன். நீர் வீட்டில் இல்லையாமே!

பாரதி: அடடா! பிழை செய்தேன். கிருஷ்ணபிள்ளை தோட்டத்தில் இயற்கையின்பத்தில் சுற்றித் திரிந்தேன். நல்ல வாய்ப்பை நழுவ விட்டேன்.... ஹஹ்ஹா! எப்போது காண்பேனோ எம்மானை!

ஐயர், காந்திக்கும் தமக்கும் நடந்த பேச்சைச் சொன்னார். அப்போதே 'வாழ்க நீ எம்மான் காந்தி' பாரதியின் மனத்தில் உருவாகிவிட்டது. காந்தி வழியே சாந்தி!

பாரதியாருக்கு ஒரே இடத்தில் இருக்கப் பிடிக்காது. மனம் போன போக்கில் பாடிக்கொண்டு இங்கும் அங்கும் வட்டமிட்டுக் கொண்டிருப்பார். புதுச்சேரியில் எத்தனை நாள் அடைந்து கிடப்பது? "அச்சமில்லை.... அச்சமில்லை நான் அமரன்.... அமரன்" என்று ஒருநாள் கிளம்பினார். வீரநடை போட்டுக் கடலூருக்கு வந்துவிட்டார். ஒற்றர் அவரைப் பிடித்துச் சிறையிட்டனர். "காரணத்தைச் சொல். பிறகு கைது செய். நீயும் இந்திய மகன், நானும் இந்திய மகன். நமது நாட்டுக்கு விடுதலை வேண்டாமா? சொல்லடா...."

போலீசுக்கு மிகவும் மகிழ்ச்சி. நெடுநாள் முயன்றது கைகூடியது; தந்தி பறந்தது. சென்னை சர்க்கார் 34 நாள்* பாரதியாரைக் காவலில் வைத்தது. 'சுதேசமித்திரன்' ஆசிரியர் அரங்கசாமி ஐயங்காரும், துரைசாமி ஐயரும் முயன்று, 'அரசியல் பேசுவதில்லை' என்ற உறுதிபெற்று, பாரதியாரை விடுவித்துச் சென்னைக்கு அழைத்துச் சென்றனர். பாரதியார் இரண்டு ஆண்டுகள் கடயம், எட்டையபுரம் முதலிய இடங்களில் சுற்றித் திரிந்து, சென்னைக்கு வந்து 'சுதேசமித்திர'னில் அமர்ந்தார்.

1920–மார்ச்சு** மாதம் மகாத்மா காந்தி சென்னைக்கு வந்தார். சென்னையில் காந்தி ஒரு மாணிக்கவாசகரைக் கண்டுபிடித்திருந்தார். அவர்தான் சக்கரவர்த்தி ராஜகோபாலாச்சாரியார்.

சென்னை வந்தபோது, காந்தி ராஜாஜி வீட்டிலேயே தங்கினார். ராஜாஜியுடன் சிந்தித்த வண்ணம் இருந்தார்.

அந்தக் காலத்தில் பாரதியார், பார்த்தசாரதி கோயில் மண்டபத்திலோ திலகர் கட்டத்திலோ கூட்டம் போட்டு சுதந்திர நாதம் செய்து வந்தார்.

காந்தி வந்திருக்கிறார் என்பதைப் பத்திரிகையில் பார்த்ததுமே, "கடற்கரையில் கூட்டம் போடுவோம்; நாம் பேசுவோம். காந்தி தலைமை வகிப்பார்" என்று தமது நண்பருக்குச் சொல்லிவிட்டு, நேராக ராஜாஜி வீட்டிற்கு வந்துவிட்டார். தொண்டர் அவரது வீராவேசப் புயலுக்கு வழிவிட வேண்டியிருந்தது. நேராக காந்தியிடம் போய், வெகுநாள் பழகிய நண்பன் போல அருகே மண்டியிட்டு அமர்ந்து, "மிஸ்டர் காந்தி..." என்று தொடங்கினார். காந்தி, மூக்குக் கண்ணாடியில் ஊடுருவி ஆளைப் பார்த்தார்.

ராஜாஜி: இவரே தமிழ் நாட்டுக் கவி – பாரதி.

பாரதி : மிஸ்டர் காந்தி! இன்று கடற்கரையில் கூட்டம். தாங்கள் விஜயம் செய்து தலைமை தாங்கி, நடத்திக்கொடுக்க வேண்டும்.

காந்தி : (மகாதேவ தேசாயிடம்) நமது நிகழ்ச்சி நிரல் என்ன? மாலையில் வேறிடம் கூட்டம் உண்டா?

தேசாய்: பல நிகழ்ச்சிகள் உள்ளன. இன்று நேரமில்லையே!

காந்தி: கூட்டம் பற்றி மகிழ்ச்சி; இன்று வேறு அலுவல் உள்ளதே!

பாரதி: திருவுள்ளம் நடக்கட்டும் காந்திஜி – தங்கள் சத்திய இயக்கம் வாழ்க – வெற்றி கூறுகிறேன்.

பாரதியார் எழுந்தார். கிறிக்கிக் கட்டின் வால் அப்படியிப்படி அசைந்தது. காந்தியை ஒரு நிமிஷம் பார்த்தார். 'நமஸ்தே' என்றார். சிட்டாகப் பறந்து சென்றார். கோயில் மண்டபத்தில் அமர்ந்தார். அப்போது மாலை வழிபாட்டு மணி அடித்தது. சங்கு முழங்கியது. பாரதி வாணியும் சங்கு ஒலித்தது. அற்புதமான பாசுரம் வெளிவந்தது.

"ஊதுமினோ சங்கம்
    ஒலிமினோ பேரிகைகள்
வேதனையோ இனியில்லை
    விடுதலையோ திண்ணமே."

சங்கு பேரிகைக்கு மேல் ஸ்தாயிஷட்ஜமத்தில் வீறிட்டது பாரதி குரல். கூட்டம் கூடிவிட்டது. "பெருமக்களே; காந்தி வந்து விட்டார். கண்டோம்; களி கொண்டோம்; இனிக் கவலையில்லை; மகாத்மா காந்தி வாழ்க!"

'எல்லோரும் வாழ்க' என்று மூன்றுதரம் வாழ்த்திய பின் புறப்பட்டது காந்தி பஞ்சகம் தூய பாசுரம்.

"வாழ்கநீ எம்மான் காந்தி
வையத்து நாட்டில் எல்லாம்
தாழ்வுற்று வறுமை மிஞ்சி,
விடுதலை தவறிக் கெட்டு
பாழ்பட்டு நின்ற தாமோர்
பாரத தேசந் தன்னை
வாழ்விக்க வந்த காந்தி
மகாத்மா! நீ வாழ்க வாழ்க!"

ஹே, மகாத்மா! நீ புவிக்குள்ளே முதன்மை பெற்றாய். இந்தியா உலகத் தலைமை வகிக்க வழிகாட்டினாய். அந்நியருக்கு அடிமை என்னும் வெய்ய பிணி வருத்தும் நாடு உய்யச் செய்தாய். நாகபாசத்தை மாற்ற சத்தியாக்கிரக மூலிகை கொணர்ந்தாய். கொலைப்போர் கொதிக்கும் அரசியலில் அறவழி புகுத்தினாய். மன்னுயிரைத் தன்னுயிராகக் கருதுதல், உயிர்க் கூட்டத்தைக் கடவுள் வடிவமென மதித்தல், ஆத்ம பலத்தால் பகையை வெல்லுதல் ஆகிய வழியினைக் காட்டினை! ஒத்துழையாமை என்ற சஞ்சீவியைத் தந்தாய். அதன் பயன் நெருங்கி வருகிறது.

"நெருங்கிய பயன்சேர் ஒத்துழையாமை
நெறியினால் இந்தியா விற்கு
வருங்கதி கண்டு பகைத்தொழில் மறந்து
வையகம் வாழ்க நல் லறத்தே"

காந்தி சென்னையை விட்டு, பம்பாய் சேர்ந்ததும் அவருக்கு எல்லைச் சிறை வந்தது. ஜாலியன் லாலா படுகொலை நடந்தது. நாடு, வீறுகொண்டெழுந்தது. விடுதலைக்கு வேகமான வழி துவங்கியது. காந்தியின் உள்ளத்தைக் கவி, தெள்ளத் தெளிய விளக்கினார்.

மாடசாமி

இன்று இந்தியா வெள்ளையரிடமிருந்து விடுதலை பெற்றது; இந்த விடுதலைப் பாதையில் எத்தனையோ தியாகிகளின் இரத்தம் படிந்திருக்கிறது; பலரை நாம் மறந்து விடுகிறோம்; மிகச் சிலரையே

நினைக்கிறோம்; ஏராளமான தியாக வீரரின் பெயர்கூட மறைந்து விடுகிறது, கால வெள்ளத்தை மீறி நிற்கும் பெயர்கள் மிகச் சிலவே திலகர், காந்தி, நேரு, போஸ், பாரதி, தாகூர் போன்றவையே. ஆனால் உள்ளத் துடிப்பை வைத்து அளந்து பார்த்தால் மறைந்த மாணிக்கங்கள் பலருடைய மாண்பை அறியலாம்.

இந்திய சுதந்திரத்திற்காகவே வாழ்ந்த தியாக வீரருள் நமது வ.வே.சு. ஐயரை மறக்க முடியாது. அவர் அருங்கலைச் செல்வர்; பன்மொழிப் புலவர்; சீரிய நேரிய நன்னடைப்பெரியார்; சுபாஷ் போஸ் போலவே வீரக்கனல்; லண்டனிலும் பாரிஸிலும், புதுச்சேரியிலுமிருந்து அவர் செய்த வீரச்செயல்களும், தேசத்திற்காக அவர் செய்த பயங்கரமான தியாகங்களும் சரித்திரப் புகழ்பெற்றவை.

அத்தகைய ஐயர் மஹாதீரன் என்று மெச்சிய ஒரு வீரனை நாம் இன்று நினைப்போம் – மாடசாமி; இந்தப் பெயரை இன்று மிகச் சிலரே அறிவார்கள். கவிக்குயில் பாரதியாரும், கலைவீரர் ஐயருக்கும் கண்ணாகவும் கையாகவும் இருந்து உதவிய வீரர் மாடசாமி. நல்ல கட்டுமஸ்தான உடல்; தமிழ்ப்பண்புள்ள நடை; உரமான பேச்சு; நிமிர்ந்த நடை; நேரிய பார்வை; சமயோசித புத்தி; எதிரியை மடக்கும் திறமை; போர்த்தினவு – இவையே மாடசாமி.

ஐயர் அந்தக்காலம் கரிபால்டி, நானா சாகெபு போன்றும், குருகோவிந்த சிங்கன் போன்றோரும், தேச சுதந்திரத்திற்காக வாளைத் தீட்டினார். புதுச்சேரியில் ஒரு தோட்டத்தில் வீரப் பயிற்சியளித்தார். அப்பயிற்சி பெறுவோர் பாரதமாதாவையே மஹாகாளி சக்தியாக வணங்கவேண்டும்; தேசசேவைக்கே தங்கள் உடல் பொருள் ஆவியை அர்ப்பணிக்க வேண்டும். வாட்பயிற்சியும் துப்பாக்கிப் பயிற்சியும் பெறவேண்டும்; பலாத்காரத்தால் அன்னியரை விரட்டியடித்து, நாட்டை விடுதலை செய்ய இரத்தம் சிந்தவேண்டும். தங்கள் இரகசிய சங்கத்தில் நடப்பதை வெளியே பேசக்கூடாது; எல்லாம் அடக்கமாக நடக்க வேண்டும்.

இந்த வீரசுதந்தர சங்கத்தில் சேர்ந்தவனை ஐயர் நன்றாகச் சோதிப்பதுண்டு; அவர்களுடைய முதல் சோதனை, வாளால் கையில் சிறிது அறுத்து இரத்தமெடுத்து, பாரத மாதாவுக்குப் பொட்டு வைத்து, வீர சுதந்தர விரதம் எடுத்தலேயாகும்.

ஐயர் ஒருநாள் தோட்டத்திற்குப் புறப்பட்டுக் கொண்டிருந்தார்; அவருடன் நான்கு வீரரும் புறப்பட்டனர்; அப்போது ஒரு வீரத் தமிழன் வந்தான்; ஐயர் சட்டென்று கூடத்திற்குப் போனார்; தமிழன் அவரைத் தொடர்ந்தான்; "வந்தே மாதரம்!" என்றான்.

ஐயரும் வந்தேமாதரம் போட்டு, விளக்கு வெளிச்சத்தில் ஆளை அளந்து பார்த்தார். கண்கொட்டாமல் சிங்கவிழியால் அவன் விழிகளை ஊடுருவிப் பார்த்தார். – இஹும் – என்றொரு கனைப்புடன் பேச்சுத் தொடங்கினார்.

ஐயர்: நீர் யார்? எங்கே வந்தீர்?

மாட: என்பெயர் மாடசாமி; உங்களிடமே வந்தேன்.

ஐயர்: எதற்காக?

மாட: என் ஆத்திரந்தீர ஒரு காரியம் செய்வதற்காக.

(ஐயர் அவனை ஒற்றன் என்றே ஐயுற்று, ஒருநிமிஷம் வைரப் பார்வை பார்த்தார்.)

ஐயா நான் ஒற்றன் என்று சந்தேகிக்க வேண்டாம். என் மீசை துடிக்கிறது; என் உள்ளம் துடிக்கிறது; என் கை துடிக்கிறது; எதற்குத் தெரியுமா? எனது நாடு வெள்ளையரிடமிருந்து விடுதலை பெறத்தான்.

ஐயர்: அதற்காக நீர் என்ன செய்யப் போகிறீர்?

மாட: நீர் என்ன செய்யப் போகிறீர்? அதையே நானும் செய்வேன்.

ஐயர்: நான் என்னப்ப செய்யப் போகிறேன்? ஏதோ இலக்கிய சிருஷ்டிக் கனவு கண்டு கொண்டு, ஒற்றர் தொல்லைகளைப் பொறுத்துக்கொண்டு, இங்கே வசிக்கிறோம்.

மாட: ஐயரே! இலக்கியம் கிலக்கியமெல்லாம் பிறகு எழுதிக் கொள்ளலாமே. நாடு கொள்ளை போகிறது; அடிமைச் சங்கிலி வரவர இறுகிக் கொண்டிருக்கிறது. அதை வெட்டியெறிவதுதான் முதல் வேலை...

ஐயர்: சங்கிலியை வெட்டும்போது கையை வெட்டி விட்டால்

மாட: கழுத்தை வெட்டினாலும் கவலையில்லை ஐயா! அடிமைச் சங்கிலி அறுபட்டாலே போதும்.

ஐயர்: அதை அறுக்க நம்மாலாகுமா?

மாட: ஆகும் என்றுதானே நீங்களெல்லாம் சர்வத்தியாகம் செய்து இங்கே வீரச்சங்கம் நடத்துகிறீர்கள். ஐயரே, நான் அறிந்தே வந்தேன்.

ஐயர்: என்ன அறிந்து வந்தீர்?

மாட: சென்ற ஆண்டு, மண்டயம் ஸ்ரீ நிவாசாசாரியார் வீட்டிற்கு ஒரு சாகெபு வந்தார்; அவரைச் சிலர் துருக்கரென்றே எண்ணியிருந்தனர். இந்தத் துருக்கர் கெய்ரோவிலிருந்த ஹஜ்ஜு யாத்திரைக்குப் புறப்பட்ட பக்கிரி சாகெபுகளுடன் சேர்ந்து கப்பலேறி அல்லாஹு அக்பர் போட்டுக் கொண்டே பம்பாய்க்கு வந்து சேர்ந்தார். அங்கே இறங்கி இரகசியமாக நாசிக் சென்று அபிநவ பாரத சங்கத்தினருடன் ஏதோ பேசினார். அப்போ ஜாக்ஸன் கொலை வழக்கு நடந்தது. ஸாவர்கார் கைதிக் கூண்டில் வீறிட்டு கொண்டிருந்தார். அவர் சிறைக்குள் "மார்சேலில் செய்த வீரச்செயலை உலகம் வியக்கிறது" என்றொரு சீட்டெழுதி நுழைத்துவிட்டு, அந்தப் பக்கிரி மறுபடியும் கப்பலேறிக் கொழும்பு வழியா இங்கே வந்து சேர்ந்தான்.

ஐயர்: யாரந்தப் பக்கிரி ஏதோ கதை பேசுகிறீரே.

மாட: சாமி, அந்தப் பக்கிரிதான் லண்டனில் சாவர்காருக்கு வலது கையாயிருந்தவர்; அவரே டிங்கிரா கையில் ஏற்றியவர்; அவரே கர்சான்வில்லை கொலைக்குப் பிறகும் லண்டனில் கூட்டம் போட்டு "தேசத்திற்காக இரத்தம் சிந்துங்கள்" என்று வீறிட்டார். கார்சான்வில்லிக்காக நடந்த அனுதாபக் கூட்டத்தில் சாவர்கார் டிங்க்ராவை மெச்சி பேசினார்; ஆங்கிலேயர் 1857முதல் செய்த படுகொலை அட்டூழியங்களைக் கண்டித்தார். அப்போது ஒரு சார்ஜெண்டு சாவர்காரை முகத்தில் அறைந்தான்; சாவர்காரின் மூக்குக் கண்ணாடி உடைந்து இரத்தம் சிந்தியது; உடனே தன் கைக்குட்டையால் இரத்தத்தை துடைத்துச், சட்டைப் பையிலிருந்து ரிவால்வரை எடுத்து, அந்த சார்ஜேண்டைச் சுடப் போனார்; சாவர்காரே அவரைத் தடுத்தார். அவரே சாவர்காரைச் சிறையில் பார்த்துத் தாமும் சிறை புகுவதாகச் சொன்னார். "நண்பா, போ... இந்தியாவுக்கு; அங்கே வேலை ஏராளமாயிருக்கிறது" என்று முடுக்கினார். ஐயர் விக்ரமசிங்காகிப் பாரிஸுக்கு வந்தார். மாதாம் காமாவுடன் தங்கிப் போர் பயிற்சியில் தேர்ந்தார். இச்சமயமே சாவர்காரைப் பிரிட்டிஷ் புலிகள் கப்பலில் இந்தியாவுக்குக் கொண்டு சென்றனர். மார்சேல்ஸில் சாவர்கார் மிகத் தந்திரமாக அறைக் குழாய் வழியாகக் கடலில் இறங்கி அலைகளை நீந்திக் கரைக்கு வந்து சேர்ந்தார். அங்கே ஐயர் மோடார் வைத்துக் காத்துக் கொண்டிருந்தார். ஆனால் அதற்குள் பிரெஞ்சு போலீஸ் அவரைப் பிரிட்டிஷ் புலிகளிடம் பிடித்துக் கொடுத்துவிட்டது.

ஐயர்: (விநயச் சிரிப்புடன்) இதெல்லாம் உமக்கு எப்படித் தெரியும்?

மாட: சரியான பேர்வழியிடமே கேட்டுத் தெரிந்தது – இன்னும் எத்தனையோ தெரியும்.

ஐயர்: சரி பேசாமலிரும். சுற்றிலும் ஒற்றர்.

மாட: ஐயரே நீர் ஒற்றருக்குப் பயந்த பேர் வழியா? அவர்கள் கவனத்தைப் பிறவற்றின் பக்கம் திருப்பிவிட்டு டபாய்த்த பேர் வழியல்லவா நீர்? "நான் பிரேஜிலுக்குக் கப்பலேறிச் செல்கிறேன்; இனி இந்தியாவுக்கு வரமாட்டேன் என்று கட்டுக் கட்டாய்க் கடிதம் எழுதி மாதாம் சாமாவிடம் கொடுத்துவிட்டு

ஐயர்: உஷ்... போதும் கதை ... உமக்கெப்படித் தெரியும் நான் கடிதம் எழுதியது.

மா: ஐயா, நீர் பாரிஸிலிருந்து புறப்பட்டு இந்தியாவுக்கு வந்து கொண்டிருந்த போது தான் மாதம் சாமா கடிதக் கட்டுகளை ஒவ்வொன்றாகக் காலி செய்து தபாற் பெட்டியிற் சேர்த்தாள். கடைசிக் கடிதத்தில் தாங்கள் நான் பிரேஜிலில் விவசாயம் செய்து கொண்டிருப்பேன்; அங்கே நிலம் மலிவு; எனக்குதவியாக ஏராளமான தமிழர் வேண்டும். விரும்பினவர்களைச் சேர்த்து அனுப்பலாம் என் அப்பாவுக்கு வந்த கடிதத்தை நான் அறிவேனையா.

ஐயர்: இந்த உளவறிந்த நீர் ஒற்றரே, போம் வெளியே.

மாட: ஐயா நான் ஒற்றனில்லை.... ஒற்றனுக்கு விரோதி; எந்தச் சர்க்காருக்கு ஒற்றநாய் வேலை செய்கிறானோ அந்தச் சர்க்காருக்கு முழு விரோதி – பாரும் தீட்டி வைத்திருக்கிறேன்

மாடசாமி: திடீரென்று தன் இடுப்பில் மறைத்து வைத்த வாளை எடுத்துப் பளபளவென்று காட்டினான். ஐயர் கலகலவென்று சிரித்தார். அந்த வாளை வாங்கிப் பார்த்தார்.

ஐயர்: சரி, இதைக் கொண்டு என்ன செய்யப் போகிறீர்.

மாட: என்னவா? இதனாலே தான் என் வீர விரதம் முடியப் போகிறது... நமது தேசத்தைப் பாழ்படுத்தும் அன்னியர் விதியும் முடியப்போகிறது...

ஐயர்: உமது பேச்சு உண்மையா? உமது நெஞ்சம் தேச பக்தியால் துடிக்கிறதா?

மாட: ஆம், ஆம் ஐயா ஆம். எனது நெஞ்சில் வேகும் தீ லண்டனுக்குத் தாவுகிறது... நான் பாரத மாதாவின் பலிதானம்...

ஐயர்: உமது பலிதான உணர்ச்சி உண்மையானால், இதே வாளால் கையில் இரத்தம் அறுத்துக் காட்டும்; தன் இரத்தம் சொட்டக் காண்பதே புரட்சியின் முதல் சிக்ஷை

மாடசாமி: தாமதிக்கவில்லை... மணிக்கட்டில் சட்டென்று ஒரு குத்துக் குத்தினான் இரத்தம் இரத்தினமாலை போல் சொட்டியது. அதில் ஒரு துளி எடுத்து ஐயருக்கே பொட்டு வைத்தான். பிறகு மஹா காளிக்குப் பொட்டு வைத்தான்.

ஐயர்: மாடசாமி! உன் இரத்தம் புனிதமான வீர ரத்தம். இனி நீ அடுத்த காரியத்தைச் செய்யலாம். உன் வாளும் புனிதமானது

இப்படிப் பேசியபோதே பாரதியார் வந்து சேர்ந்தார். உடனே கலகலவென்று சிரித்தார்.

பாரதி: அட மாடசாமியா? எனக்கு முன்னே வந்துவிட்டாயே. ஐயரே, ஆளைப் பாருங்கள். சரியான வீரன் – உமக்கேற்ற வீரன் – அட இதென்ன இரத்தம்....? ஆஹா! அதற்குள் காட்டி விட்டாயா உன் வீர வரிசையை.

"ஓம் சக்தி ஓம் சக்தி – பராசக்தி
ஓம் சக்தி ஓம் சக்தி ஓம்...
வெற்றி வடிவேலன் – அவனுடை
வீரத்தினைப் பணிவோம்
சுற்றிநில்லாதே போ – பகையே
துள்ளிவருகுது வேல்."

பாரதியார் மெச்சிய பிறகு ஐயருக்கு உறுதி ஏற்பட்டது.

அன்று முதல் மாடசாமி புதுவைப் புரட்சி இயக்கத்திற்கு உயிராயிருந்தான். ஐயருக்குக் காவலும் உதவியுமாயிருந்தான். ஆயுதங்களை வர வழைப்பது, ஒளித்து வைப்பது, தருவது பெறுவது, பழக்குவது எல்லாவற்றிலும் ஐயருக்குத் துணை செய்தான். ஆஷ் கொலைக்குப் பிறகு ஐயருக்கு ஏற்பட்ட ஆபத்துக்கள் பல. அவற்றைத் தாண்ட ஐயருக்கு அரிய உதவி செய்து மந்திரி போல விளங்கினான் மாடசாமி. மாடசாமியை ஒற்றர் துரத்திய மணியமாயிருந்தனர். ஆனால் ஆசாமி நாளொரு வேஷம் பொழுதொரு இடமாயிருந்து, ஒற்றர் கண்ணில் பொடி தூவினான். இவ்வளவு ஆபத்தோடும் மாடசாமி யாரையும் பிச்சை

கேட்டதில்லை. பொய் சொன்னதேயில்லை – ஒருநாள் அவன் பரதேசிக் கோலத்துடன் ஒரு வீட்டில் இரகசியமாக – ஒரு தேசீயப் பணியில் ஈடுபட்டிருந்தான். ஒற்றர் வந்துவிட்டனர். ஒருவன் மெல்ல உள்ளே புகுந்து "தாங்கள் யார்? என்ன பெயர்" என்று கேட்டான்.

"ஐயா நான் யார்! என்று அறியத் தானே இவ்வளவு பாடுபடுகிறேன். நானார் என்பதை அறிந்துகொண்டால், இந்த உடல் இங்கே இராதே – ஹர – பரமசிவம்... என்னப்பனே..." என்று விபூதி இட்டுக் கொண்டு அப்படியே கண்ணை மூடிக் கொண்டான்... ஏதோ ஞானப் பைத்தியம் என்று அந்த ஒற்றன் சென்றான்... மற்றோர் ஒற்றன் "அந்தப் பரதேசியை நல்லாப் பார்க்கணும்" என்று மெல்லப் புகுந்தான்.

பரதேசியைக் காணோம். சட்டை போட்ட ஒரு கனவான் வீட்டுப் பின்புறம் சென்று எங்கோ மறைந்தார்.

இப்படி மாடசாமி பல தடவை ஒற்றரை ஏமாற்றி ஒளிந்து திரிந்தான். ஒரு முறை அவனுக்குக் கொடிய அதிசாரம் கண்டது; வைத்தியரிடம் அவனைக் கொண்டு செல்ல நண்பர் வந்தனர்... "ஐயர் வைத்தியசாலைக்குச் சென்றால் என் பெயர் சொல்லியே மருந்து வாங்க வேண்டும்."

நண்பர்: ஏன் புனைபெயர் சொல்லி விடலாமே – கேட்டால் இந்த வீட்டு விருந்தாளி – மதுரைப் பேர்வழி என்கிறோம்.

மாட: அதுசரியில்லை; அப்படிப் பொய் சொல்லி பிழைப்பதை விட நான் நோயால் இறப்பதே மேல்.

மாடசாமி எந்த வைத்தியரையும் நாடவில்லை – பாரத மாதாவையும் ஐயரையுமே நினைத்துத் தைரியமாயிருந்தான் நோயும் தீர்ந்தது.

அந்தக் காலமே முதல் உலகப்போர் கடுமையாக நடந்தது. எம்டன் இந்தப் பக்கம் வந்தது. ஒற்றர் ஐயரை இரவும் பகலும் காவல் காத்தனர். ஐயரை அல்ஜீர்யாவுக்கும் அனுப்ப முயன்றனர் – பலிக்கவில்லை. அக்காலம் துருக்கி ஜர்மனியுடன் சேர்ந்தது.

மாடசாமி உள்ளம் துடிதுடித்தது. "ஐயரே போரில் சேர்ந்தாவது என் வீரத்தினவைத் தீர்க்கிறேன்" என்று கிளம்பினான்.

பாரதியாரும் ஐயரும் விருந்து வைத்து நல்லுரை கூறி, மாடசாமியைக் கப்பலேற்றினர். மாடசாமி துருக்கியில் நடந்த

போரில் கலந்து வாட்பணி செய்து திரும்பினான். அதன்பிறகு அவன் தீரா நோயால் வருந்தினான் – எனினும் தேசத்தையும் ஐயரையும் மறக்கவில்லை.

மாடசாமி தன்வாளை ஐயரிடமே தந்தான். “தேசமே என்பாசம் – தேசம் விடுதலை பெறுவதே என் மோட்சம் – வந்தே மாதரம்” என்று மாடசாமி உடலை உதறிச் சென்றான்.

மாடசாமி வாளைத்தான் ஐயர் இறுதி மட்டும் வைத்திருந்தார். அந்த வாளை நான் ஒரு நாள் எடுத்துப் பதம் பார்த்துக் கொண்டிருந்தேன். உறுதியான உருக்கு வாள் என்றேன். “இதைப்பிடித்த கையும் உறுதியான உருக்குக் கை” என்று ஐயர் மாடசாமிக் கதையைச் சொன்னார்.

ஏ. ரங்கநாதன்

பாரதியாரை நேரில் கண்டேன்

பாரதியாரை நான் 1916-ஆம் ஆண்டு சென்னையில் பார்த்தேன்*. அப்பொழுது எனக்கு வயது பத்து. அந்த இளம் வயதில் நான் அவரைக் கண்டதும், அவருடைய சொற்பொழிவைக் கேட்டதும் என் மனத்தில் பசுமரத்து ஆணி போல் பதிந்துவிட்டன. ஐம்பது வருடங்களுக்கு மேல் கழிந்த பிறகும், பாரதியாரின் உருவம் என் மனக்கண் முன் தோன்றுகிறது. அவருடைய வன்மை மிக்க சொற்கள் என் காதில் கேட்கின்றன. குறிப்பாக, அவருடைய ஒளி மிகுந்த கண்களை நான் மறக்கவே முடியாது.

அரசியல் சூழ்நிலை அபாயகரமாயிருந்த அந்தச் சமயத்தில், சென்னை ஜார்ஜ் டவுன், பிடாரியார் கோயில் தெருவில் இயங்கிவந்த

---

* 1916ஆம் ஆண்டு பாரதி சென்னையில் இல்லை. புதுவையில் அரசியல் அகதியாக இருந்தார். 1918 டிசம்பருக்கு பின்பே இந்திய எல்லைக்கு வந்தார்.

'சரஸ்வதி பாலிகா பாடசாலை' என்ற ஒரு பெண் பள்ளியின் நிர்வாகிகள், பள்ளியின் ஆண்டு விழாவின் போது, சொற்பொழிவு ஆற்ற வேண்டுமென்று பாரதியாரைக் கேட்டுக் கொண்டது மிகவும் துணிச்சலான செயல் என்றே சொல்லவேண்டும். 1916–ம் ஆண்டு சில நண்பர்களின் வேண்டுகோளுக்கு இணங்க, பாரதியார் செய்த இந்தச் சொற்பொழிவின் தலைப்பு, 'தியாகம்' என்று எனக்கு நன்றாக நினைவிருக்கிறது.

பாரதியாரின் சொற்பொழிவைக் கேட்ட எவரும் அவரை ஒரு பிரமாதமான மேடைப் பேச்சாளர் என்று சொல்ல முடியாது. ஆனால், அவர் தம்முடைய கருத்துக்களை, அவையிலுள்ளவர்கள் புரிந்து கொள்ளும்படி, எளிய தூயத் தமிழில், பொதுவாக; நிதானமாகவும், சில சமயங்களில் உணர்ச்சி வசப்பட்டும் பேசினார். அன்று முதல் இன்று வரை என் நினைவில் உள்ள சில நிகழ்ச்சிகள்:

கூட்டத்தில் அவர் பேசி முடிப்பதற்குச் சில விநாடிகளுக்கு முன், "நான் எப்பொழுதுமே பொதுவாகச் சம்பிரதாயங்களை நம்புவதில்லை. ஆகையால், என் பேச்சு முடிந்ததும், வழக்கமாகச் சொற்பொழிவாளர்களுக்குக் கூறும் நன்றி உரையை எனக்கு வழங்க வேண்டாம் என்று மிகவும் தாழ்மையுடன் காரியதரிசியைக் கேட்டுக் கொள்கிறேன். இந்தப் பள்ளியின் நிர்வாகிகள் என்னை மதித்து, பேசும் படி அழைத்தார்கள். நானும் ஒப்புக் கொண்டு, எனக்குத் தெரிந்ததைச் சொன்னேன். நீங்கள் யாவரும் இது வரை பொறுமையுடன் இருந்து என் பேச்சைக் கேட்டதே, நீங்கள் எனக்குச் செலுத்திய சிறந்த நன்றி."

நான் மேலே கூறியிருக்கும் சொற்கள் அத்தனையும் பாரதியார் சொன்னவை என்று, ஐம்பது ஆண்டுகளுக்குப் பின் நான் சொல்லத் துணியவில்லை. பாரதியார் சொன்னதாக என் நினைவிற்கு வரும் சொற்களே இவை.

சொற்பொழிவு முடிந்ததும் சபையிலுள்ள சிலர் பாரதியார் இயற்றிய தேசியப் பாட்டுக்களை அவரையே பாடும்படி கேட்டார்கள். பாரதியார் அவர்களின் வேண்டுகோளுக்கு உடன்பட்டுத் தாம் இயற்றிய சில தேசியப் பாடல்களை இசையுடன் பாடினார். அந்தப் பாடல்களில் ஒன்று 'ஜெயபேரிகை கொட்டடா' என்பது.

பாரதியார் தம்முடைய சொற்பொழிவை முடித்ததும், பள்ளி நிர்வாகிகளிடம் விடை பெறச் சென்றார். இந்தச் சமயம்

காரியதரிசி, கவிஞரிடம் இரண்டு ஒரு ரூபாய் நாணயங்களைக் கொடுத்து, "வண்டிச் செலவிற்கு வைத்துக் கொள்ளுங்கள்" என்றார் மரியாதையுடன். பாரதியார், புன்னகையுடன் அவற்றைக் கையில் வாங்கிக் கொண்டு, "ரொம்ப நன்றி. திருவல்லிக்கேணியிலுள்ள என் வீட்டிற்குப் போக 'டிராம்' செலவு ஒரு அணாதான் ஆகும். மேலும் என் வீட்டிற்கு இங்கிருந்து நடந்து போக என் தேகத்தில் வலிமை உண்டு" என்றார்!

ராஜாஜி

புதுச்சேரிக்குப் போய் பாரதியாரை பார்த்தோம்

இந்நாளில் பலர் பாரதியாரைப் பற்றித் தங்களுடைய சொந்த அனுபவங்களையும் ஞாபகங்களையும் சொல்லுகிறார்கள். அவர்கள் எல்லோரையும் விடப் பாரதியாரை எனக்கு அதிகமாய்த் தெரியும். இதற்குக் காரணம் என்னவென்றால், அவர்கள் எல்லோரையும் விட எனக்கு வயது அதிகம். அவருடைய மாமாவைத் தவிரச் சொல்லுகிறேன். வயது எனக்கு அதிகமானதினாலேயே சில விஷயங்களில் அனுபவம் அதிகமாய்த்தான் இருக்கவேணும்? 1906-ஆம் வருஷத்திலேயே பாரதியாரை எனக்குத் தெரியும். அவரும் நானும் கல்கத்தா காங்கிரஸுக்குப் போனோம். பாரதியார் தீவிரவாதி. நானும் அப்போது அப்படித்தான். அந்தக் காலத்தில் தீவிரவாதம் என்றால் சாதாரண விஷயம் அல்ல... சூரத் காங்கிரஸில் நாற்காலிகள் வீசி எறியப்பட்டன. செருப்புகளும் பறந்தன. ஆனால் இந்த அமர்க்களமெல்லாம் நடந்து

கொண்டிருந்தபோது பாரதியார் தூரத்தில் போய் ஸ்ரீ.ஜி.ஏ. நடேசனுடன் உட்கார்ந்து வேடிக்கை பார்த்துக் கொண்டிருந்தார். அவர் கவிஞராகையால் அப்படிச் செய்தார். கவிகள் சாதாரண மனிதர்களைப் போல இறங்கிவிட்டால் அவர்கள் கவிகளாயிருக்க முடியாது.

அந்தக் காலத்தில் பாரதியாரைப் போற்றும் விஷயத்தில் சாதியை யாரும் கவனிக்கவில்லை. உண்மையில் அவர் என்ன சாதி என்பதுகூட அநேகருக்கு அப்போது தெரிந்திருக்கவில்லை. நானும் என் நண்பர் ஒருவரும் ஒரு சமயம் புதுச்சேரிக்குப் போய்ப் பாரதியாரைப் பார்த்தோம். அப்போது எங்களுக்குள் பாரதியார் என்ன சாதி என்ற கேள்வி எழுந்தது. பாரதியார் மேல் பூணூல் இல்லையாதலால் விவாதத்தை எங்களுக்குள் தீர்த்துக் கொள்ளமுடியவில்லை. எனவே பாரதியாரையே கேட்டுவிடுவது என்று தீர்மானித்துக் கேட்டோம். அவர் பிராம்மண சாதி என்று அறிந்ததும், 'பூணூல் எங்கே?' என்று கேட்டோம். 'அது எங்கே போயிற்றோ? யார் கண்டது?' என்றார். இதை எதற்காகச் சொல்லுகிறேன் என்றால், நமது நாட்டில் எப்போதுமே கவிகளைப் போற்றும் விஷயத்தில் சாதி குறுக்கிட்டது கிடையாது என்பதற்காகத்தான்.

பாரதியார் பட்டினி கிடந்தார் என்று பலர் சொல்லுகிறார்கள். ஆனால் என்னுடைய அதிர்ஷ்டம், அந்தப் பாரதியாரே எனக்குச் சாப்பாடு போட்டார். சாப்பாடு ரொம்பவும் நன்றாகத்தான் இருந்தது. பாரதியாரின் வறுமையைப் பற்றி நாம் இப்போது ஓயாமல் வருத்தப்பட வேண்டியதில்லை. அவருக்கு ஏராளமாக யாராவது பணம் கொடுத்தாலும், ஒரு நாளில் செலவழித்து விட்டிருப்பார். அவரால் பணத்தைச் சேர்த்து வைத்துக் கொண்டு சௌக்கியமாக இருந்திருக்க முடியாது. அவருடைய சுபாவம் அது. அதனால்தான் அற்புதமான கவிகளைப் பாட முடிந்தது!

பாரதியார் திலகர் கோஷ்டியைச் சேர்ந்தவர். முதலில் அவருக்கு மகாத்மா காந்தியின் இயக்கத்தில் நம்பிக்கை இல்லை. ஆனாலும் அந்த இயக்கம் தேசத்தில் பலமாகத் திரண்டு எழுந்ததைக் கண்டதும் தமது கருத்தை மாற்றிக் கொண்டார். மகாத்மாவைப் பற்றி பாடலும் பாடினார்.

ரோஜாப் புஷ்பத்தின் வாசனையுள்ள தைலத்தை ஒரு புட்டியில் போட்டு விற்கிறார்கள். வாசனை அப்படியே தானிருக்கிறது. ஆனால், அது ரோஜாப்பூ ஆகுமா? மலரை நாம் பார்த்து முகர்ந்து அனுபவிக்கிற சந்தோஷம் புட்டியில் அடைத்த தைலத்தினால் ஏற்படுமா? கருத்து மட்டும் நன்றாயிருந்தால் அது வெறும்

வாசனைத் தைலம் மாதிரி; நல்ல கவிதை உருவம் அதற்கிருந்தால் ரோஜாப் புஷ்பம் மாதிரி. கவிதையையும் ரோஜாப் புஷ்பத்தைப் போல முழுமையாகப் பார்த்து அனுபவிக்க வேண்டும். இதழ் இதழாகப் பிய்த்து நாசம் செய்யக் கூடாது. மற்றும், ரோஜா புஷ்பம் உயர்வானதா, மல்லிகைப் புஷ்பம் உயர்வானதா என்பது போன்ற வீண் விவாதங்களும் செய்யக் கூடாது. நமக்கு ரோஜா, மல்லிகை எல்லாம் வேண்டியதுதான். சிலர் குழந்தைகளைப் பார்த்து, 'உனக்கு அப்பா வேண்டுமா? அம்மா வேண்டுமா?" என்று கேட்பதுண்டு. அப்படிக் கேட்பவர்களைக் கன்னத்தில் அறையலாம் என்று எனக்குத் தோன்றும். அது போலவே, கவிகளில் எந்தக் கவி உயர்ந்தவர் என்ற விவாதிப்பதும் தவறு. 'கம்பர் உயர்ந்தவரா, பாரதி உயர்ந்தவரா' என்றெல்லாம் விவாதிக்கக் கூடாது. நமக்குக் கம்பரும் வேண்டும்; பாரதியும் வேண்டும். உண்மைக் கவி என்று தெரிந்து கொண்டு எல்லாவற்றையும் அனுபவிக்க முயற்சிக்க வேண்டும்.

பாரதியார் உண்மையானக் கவி. எத்தனையோ மணமுள்ள மலர்களைச் சிருஷ்டித்துக் கொடுத்திருக்கிறார். தேசத்துக்கு அவசியமான எல்லா விஷயங்களையும் பற்றிப் பாடியிருக்கிறார். அவர் தொடாத விஷயம் இல்லை. ஆனால் சமூக சீர்திருத்தத்துக்காகவாவது அரசியல் கொள்கைகளுக்காவது கவிகளிடம் பிரமாணம் தேட வேண்டிய அவசியம் இல்லை. அப்படித் தேடினோமானால் சில சமயம் முரண்பட்டது போல் தோன்றும் கருத்துக்களைக் கண்டு குழப்பமடைவோம். அவ்வப்போது தேசத்தில் ஆவேசத்தை உண்டாக்கியிருந்த இயக்கங்களைக் குறித்துப் பாரதியார் பாடியிருக்கிறார். முக்கியமாக, நம் காலத்தில் பாரதியார் பிறந்து பாடியதனால் இந்தத் தமிழ் ஜாதியின் சக்தி அவிந்து விடவில்லை என்று நிச்சயமாய்த் தெரிகிறது. அப்பேர்ப்பட்ட கவிஞன் ஞாபகத்தை நாம் என்றென்றைக்கும் போற்ற வேண்டும். அப்படிப் போற்றுவதினால் இன்னும் பல கவிகள் தமிழ்நாட்டில் வருங்காலத்தில் தோன்றக் கூடும்.

பாரதியாருக்குச் சிறந்த ஞாபகச் சின்னம் அவருடைய பாடல்கள்தான். தமிழன் ஒவ்வொருவன் உள்ளத்திலும் அந்தப் பாடல்கள் ஊறிவிட வேண்டும். இதனால் வேறு ஞாபகச் சின்னங்கள் வேண்டாம் என்பதில்லை. ஞாபகச் சின்னக் கட்டிடங்களும் அவசியமானவைதான். பாடல்கள் பரவுவதற்கே இவை உபயோகமாயிருக்கும்.

எனது ஆசை என்னவென்றால் ஆண் குழந்தைகள் பெண் குழந்தைகள் எல்லோரும் பாரதியார் பாடல்களை நன்றாகப்

பாடக் கற்றுக்கொள்ள வேண்டும். பிறகு ரொம்ப நாளைக்கு பிரயோஜனப்படும். பாரதி நம் தமிழ்நாட்டுக்குப் பெரிய கவி. முன் காலத்திலிருந்த கவி போன்றவர். நம் நாட்டில் தேசபக்தியை அவர் பாட்டினால் ஏற்படுத்தினார். தேசபக்தி மட்டுமல்ல, தெய்வ பக்தியையும் உண்டாக்கினார். தேசபக்தி, தெய்வ பக்தி இரண்டையும் தூண்டி அவரது பாட்டுக்கள் உணர்ச்சியையும் உண்டாக்கின. அது மட்டுமல்ல, இங்கிலீஷ் படித்தவர்களுக்குத் தமிழ் பக்தியை உண்டாக்கின. எல்லோருக்கும் தைரியத்தை உண்டாக்கின. வேலை செய்ய வேண்டுமென்ற ஆசையை உண்டாக்கின. பாட்டினால் இவ்வளவும் உண்டா என்று நினைக்காமல் பாரதி பாட்டுக்களை நன்றாகக் கற்றுப் பாடினால் உங்களுக்கே அது தெரியும். இதனால்தான் வருஷா வருஷம் பாரதி தினத்தைக் கொண்டாடுகிறார்கள். பிள்ளைகளெல்லாம் சரஸ்வதி தேவியை வணங்குவது போல கவிஞர்களையும் வணங்கித் தொழ வேண்டும்.

———◆———

மண்டயம் ஸ்ரீநிவாஸாச்சாரியார்

இருளிடையே வீசிய ஒளி

சென்னையில் 1908ஆம் வருஷத்தில் 'இந்தியா' பத்திரிகையின் மேல் ராஜத்துவேஷ வழக்கு ஆரம்பித்தபோது, அதன் முக்கிய எழுத்தாளரான பாரதியார் பேருக்கு வாரண்ட் பிறந்திருந்தது. அவருக்கு சிறைவாசங்களின் கஷ்டம் தெரியும். தமது நண்பர்கள் சிதம்பரம் பிள்ளை, சுப்பிரமணிய சிவா முதலானோர்களை சிறையில் கண்டு சம்பாஷித்திருக்கிறார். அங்குள்ள கஷ்டங்களுக்கு அவர் பயப்படவில்லை. அவரது வாழ்க்கையே எப்போதும் எளிய வாழ்க்கை. கிடைத்ததை உண்டு கிடைத்த இடத்தில் படுப்பார். வேண்டியிருந்தால் பட்டினியாகவும் கூட நாட்களைத் தள்ளுவார். ஆனால், கட்டுக்கு அடங்கி இருப்பது என்பது அவருடைய இயற்கைக்கு அடியோடு விரோதமானது.

தம் குடும்பத்தாரையோ நண்பர்களையோ பிரிந்து தனித்திருப்பதற்கும் அவர் அஞ்சவில்லை. ஆனால், சிறையில் தம் இஷ்டம்போல் உலாவவும், உண்ணவும், படுக்கவும், எழுந்திருக்கவும்

விடமாட்டார்களே, அதற்கென்ன செய்வது? தமக்கிஷ்டமில்லாத ஒரு வேலையை கொடுத்து அதைக் குறித்த நேரத்தில் முடிக்க வேண்டும் என்பார்களே, அதற்குத் தாம் எப்படி உட்படுவது? இந்தப் பயம்தான் அவருக்கிருந்தது.

இப்படிக் கட்டுப்பட்டுப் பிழைப்பதைவிட எங்காவது ஓடிப்போய் பட்டினி கிடந்தாவது வாழலாம் எனத் தீர்மானித்தார் அவர். அச்சமயத்தில் சிலர், புதுச்சேரி அந்நிய ராஜாங்கமாகையால் அங்கு சென்று பகிரங்கமாக ஒரு பயமுமின்றி அவர் வசிக்கலாம் என்றார்கள். அதற்கு இசைந்து, சிட்டி குப்புசாமி அய்யங்கார் என்பவருக்கு (இவர் குவளை கிருஷ்ணமாச்சாரியாருக்கு ஷட்டகர் முறை) தம் நண்பர் ஒருவர் கொடுத்த கடிதத்தோடு அங்கு சென்றார்.

புதுவை நகர் அதுவரை கடன்பட்டுத் திண்டாடுவோருக்குப் புகலிடம் என்ற பெயர்தான் பெற்றிருந்தது. பாரதியார் அங்கு சென்றதிலிருந்து அதனுடைய பெருமை அதிகரித்தது. அதன் அந்நிய ஆட்சியில் சரண்புகும் அரசியல்வாதிகளை பிரிட்டிஷ் இந்திய சர்க்கார் ஒன்றும் செய்ய இயலாது என்னும் விஷயம் பாரதியார் அங்கு சென்று தங்கினதிலிருந்துதான் இந்தியா பூராவும் தெரியவந்தது. என்ன புரட்சி எண்ணங்களைக் கொண்டிருந்தாலும் அஹிம்சை வழியில் நடக்கும் எந்த அரசியல்வாதியும் அங்கு நிர்ப்பயமாக வசிக்கலாம் என்பது அவரால் உறுதி பெற்றது. இரண்டு வருஷங்களுக்குப் பிறகு ஸ்ரீ அரவிந்தர் அங்கு வந்து தங்கியதற்கும் இதுவே காரணம் எனலாம்.

பாரதியார் புதுவை சென்ற செய்தி இரண்டு நாட்களுக்கெல்லாம் சென்னை போலீஸுக்குத் தெரிந்து விட்டது. ஆனால், அவர்கள் அதை வெளிப்படுத்த விரும்பவில்லை. கோர்ட்டில் வழக்கு நடக்கையில் அதைக் கூறுவது அவசியமானபோதுகூட வெளிப்படையாகச் சொல்லாது அதை மழுப்பிவிட்டார்கள். அரசியல்வாதிகளுக்கு இப்படி ஒரு புகலிடம் இருப்பது நாடெங்கும் தெரியாமலிருப்பது மேலென அவர்கள் எண்ணினார்களோ என்னவோ! ஆனால், பாரதியாரின் பெயர் தமிழ் நாடெங்கும் பரவியிருந்த படியால் அவருடைய புதுவை வாசம் வெகு சீக்கிரத்தில் யாவருக்கும் தெரிந்துவிட்டது.

பாரதியார் மனதில் ஒரு எண்ணம் புகுந்தால் அது இடைவிடாது வேலை செய்துகொண்டே இருக்கும். போலீஸ்காரனிடம் சிக்காது ஊர் போய்ச் சேர வேண்டுமெனக் கருதியதனால் ரயிலில் தம்மருகில் எவன் வந்தாலும் அவன் போலீஸ்காரனாயிருப்பானோ என்ற

ஐயம்தான் முதலில் அவருக்குப் பிறக்குமாம். சற்று நேரம் அவனோடு பேசியும் அவன் நடத்தையை கவனித்தும் பார்த்த பிறகுதான் சந்தேகம் நிவர்த்தியாகுமாம்.

நேரில் சென்னையில் ரயில் ஏறாமல் சைதாப்பேட்டை சென்று அங்கிருந்துதான் புதுவைக்குப் புறப்பட்டார் பாரதி. இரவெல்லாம் கண்விழித்து அயர்ந்து, விடியுமுன் புதுவை போய்ச் சேர்ந்தார். அங்கு ஸ்டேஷனில் பொழுது நன்றாக விடியும் வரை இருந்துவிட்டு காலையில் குப்புசாமி அய்யங்கார் வீடு போய்ச் சேர்ந்தார். அங்கு அவரால் வரவேற்கப்பட்டு, போஜனத்திற்காகக் கூடக் கவலைப்படாமல், தம் அலுப்பு தீர அன்று பகல் பொழுதெல்லாம் படுத்துறங்கினார். இப்படி இரண்டு நாட்கள் கழிந்தன.

இதற்குள் சென்னை போலீஸுக்குச் செய்தி எட்டிவிட்டது. அதைப் பெரிதாகப் பாராட்டாதவர்கள் போல வெளிக்கு அவர்கள் காட்டிக் கொண்டாலும் தக்க வேவுக்காரர்களை அங்கு அனுப்பி விட்டார்கள். இதற்கு முன் அரசியல் விஷயமாக அங்கு பலமுறை வேவுக்காரர்கள் அனுப்பப்பட்டதுமுண்டு. பர்மிய அரசராகிய தீபா என்பவரைச் சிறைப்படுத்தி அந்நாட்டைக் கைவசப்படுத்திக் கொண்டபோது அதன் அரசுரிமை கொண்ட மிங்கூன் என்னும் ஓர் அரசிளங்குமரர் கல்கத்தாவிலிருந்து சந்தன நகர் (சந்திரநாகூர்) தப்பியோடி அங்கிருந்து புதுவை வந்து சேர்ந்தார். அவரை வேவு பார்க்க ஒரு சில போலீஸ் ஆட்கள் அனுப்பப்பட்டார்கள். அவ்வரசிளங்குமரர் இந்தோ–சைனா தலைநகராகிய ஸைகோனுக்குத் தப்பியோடியதும் அவ்வேவுக்காரர்கள் எடுபட்டுப் போனார்கள்.

வேவுகாரர் பயமுறுத்தல்

ஒரு புதிய இடத்தில் சில வேவுகாரர்களை நியமித்து விட்டால் அவர்கள் மேலதிகாரிகளுக்கு ஏதாவது வேலை செய்ததாகக் காட்ட வேண்டியிருக்கிறது. அதனால் அவர்கள் சும்மா இருப்பதில்லை. சரியான வழிகளில் தேடிப் பார்த்து ஒரு குற்றமும் இல்லை என்று ஏற்பட்டாலும் சில குறுக்கு வழிகளில் சென்று குற்றங்கள் இருப்பதாக எண்ணி அவற்றைக் கண்டுபிடிக்க முயல்வார்கள். பாரதியார் அங்கு ஆங்கில சர்க்காருக்கு விரோதமாக ஏதாவது சதி செய்கிறாரா என்பதை கவனிப்பது அவர்கள் கடமை. அதைச் செய்வதை விட்டு அங்கு அவர் நிம்மதியாக வாழாமலிருப்பதற்கு வேண்டிய இடைஞ்சல்களை உண்டுபண்ண முயன்றார்கள். அவருக்கு இடம் கொடுத்த அய்யங்காரை அழைத்து பயமுறுத்தும்படி பிரெஞ்சு போலீஸைத் தூண்டினார்கள்.

குப்புசாமி அய்யங்கார் சென்னை அரசியல் விஷயங்களில் எவ்விதத்திலும் சம்பந்தப்பட்டவரன்று. அவர் ஒரு சிறு வியாபாரி. ரஸவாதத்தில் நம்பிக்கை வைத்து அதில் அதிக பணம் செலவழித்து ஏழையானவர். சங்கீதத்தில் ஞானமுண்டு. நன்றாகப் பாடுவார். வைதீக ஆசாரங்களில் பற்றுடையவர். ஆங்கிலத்திலும் பிரெஞ்சிலும் சிறிது பயிற்சியுண்டு. சற்று பயந்த பேர்வழி. போலீஸ் என்றால் கிட்டக்கூட போகமாட்டார். இப்பேர்ப்பட்டவரை போலீஸ் தலைவன் அழைத்து விசாரித்தால் பயந்து போகாமல் வேறென்ன செய்வார்?

வேறிடம் பாருங்கள்

"பாரதியை உமக்கு முன்னே தெரியுமா? அவரை நீர் ஏன் வீட்டில் வைத்திருக்கிறீர்?" என்று காப்டன் கேட்டதற்கு, தமக்கு அவரை தெரியாதென்றும் தமது நண்பரொருவர் தம்மிடம் அனுப்பியதால் அவருக்கு இடம் கொடுத்ததாகவும் அவர் கூறினார். "பாரதி இங்கிலீஷ் சர்க்காருக்கு விரோதமாகப் பிரசாரம் செய்துவிட்டு இங்கு வந்து தங்கியிருக்கிறார். நீர் அவரை வீட்டில் வைத்திருக்கலாகாது. அதனால் உமக்கு கஷ்டம் நேரக்கூடும். அவரை வெளியே அனுப்பிவிடும்," என்று அரைவாசி மிரட்டலாகவும் காப்டன் சொன்னார்.

அய்யங்காருக்கு தர்ம சங்கடமாய் விட்டது. வீட்டுக்கு வந்தவரை எப்படி வெளியே போகச் சொல்வது? தம்மிடம் அவரை அனுப்பிய நண்பர் என்ன நினைப்பார்? என்று ஆலோசித்துக் கொண்டே வீடு வந்து சேர்ந்தார். அங்கு பாரதியாரோடு, "ஐயா, போலீஸ்காரனோ என்னைப் பயமுறுத்துகிறான். எனக்கு உங்கள் விஷயம் ஒன்றும் தெரியாது. இன்னது செய்வதென்று எனக்குப் புரியவில்லை. ஆகையால் நீங்கள் வேறிடம் பார்த்துக் கொள்வது நலம்," என்று அய்யங்கார் சொல்ல ஆரம்பித்தார்.

இரண்டு நாள் தவணை

விஷயங்களில் ஏதாவது கோணல் ஏற்பட்டால் முதன் முதலில் அதைப்பற்றி மிதமிஞ்சி கலவரப்படுவது வழக்கம். சிறிது நேரம் கழிந்ததும் அதைப்பற்றி தீர ஆலோசித்து மனதை சமாதானப்படுத்திக் கொண்டு தைரியமாயிருப்பார். ஆனால் அந்தச் சிறு நேரத்திற்குள் அவர் படும் மனவேதனை சொல்லி முடியாது. நாட்டின் விடுதலைக்காகப் போராட முனைந்தால் வெளிநாட்டிலுமா நிற்க நிழலில்லாமல் போக வேண்டும் என்ற ஆத்திரம் அவர் மனதைப்

புண்படுத்திற்று. அய்யங்காருக்கு பதில் சொல்ல அவருக்கு ஒன்றும் தோன்றவில்லை. 'இன்னம் இரண்டு நாட்கள் பொறும். ஏதாவது தனியாக ஏற்பாடு செய்து கொண்டு விடுகிறேன்,' என்று அப்பொழுது சொல்லிவிட்டார்.

இரண்டு நாட்களும் கழிந்தன. அவ்விரண்டு நாட்களும் அவருக்கு இரண்டு யுகமாயிருந்தது. என்ன ஆலோசித்தும் அவருக்கு ஒரு வழியும் தோன்றவில்லை. ஊர் புதிது, ஒரு நண்பருமில்லை; தெரிந்த மனிதனொருவனும் கிடையாது. இந்த நிலையில் அய்யங்கார் தம்மிடத்தில் வரவரக் கடுமையாக நடந்துகொள்வதை உணர்ந்தார்.

பாரதியாருக்குத் தம் வாழ்க்கையில் என்றும் காணாத ஒரு புதிய அனுபவமாக இருந்தது இது. தம்மை வேண்டாதவரோடு அவர் அரை நொடிகூட சகவாசம் செய்யமாட்டார். எவ்வளவோ பெரிய ஜமீந்தார்களைக் கூட அலட்சியம் செய்திருக்கிறார். அவருக்குக் கோபம் இப்பொழுது பொங்கி எழுந்தாலும் தம்மை முதலில் வரவேற்று இடம் தந்தவரை எப்படிக் கடிந்துகொள்வது? அவரோ பயந்த பேர்வழி; போலீஸ் வற்புறுத்தலுக்கு எதிர்த்து பதில் சொல்லத் திறமையற்றவர் என்று தம் மனதைத் தேற்றிக்கொண்டு, இன்னும் ஆழ்ந்து ஏதாவது வழியுண்டா என்று ஆலோசிக்கலானார்.

நண்பர் இல்லையே!

இங்கிலீஷ் போலீஸ் சும்மா இருக்கவில்லை. மறுபடி பிரெஞ்சு போலீஸைத் தூண்டினார்கள். அய்யங்கார் மறுபடி வரவழைக்கப் பட்டார். பின்னும் கடினமாக மிரட்டப்பட்டு வீடு திரும்பினார். அய்யங்கார் திரும்பியபோது வாய்திறந்து ஒன்று சொல்லாவிடினும் முகம் அவர் மனநிலையைக் காட்டிவிட்டது. பாரதியாருக்கு நெஞ்சு துடிதுடித்தது. தமிழ்நாட்டில் வீர சுதந்திர எண்ணம் பரப்பிய தமக்கு புதுவையில் அவ்வுணர்ச்சி கொண்ட ஒருவனும் கண்ணில் படவில்லையே என்று தவிக்கலானார். தாம் சென்னையை விட்டு வரும்போது 'இந்தியா' பத்திரிகைக்கு புதுவையில் சந்தாதாரராக இருந்தவர்கள் பெயரைக் குறித்துக் கொள்ளாமற் போனோமே என வருந்தினார். அவர்களில் ஒருவரிடம் சென்றிருந்தால் இவ்வளவு எளிதில் தம்மைக் கைவிட மாட்டார்கள் எனத் தோன்றிற்று.

இருளில் வீசிய ஒளி

இன்னும் ஒன்றும் கெட்டுவிடவில்லை, தெய்வம் ஏதாவது வழிகாட்டும் என்று அன்றிரவு பெருங்கவலையோடு வெளித் திண்ணையில்

உட்கார்ந்திருந்தார். அப்போது திண்ணைக்குப் பக்கத்திலிருந்த குறடு வழியாகச் சென்ற ஸ்ரீ குவளை கிருஷ்ணமாச்சாரியார் அவரைக் கண்டு பேசினார். பாரதியைக் கவிந்திருந்த இருள் நீங்கிற்று; ஒளி உதயமாயிற்று. கவலை தீரும் வழி தெரிந்தது!

குவளை கிருஷ்ணமாச்சாரியார் பாரதியை சுந்தரேசய்யரிடம் அழைத்துச் சென்றார். சுந்தரேசய்யர் மூலம் வேறொரு வீட்டில் அன்றிரவே பாரதியார் சென்று தங்க ஏற்பாடாயிற்று.

இந்தச் சமயத்தில், சில மாதங்கள் புதுச்சேரியில் சென்று கழிக்க வேண்டுமென்று நானும் அங்கு போய் பாரதியாரோடு தங்கினேன். சிறு வயதில் அங்கு படித்தவனாகையால் எனக்கு அவ்வூரில் பலரைத் தெரியும். என்ன கஷ்டம் வந்தாலும் இனி சமாளித்துக் கொள்ளலாம் என்ற தைரியம் பாரதியாருக்குப் பிறந்துவிட்டது. சில நாட்களுக்கு முன் அவர் பட்ட கஷ்டங்களை எல்லாம் மறந்து இனிமையாய்க் காலம் கழிக்க சில சந்தர்ப்பங்களும் வந்து கூடின.

சுதந்திரம் போனபின்

இச்சமயத்தில் சென்னையில் ராஜத்துவேஷ வழக்காக ரிமாண்டிலிருந்த ஸ்ரீ ஜி.சுப்பிரமணியருக்காக சில பெரிய மனுஷர்கள் குறுக்கிட்டு சர்க்காரோடு மன்றாடி, அவருக்கு மன்னிப்பும் விடுதலையும் பெற்றுக் கொடுத்தனர். அதே மாதிரி பாரதியாரும் ஒப்புக்கொண்டால் பலரைக் கொண்டு முயற்சி செய்வதென்று தீர்மானித்துக் கொண்டு பாரதியின் மாமனார் செல்லப்பையரும், மைத்துனர் அப்பாதுரையும் வந்திருந்தார்கள். பாரதியார் சிறிதும் இடம் கொடுக்கவில்லை.

"இங்கு நான் என்ன கஷ்டப்படுகிறேன்? அங்கு வந்து நான் என்ன சுகப்படப் போகிறேன்? அங்கேயானால் எந்த வேளையில் போலீஸ் என்ன செய்யுமோ என்று திகில் பட்டுக்கொண்டே இருக்கவேண்டும். இங்கு இந்த அழகிய பங்களாவில் நான் சுகமாக இருப்பது உங்களுக்குப் பிடிக்கவில்லையா?" என்று கேட்டார்.

ஐரோப்பிய யாத்திரை திட்டம்

பாரதியார் புதுவை சென்ற ஒரு மாதத்திற்குள் 'இந்தியா' பத்திரிகையின் சொந்தக்காரரான ஸ்ரீ ந. திருமலாச்சாரியாரும் அங்கு வந்து சேர்ந்தார். அவர் தமது பத்திரிகையை சென்னையிலிருந்து புதுவைக்கே கொண்டுவந்து விடுவதென்ற தீர்மானத்தோடு வந்தார். சென்னையிலிருந்தால் அதற்கு நித்தியக்கண்டமாயிருக்கும், இங்கு

பாரதியாரும் இருப்பதனால் அது ஒழுங்காக நடக்கக்கூடும் என்று எண்ணினார். பாரதியாரும் அதை ஆமோதித்தார்.

ஆனால், இடையில் எங்களுக்குள் ஒரு சிறு யோசனை நடந்துகொண்டிருக்கிறது. திருமலாச்சாரியாரும் அதில் கலந்து கொண்டார். மூவருமாக ஐரோப்பா சென்று சுற்றுப் பிரயாணம் செய்து வருவதென்றும், அதற்குமுன் 'இந்தியா' பத்திரிகையைப் புதுவையில் நடத்த தக்கபடி ஏற்பாடு செய்து விட்டுப் போவதென்றும் பேசிக் கொண்டோம்.

சென்னை வழக்கு நடந்து வந்தாலும் 'இந்தியா' பத்திரிகை தப்பாமல் வெளிவந்து கொண்டேயிருந்தது. அதை சரிவர நடத்தி மேற்பார்வை பார்த்து வந்தார் ஸ்ரீ.எம்.பி.டி. ஆசார்யா என்பவர். அவர் திருமலாச்சாரியாரின் சிறிய தாயார் மகன். அவரோடு திருமலாச்சாரியார் தம்பிபோல் பழகி வந்தார். அதனால், அவரைக் கொண்டே பத்திரிகையைப் புதுவையில் நடத்தச் செய்வது என்று திருமலாச்சாரியார் கருதினார். அதற்கேற்ற ஏற்பாடுகளைப் பற்றி ஆலோசித்துக் கொண்டிருக்கையில் ஸ்ரீ எம்.பி.டி. ஆசார்யாவே திடுமென்று அங்கு வந்து சேர்ந்தார்.

யாத்திரைக்குத் தடை

பத்திரிகைக்கு மறுபடி ஏதாவது ஆபத்து வந்ததோ என்று நாங்கள் பரபரப்புடன் அவரைக் கேட்டோம். அப்படியொன்றுமில்லை என்றும், தாம் இங்கிலாந்து செல்ல ஏற்பாடு செய்துகொண்டிருக்கிறபடியால் தம்மால் பத்திரிகையைப் பார்த்துக்கொள்ள முடியாதென்றும் கூறினார். தாம் கொழும்பு வழியாகச் செல்ல உத்தேசித்ததனால் நடுவில் புதுவையில் எங்களோடு சில நாட்கள் தங்கியிருந்து போவதென்று தாம் வந்ததாகவும் கூறினார்.

இவர் தமது வெளிநாட்டு யாத்திரையைப் பற்றி திருமலாச்சாரியாரோடு சில மாதங்களுக்கு முந்தியே பேசியிருந்தார். அப்போது அவர் வேண்டாமென்று தடுத்ததனால் நின்று போயிற்று. இப்போது என்ன சொல்லியும் கேட்கவில்லை. தம் தாய் தந்தையாரோடு கலந்து முடிவுசெய்து கொண்டு வந்திருப்பதாகவும், இனி அதை நிறுத்த முடியாதென்றும் அவர் கூறினார்.

இதனால் எங்கள் யோசனைகள் எல்லாம் தடுமாறிப்போயின. பாரதியாருக்கு ஐரோப்பாவில் சுற்றுப் பிரயாணம் செய்துவர வேண்டும் என்ற ஆவல் வெகு அதிகமாயிருந்தது. அச்சமயம் அவரது பந்துவும் அவருக்கு அவ்வப்போது பண உதவி செய்து வந்தவருமான

ஸ்ரீ லக்ஷ்மணய்யர் என்பவர் அங்கு வந்திருந்தார். அவரிடமிருந்து சிறு உதவியும் அவர் மூலம் தமது வெளி நண்பர்களிடமிருந்து சிறிதும் உதவியும் பெற்று, போதும் போதாததற்கு திருமலாச்சாரியாரும் நானும் பார்த்துக் கொள்வதென்று முடிவு செய்திருந்தோம். இதற்கெல்லாம் சிறிதுகாலம் வேண்டியிருந்தது. அவர் மனைவி செல்லம்மாள் கர்ப்பமாயிருந்து, இரண்டாவது பெண் சகுந்தலா பிறக்கும் தருணமாயிருந்த படியால் அதுவரை வெளிநாடு செல்வதை ஒதுக்கி வைத்துவிட்டு, 'இந்தியா' பத்திரிகையை புதுவைக்குக் கொண்டுவருவதைப் பற்றி தீவிரமாய் எல்லா ஏற்பாடுகளும் செய்யத் தொடங்கினோம்.

தமிழுக்கு லாபம்

ஸ்ரீ எம்.பி.டி. ஆசார்யா அதை விட்டு வந்தபடியால் அதற்குச் செய்யவேண்டியிருந்ததை முதலில் கவனிக்க வேண்டியிருந்தது. பிரெஞ்சு சட்டப்படி புதுவையில் ஒரு பத்திரிகை நடக்க வேண்டுமானால் அதற்குப் பொறுப்பாளியாக பிரெஞ்சு இந்தியக் குடி ஒருவர் இருந்தாக வேண்டும். வில்வநல்லூரில் வசித்து வந்த எனது பழைய நண்பரான ஸ்ரீ எஸ். லக்ஷ்மிநாராயணய்யர் அப்பொறுப்பை ஏற்க ஒப்புக் கொண்டார்.

திருமலாச்சாரியாரும் புதுவையில் ஒரு வீட்டை வாடகைக்கு அமர்த்தி விட்டு, அச்சு சாமான்களை அங்கு அனுப்ப சென்னை வந்து சேர்ந்தார். அவை அங்கு போய்ச் சேர்ந்ததும் ஸ்ரீ சங்கரநாராயணய்யர் என்னும் நண்பரைப் புதுவைக்கு அனுப்பி பாரதியாரோடு கலந்துகொண்டு 'இந்தியா' பத்திரிகையை கூடிய சீக்கிரம் வெளியிடும்படி திருமலாச்சாரியார் சொன்னார். சில நாட்களுக்குள் தாமும் அங்கு சென்று பத்திரிகையை வெளியிடலானார்.

'இந்தியா' அங்கிருந்து வெளிவரத் தொடங்கியதிலிருந்து பாரதியாருக்கு ஒருவித மன நிம்மதி ஏற்படலாயிற்று. பிற்காலங்களில் அவர் இயற்றிய பெருங்காவியங்களுக்கு அம் மன அமைதி இன்றியமையாததாக இருந்தது. பாரதியார் சென்னையில் இருந்திருந்தால் கூட்டங் கூட்டுவதிலும் மேடைகள் மேல் உபன்னியாசங்கள் செய்வதிலுமே காலம் வீணாகக் கழிந்திருக்கும். இப்பொழுது போல ஆழ்ந்த உள்ளுணர்ச்சிகளை இனிய பாடல்கள் மூலம் வெளியிட தமக்கு அவகாசம் கிடைத்திராது என்று அவரே பலமுறை கூறியிருக்கிறார்.

சி.ஆர்.ஸ்ரீநிவாசன்

பாரதியின் நினைவு

தமிழ்நாடு முழுதும் ஏன், தமிழ்நாடு மட்டுமல்ல; தமிழர் வாழும் எந்த நாட்டிலும் பாரதி தினம் ஒரு புனித தினமாகக் கொண்டாடப்படுகிறது. பாரதியாருக்கு இந்த யோகம் அவர் உயிருடன் இருந்த காலத்தில் இல்லை; இறந்து பல வருஷங்களுக்குப் பிறகுதான் அவருக்கு இல்லாத பெருமை அவருடன் பழகும் பாத்தியதை பெற்ற பலருக்கு இன்று ஏற்பட்டிருக்கிறது. பூவுடன் சேர்ந்த நாருக்கும் மணம் உண்டு என்று கூறுவார்கள். அதை அனுசரித்து பாரதியாருடன் பழகியவர்களுக்கும், பழகியதாக பாத்தியதை கொண்டாடுபவர்களுக்கும் இப்பொழுது பெருமை ஏற்பட்டிருக்கிறது. ஆனால் அப்படி கொண்டாடுபவர்களின் எண்ணிக்கை நாளாவட்டத்தில் க்ஷீணித்து வருகிறது. பலர் மறைந்துவிட்டனர். என்னைப் போல் எஞ்சியிருப்பவர்கள் மிகச் சிலர்.

திடீரென்று பாரதிக்கு இப்பொழுது பெருமை ஏற்படுவானேன் என்று சகஜமாகக் கேட்கக் காரணம் உண்டு. என் நண்பர் ஸ்ரீ கே. பாலசுப்பிரமணிய ஐயர் பிரஸ்தாபிக்கையில், "தான் கல்லூரியில் படித்துக் கொண்டிருந்த காலத்தில் 'வென்லக் பார்க்கில்' பாரதியாரைக் கேட்டிருப்பதாகவும், ஆனால் இன்று ஏற்படும் உற்சாகம் அன்று தன்னுடைய சிற்றறிவுக்கு எட்டவில்லையே" என்றும் அவர் ஆயாசப்பட்டுக் கூறினார்.

அன்று சூழ்நிலை வேறு; இன்று சூழ்நிலை வேறு; அன்று சுதந்திரத்துக்கு எவ்வளவு தூரம் ஆக்கம் அளிக்க முடியுமோ அந்த அளவுக்கு அவர் பாடலைக் கொண்டாடினார்கள். அன்று அவர் கண்ட கனவு, சுய ராஜ்யக் கனவு, இன்று நனவாக மாறிவிட்டது. அந்த மனோ விலாசத்தினால் தான், இன்று நாட்டில் அவரைப் பாராட்டும் மனப்பான்மை உலாவி வருகிறது. குறிப்பாகத் தேசீயப் பண்பு கொண்டு நாட்டு மக்களைத் தட்டி எழுப்பிய பெருமையை பாரதியைவிட அதிகமாக வேறு எவரும் கொண்டாடுவதற்குப் பாத்தியதை கிடையாது என்றே பொதுவாகக் கூறுவேன்.

நிலையான உண்மைகளை அறியாத பாஷையில் எல்லோர் மனதிலும் நன்கு பதியும்படி கவிதைகளாகப் பாடி செவிகளில் என்றும் ரீங்காரம் செய்து கொண்டிருக்கும் வகையில் மக்களுக்கு உணர்ச்சியையும், வேகத்தையும் கொடுத்தார் அவர். அவருடைய நாக்கில் சரஸ்வதி தாண்டவமாடினாள். பாரதி யாரைப் பாராட்டும் போது இடையே எனக்கு ஒரு சந்தேகம் ஏற்படுகிறது.

அவருடைய கவிகளில் ஆழ்ந்து கிடக்கும் அழியா உண்மைகளை மக்கள் நன்றாகச் சேகரித்து, ஆராய்ச்சி செய்து, தக்க மதிப்பைக் கொடுத்தார்களா என்ற சந்தேகம் எனக்கு இன்னும் உண்டு. பாரதியாரின் கவிதைகளும் சரி, கட்டுரைகளும் சரி, அவற்றிலுள்ள உண்மைப் பொருள்களை ஆராய்ச்சி மூலம் கடைந்தெடுத்துக் கொடுப்பது தமிழ் மக்கள் கடமை. பாரதியாரின் வாழ்க்கை பற்றி எவ்வளவோ புத்தகங்கள் வெளி வந்திருக்கின்றன. பிரசங்கங்கள் புரிந்திருக்கின்றனர். ஆனால் பாரதியின் எழுத்துக்கள் அவை சுதாவாகப் பெற வேண்டிய பெருமையை இன்னும் நாம் தரவில்லை. 1939ஆம் ஆண்டில் பாரதியாரின் சேவை பற்றி திருச்சி வானொலியிலிருந்து ஒரு சொற்பொழிவாற்ற எனக்குச் சந்தர்ப்பம் அளித்தனர். அன்று நான் சொல்லியதை இன்றும் பார்த்தால் அணுவளவும் அதை மாற்றுவதற்கிடமில்லை, ஆளை மறந்து, நூல்களை மட்டும் எந்த முறையில் எடுத்துக் கொண்டு சோதித்துப் பார்த்தாலும் பாரதி சோடை போக மாட்டார். பாரதி எழுதிய

எழுத்துக்கு சுதாவாக உள்ள மதிப்பை நீங்கள் அளிக்க வேண்டும் என்று கேட்டுக் கொள்ளுகிறேன்.

பாரதியார் இயற்றிய நூல்களுக்கு நமது பரம்பரை தர்மத்தை அனுசரித்து 'பாஷியக்காரர்'கள் ஏற்பட வேண்டும். பாரதியின் ஒவ்வொரு வார்த்தையிலும் உள்ள ஆழ்ந்த கருத்தை ஆராய்ந்து மக்கள் இன்று காணாத சுவையை நாளை அனுபவிக்கும்படி கைங்கர்யம் செய்ய வேண்டும். பாரதி சங்கங்கள் இத்தகைய பணிக்கு ஆக்கம் அளிக்க வேண்டும்.

பாரதி எழுத்துக்களுக்கு சிறப்பு எவ்வகையில் ஏற்பட்டுள்ளது? பழைய பிரபந்தத்துக்குள் சிரஞ்சீவியத்வமுள்ள லட்சணங்களெல்லாம் பாரதியாரின் கட்டுரைகளிலும் காணலாம். பாரதியின் சொற்கள், கஷ்ட காலத்தில் எல்லோருக்கும் தெம்பும், தைரியமும் ஊட்டக் கூடியவை. ஏதோ தர்க்க சாஸ்திர ரீதியில் காரண காரியத்தைக் காட்டி சித்தாந்தம் செய்யும் மனப்பான்மையில் பாரதியார் இறங்கவில்லை. பகவான் அருளால் அனுக்கிரக விசேஷத்தால், எட்டக் கூடாத உண்மைகளை, கிரகிக்கக் கூடிய வகையில் அவர் சுலபமாக நமக்கு விட்டுப் போயிருக்கிறார். கேட்கும் போது வனப்பாக இருக்கிறது. சிந்திக்கும் போது புளகாங்கிதம் தானாகவே ஏற்படுகிறது. உள்ளத்தைத் தொடுகிறது. ஆத்மா நமக்குக் கட்டளையிடுவது போல் கட்டளையிடுகிறார் பாரதியார். இதுதான் அவருடைய மொழிகளின் சிறப்பு. முனிவர்கள் சேகரித்து வைத்திருந்த தனங்களை பாரதியார் கையாண்டு அமிருதபானமாக நமக்குக் கொடுத்துள்ளார். பாரதியார் கூறியுள்ள வழியில் அவரவர்கள் ஈடுபட்டுக் காரியத்தில் இறங்குவோமானால், பாலும் தேனும் ஓடும் நாடாக இப்பாரத நாடு பரிமளிக்கும் என்பது அவருடைய கனவு. அவருடைய முதற் கனவு அதாவது சுயராஜ்யம் நனவாக மாறிவிட்டது. பாரதியாரின் வார்த்தைகளை மதித்து எந்த அளவுக்கு அதன்படி நடந்து கொள்கிறோமோ அந்த அளவுக்கு அமரகவியின் மற்றொரு கனவும் நனவாகும்.

பாரதியார் எவ்வளவோ சேவை செய்திருக்கிறார். பல துறைகளில் நமக்குப் பெருமை அளித்திருக்கிறார். ஆனால் அவை எல்லாவற்றிலும் பாஷைக்கு அவர் கொடுத்துள்ள பெருமைதான் பெரிது.

1920–ஆம் ஆண்டில் திருநெல்வேலியில் சென்னை மாகாண அரசியல் மாநாடு காலஞ் சென்ற ஸ்ரீ ஸ்ரீநிவாச ஐயங்கார் தலைமையில் நடந்தபோது அம்மகாநாட்டில் ஸ்ரீ சத்தியமூர்த்தி தமிழில் அரிய பிரசங்கம் செய்தார். அதன் பிறகு மகாகனம் ஸ்ரீநிவாச

சாஸ்திரியார் ஆங்கிலத்தில் பேச எழுந்தபோது மக்கள் அவரைப் பேச வொட்டாமல் தடுத்ததை நானறிவேன்.

ஸ்ரீ ஸ்ரீநிவாச சாஸ்திரியாருக்கு அன்று முதல் உள்ளத்தில் ஒரு புதிய உண்மை தோன்றிற்று. தமிழில் எழுதவும் பேசவும் தம்மை தயார் செய்து கொண்டார்.

தமிழ் மொழியை நான் கசடறக் கற்றறிந்தவன் அல்லன். தமிழிலே எனக்கு எவ்வித பாத்யமும் கொண்டாட நியாயமில்லை. ஆங்கில மொழி மோகம் ஒரு புறமிருக்க, ஆர்வம் இருந்தும் தமிழ் மொழியில் எழுதுவதற்கு இயலாத நிலையில் மனம் ஊசலாடிக் கொண்டிருந்த சமயத்தில் பாரதியாரின் சகவாசம் எனக்கு ஏற்பட்டது.

"தம்பி, உள்ளத்தில் உண்மை இருந்தால் கையில் எழுதுகோலை எடுத்துக் கொள், எழுது" என்று என்னைத் தூண்டியவர் பாரதியார். பாஷை மீது குறை இல்லை. பாஷையை உள்ளங்கனம் செய்வதுதான் நம்முடைய குறை என்பதை பிறகு கண்டு கொண்டேன். பாரதியின் பிம்பம் என் பின்னாலே நின்று கொண்டு 'கவலைப்படாதே எழுது' என்று என்னைத் தூண்டுவது போல் எனக்கு மனதில் பிரமை இன்றைக்கும் உண்டு. பாரதியின் நினைவு அத்தகையதோர் உணர்ச்சியை உங்களுக்கும் கொடுக்க வேண்டும் என்று பிரார்த்திக்கிறேன்.

―――

பாக்கியலக்ஷ்மி அம்மாள்*

பாரதி ஏழையல்ல: கர்ணனே!

ஸ்ரீ பாரதியை நான் 1910 நவம்பரில் முதன்முதலில் பார்த்தேன். அன்று அவர் எங்கள் வீட்டிற்கு வந்து நெடுநேரம் பேசிக் கொண்டிருந்தார். அவர் போன பிறகு அவர் யாரென ஐயரைக் கேட்டேன். அவர்தான் சுப்ரமண்ய ஐயர் என்று ஐயர் (வ.வெ.சு. ஐயர்) பதில் சொன்னார். நான் ஜி. சுப்ரமண்ய ஐயர் படத்தில் இருப்பதற்கும் நேரில் பார்ப்பதற்கும் நிரம்ப வித்தியாசமிருக்கிறதே என ஐயரை மறுபடி கேட்டதற்கு, "அவர் ஜி. சுப்ரமண்ய ஐயர். இவர் ஸி. சுப்ரமண்ய பாரதி. இருவரும் வேறுவேறு," என்று சொன்னார்.

கள்ளங் கபடமற்ற குழந்தை உள்ளம்

பாரதி எங்கள் வீட்டுக்கு அடிக்கடி வருவார். அவர் மனைவி செல்லம்மாளும் எங்களுக்குப் பழக்கமான பிறகு, பாரதி, ஸ்ரீ ஸ்ரீநிவாஸாசாரியார், ஐயர் மூன்று வீட்டுக்காரர்களும் ஒரு குடும்பம் போலப் பழகி வந்தோம்.

---

* வ.வெ.சு. ஐயர் மனைவி

பாரதி களங்கமற்ற ஒரு சின்னக் குழந்தைபோல இருப்பார். எப்பொழுதும் வீரம் நிறைந்த த்வனியோடு பேசுவார். எழுதுவார்.

மனதில் எண்ணங்களை மறைத்து வைத்துக்கொள்ளத் தெரியாது. தான் எத்தனை வறுமையோடிருந்த போதிலும், அதற்காக அவர் சற்றும் வருந்தினவரல்ல.

பாரதி எல்லோரையும் ஒன்றாகப் பாவிப்பார். வித்தியாசம் பார்க்கத் தெரியாது. ஒவ்வொரு நாள் எங்கள் வீட்டிற்கு வரும்போது, கோட் ஸ்டாண்டில் இருக்கும் துணிகளில் ஏதேனும் தனக்கு வேண்டுமென ஆசை உண்டானால், அதை எடுத்து, தான் அணிந்து கண்ணாடி எதிரில் நின்று பார்த்துக்கொண்டு, "ஐயரே! இது எனக்கு நன்றாயிருக்கிறது – எனக்குத்தான். கொடுக்கமாட்டேன்", என்று சொல்லி விடுவார். அவருடைய மனோபாவம் அறியும் சக்தி உள்ளவர்கள், அவரை ஓர் சகோதரனாகப் பாவித்து, உரிமையோடு எடுத்துச் சென்றதற்கு சம்மதிப்பர்.

நஷ்டம் அடைந்தது யார்?

இன்னம் கொஞ்ச தூரம் போகையில், குளிர் தாங்க முடியவில்லை என்பான் இன்னொருவன். கோட்டு அவனுக்குத் தானம் செய்தாகிவிடும். இவ்விதமாக, ஒரு நாள் வெறும் லங்கோடோடு வீடு சேர்ந்ததாக பாரதியே ஒரு முறை ஐயரிடம் சொல்லியிருக்கிறார்.

அந்தக் கஷ்டமான காலங்களில் கூட, ஒவ்வொரு சமயம் யாரேனும் சினேகிதர் வீட்டுக்கு வந்து விட்டால், அவர்களுக்கு சாப்பாட்டைப் பங்கிட்டுக் கொடுப்பார் பாரதி. ஈகை, கவிதா சக்தி போலவே அவருடைய பிறவிக் குணம். பாரதி போன்ற நிஷ்களங்கமான, இரக்கமான ஹிருதயம் காண்பது அரிது.

உச்சிமீது வானிடிந்து வீழுகின்ற போதிலும்

நாங்களெல்லோரும் அனேகமாய் தினம் கடற்கரைக்குச் செல்வதுண்டு. ஒருநாள் ஐயர், "நீங்கள்தான் வீட்டிலேயே இருப்பதில்லையே. எதற்கு எத்தனை பெரிய வீடு?" என்று கேட்டார்.

பாரதி: சின்ன வீடு எனக்குப் பிடிப்பதில்லை. வீட்டுக்கார 'விளக்கெண்ணெய்' செட்டிக்கோ வாயிதா 8 மாதம் வரை சொல்லலாம்!

ஐயர்: வீட்டிலாவது சுகமாக இருக்கக்கூடாதா? ஏன் இப்படி வெயிலில் அலைகிறீர்கள்?

பாரதி, "வீட்டில் இருக்கலாம். ஆனால் மூட்டைப் பூச்சிக்கடி, ஈக்கடி, எறும்புக்கடி..." என்று அடுக்கிக்கொண்டே போனார்.

ஐயர்: கடன்காரர் கடியும் இதில் சேர்ந்ததுதானோ? என்று கேலியாகக் கேட்டார்.

அதற்குப் பாரதி உரக்கச் சிரித்துவிட்டு, "உச்சிமீது வானிடிந்து வீழுகின்ற போதிலும், அச்சமில்லை, அச்சமில்லை, அச்சமென்பதில்லையே" என்று பாடினார்.

ந. சகுந்தலா பாரதி

என் தந்தை

என் தந்தை சிறு பிராய முதலே சங்கீதத்தில் மிக்க விருப்பம் உள்ளவர். மகா வைத்திய நாதய்யர், பூச்சி அய்யங்கார் முதலிய மகா வித்துவான்களின் கச்சேரிகள் பல முறை கேட்டு மகிழ்ந்திருக்கிறாராம். ஆனால், அவர் புதுவையில் அடைபட்டிருந்த நாளில் நல்ல சங்கீதம் கேட்பது மிக்க சிரம சாத்தியமான காரியம். யாராவது ஒரு தனவந்தரான செட்டியார் வீட்டில் கல்யாணம் நடக்கும். அப்பொழுது ஒரு பாட்டுக் கச்சேரியோ அல்லது கதா காலக்ஷேபமோ நடைபெறும் அவ்வளவுதான்.

புதுவையை அடுத்து ஓர் சிறிய ஊர். அதில் ஒரு பெருமாள் கோயில் உண்டு. அங்கு வருஷம் ஒருமுறை பத்து நாட்கள் திருவிழா நடைபெறும். அது மிக்க செல்வம் படைத்த கோயில். அதற்குப் பொட்டுக் கட்டின தேவதாசிகளின் எண்ணிக்கை அதிகம். அநேகமாக உத்சவம் பத்து நாட்களிலும் பரத நாட்டியம் நடைபெறும்.

பரத நாட்டியத்தில் என் தந்தை 'மிக்க ஆவல் கொண்டவர். கோபால கிருஷ்ண பாரதியாரின் 'ஆனந்த நடனம்' என்ற பாடலை அவர் அடிக்கடி பாடிப் பரவசம் அடைவார்.' 'தக தக தக தக வென்றாடோமோ' முதலிய பாட்டுக்களில் அவர் மனத்தில் ததும்பிய நாட்டிய பரவசத்தின் மேன்மை வெளியாகின்றது. பரத நாட்டியக் கலை பற்றி அவர் கூறுவார். "பரத நாட்டியம் என்ற மாபெருங் கலை, தற்காலம் தனித்து ஒதுக்கப்பட்ட ஒரு வகுப்பினரால் கைக் கொள்ளப்பட்டிருக்கிறது. அதனால் அதன் மேன்மை சகலரும் கண்டு ஆனந்திக்கத் தக்கதாயிருந்த போதிலும் நம்முள் நாமே சிறிது வெட்கத்துடன் மறைமுகமாக அனுபவிக்க வேண்டியதாக இருக்கிறது. அந்தத் தெய்வீகக் கலையை நம் வீட்டில் தாய்மார்களும் சகோதரிகளும் நடத்தினால், நாம் பகிரங்கமாகக் கண்டு ஆனந்திக்கலாம்" என்பார். அதைத் தாம் நடத்திக் காண்பிப்பதற்காகத் தம் மக்களுக்கே நாட்டியம் பயில்விக்க விரும்பினார். அவர் அதைச் செய்விக்க முடியவில்லை. தமக்கு இயற்கையில் அமைந்துள்ள சங்கீத ஞானத்தை விருத்தி செய்து கொள்வதற்கு ஒரு வித்துவானுடன் நெருங்கிப் பழகி பயிற்சி பெற அவருக்கு வசதி இல்லை. தாமே தேடிக் கொண்ட சிறையில் பத்து வருஷம் கட்டுண்டு கிடந்தார் அல்லவா?

ஸ்ரீ ஸி.ஆர். சீனிவாசய்யங்கார் தியாகராஜ கீர்த்தனங்களுக்கு ஸ்வரம் எழுதிய புத்தகம் ஒன்று அவரிடம் இருந்தது. அதை வைத்துத் தாமே பாடிக் கற்றுக் கொள்வார். 'நகுமோமு', 'மாரு பல்க', 'நிதிஸால ஸுகமா' முதலிய கீர்த்தனைகள் மீது அவருக்குள்ள பிரியம் அளவிட முடியாது. என் தந்தை தெலுங்கும் நன்றாகக் கற்றிருந்தார். அதனால், அவ்வார்த்தைகளின் அர்த்தத்தை, அவை அமைந்துள்ள அழகை, அவற்றில் ததும்பும் பாவத்தைச் சொல்லி இன்புறுவார். 'மாருபல்க' என்ற கீர்த்தனத்தின்மீது அவருக்குள்ள இன்ப மிகுதியை, அவர் தம் 'சந்திரிகையின் கதை'யில் காட்டி யிருக்கிறார்.

"யாமறிந்த மொழிகளிலே தமிழ் மொழி போல் இனி தாவதெங்கும் காணோம்" என்ற அவரது பாட்டின் உண்மையைத் தமிழ் மக்களுக்கு அறிவிக்கத் தமது வாழ்நாளை யெல்லாம் செலவிட்டார். "தமிழைப் போன்ற உன்னத பாஷை வேறில்லை. பச்சைத் தமிழிலேயே பேசு. தமிழிலே நினை. ஆங்கிலத்தில் நினைத்துப் பின் மொழி பெயர்க்காதே" என்று தம்மிடம் பேசும் நண்பர்களுக்குச் சொல்லுவார். தம்மை அடுத்தோரும் நம் வீட்டிலுள்ளோரும் தமிழன்றி வேறு பாஷை பேசச் சம்மதிக்க மாட்டார். ஆனால், சங்கீதத்திற்கு பாஷையென்ற கட்டுப்பாடு கிடையாதென்பதே அவர் அபிப்பிராயம்.

> "ஸிந்து நதியின் மிசை நிலவினிலே
> சேர நன்னாட்டிளம் பெண்களுடனே
> சுந்தரத் தெலுங்கினிற் பாட்டிசைத்துத்
> தோணிகள் ஓட்டி விளையாடி வருவோம்."

என்ற பாடலைப் பற்றி நான் ஒருநாள் என் தந்தையிடம், "ஏனப்பா தெலுங்கில் பாட வேண்டும்? நீ தான் தமிழில் நல்ல நல்ல பாட்டுக்கள் உண்டாக்கி யிருக்கிறாயே, அவற்றைப் பாடினால் என்ன?" என்று கேட்டேன்.

அவர் புன்சிரிப்புடன் "பாப்பா, தமிழ்ப் பாட்டும் பாடலாம்; ஹிந்துஸ்தானியிலும் பாடலாம். பெரிய பெரிய மகத்தான கவிகள் நம் தமிழ் நாட்டில் இருந்திருக்கிறார்கள். ஆனால் பாடுதற்குரிய முறையில் பாடலை இசையுடன் அமைத்து அதைச் சுவையுடன் பாடக்கூடிய சங்கீத வித்வான்கள் நம் தமிழுலகில் அதிகம் இல்லை. சங்கீதத்தில் தெலுங்கு என்றும், உருது என்றும் வேற்றுமை கிடையாது. ஆங்கிலேயர் தேசாபிமானம் முற்றியவர்கள். பாஷாபிமானத்திலும் வரை கடந்தவர்கள். ஆனால் சங்கீதத்தில் ஜெர்மன் சங்கீதமும் இத்தாலிய சங்கீதமும் உயர்ந்தன என்பதை அவர்கள் மறுப்பதில்லை. தவிர, வட தேசத்திலுள்ள அழகிய சிந்து நதியின் மீது, தென் தேசத்திலுள்ள அழகிய சேர நாட்டுப் பெண்களுடன் தமிழ் நாட்டினர்களாகிய நாம், சங்கீதத்துக்குகந்த அழகிய பாஷையான தெலுங்கில் பாடி மகிழ்வோம் என்றதன் கருத்து நம் இந்திய தேச முழுவதையும் ஒன்றாக்கும் நோக்கத்தினால் தான்" என்றார். அவர் பாடக்கூடிய பாட்டுக்கள் எந்தப் பாஷையாக இருந்த போதிலும் அந்தப் பாஷைக்குரிய, அந்தப் பாட்டுக்குரிய அர்த்தம், பாவம் இவை ததும்பி நிற்கும்.

ராம பக்தியில் லயித்திருந்த தியாகப் பிரும்மம், அதற்கேற்ப விதவிதமாக, அணியணியாகக் கீர்த்தனங்களைப் பாடினார். என் தந்தையோ, தேச பக்தி என்பதையே மறந்து பல்லாண்டுகள் வாழ்ந்து வந்த ஒரு சமுதாயத்தில், 'நம் தாய் நாடு நமக்கு உரிமை' எனும் உணர்ச்சி மக்களிடையே புதிதாக வளர்ந்து வரும் ஒரு காலத்தில் ஜனங்களை உற்சாக மூட்டும் பாடல்கள், அவர்களை மேலும் தேச சேவையில் ஈடுபடத் தூண்டும் பாடல்கள் இயற்றினார். அதற்கு, அவர் பழைய முறைப்படி வழக்கத்திலுள்ள வர்ண மெட்டுக்களை அமைக்க ஒப்பவில்லை. உதாரணமாக, 'என்று தணியுமிந்த சுதந்திர தாகம்' என்ற பாடலை, என் தந்தை பாடும்போது நேரில் கேட்டிருப்பவர்கள் அதை நடைமுறையில் கமாஸ் ராகத்தில் பல சங்கதிகளுடன் பாடுவதனால் அதன் சுவை அதன் உருக்கம் எத்தனை குறைந்துள்ளது

என்பதை அறிவார்கள். என் தந்தை தமது பாடல்கள் முழுவதையும் ஸ்வரப் படுத்தி எளிதில் பாடுவதற்குரியதாக ஒரு புத்தகம் வெளியிட ஆசைப்பட்டார். ஆனால், அக்காலத்துத் தமிழுலகம் அவரது பாடல்களைப் பாடுவது மட்டுமல்ல, மறைவாக வீட்டினுள் இருந்து படிப்பதற்கே போதிய துணிவற்றதாக இருந்தது.

என் தந்தை பாட்டு இயற்றுங் காலையில் அதற்குரிய ராகம், மெட்டு அமைக்க ஒரு உதவியும் நாடுவதில்லை. ஏதேனும் ஒரு மெட்டில் தானே பாடிப் பார்ப்பார். அந்த மெட்டு அவருக்குப் பிடித்திருந்தால் அந்த இசை எந்த ராக ஸ்வரங்களுக்குப் பொருத்தமாக இருக்கின்றதோ அந்த ராகத்தின் பெயர் மட்டும் எழுதி வைத்திருப்பார். தாளம் தானே வந்து அமைந்து கொள்ளும்.

தாம் எழுதிய பாடல்களை என் தந்தை தம் ஆப்த நண்பர்கள் சிலரிடம் பாடிக் காண்பிப்பார். ஸ்ரீ வ.வே.சு. அய்யர் கண்ணன் பாட்டுக்கு எழுதித் தந்துள்ள முகவுரையில், 'கற்பனா பாவத்தோடும், சிருஷ்டி உற்சாகத்தோடும் ஆசிரியர் தம் பாடல்களைப் பாடும்போது கேட்டிருப்பவர்கள் அவற்றை அக்ஷர லக்ஷம் பெறுமானதாக மதிப்பர்' என்றார். என் தந்தை தம் 'குயில் பாட்'டில் 'காதல் காதல் காதல்' என்ற பாட்டைக் குயில் பாடியதாகக் கூறும் போது 'அந்தப் பொருளை அவனுக்கு உரைத்திடுவேன்; விந்தைக் குரலுக்கு மேதினியீர் என் செய்கேன்' என்றார். ஆனால், அவரது அந்தக் கற்பனைக் குயில் காதலிக்குள்ள குரலினிமை ஒரு வேளை அவருக்கு இல்லாமல் போயிருக்கலாம். அவரது கம்பீரமான குரலினிமையை அந்த அற்புதமான உச்சரிப்பை ஒரு கிராமபோன் இசைத் தட்டு மூலமாகப் பல நாள் கேட்டு அனுபவிக்கும் பாக்கியம் நானும் எங்கள் குடும்பத்தாரும் ஏன் தமிழ் நாட்டாருமே பெறவில்லை!

இன்று எந்தையாரின் பாடல்கள் தமிழ் நாடெங்கும் பாடப்படுகின்றன. பாரதி பாடல்களை அவரவர் தமக்கு விருப்பமான வர்ண மெட்டில் அமைத்துப் பாடலாம்; ஆனால் பாட்டின் பொருள் சிதைந்து போகாமல் வார்த்தைகளைச் சரியாக உச்சரித்துப் பாட வேண்டும்.

பாப்பாவும் பாரதியும் பாடிய பாட்டு

சென்னை தியாகராயநகர் கிரிபித் சாலையிலுள்ள ஐந்தாம் எண்ணுள்ள இல்லம். 'பாரதி' என்ற எழுத்துக்கள் பொறிக்கப்பட்ட

அந்த இல்லத்தினுள் நுழைகிறோம். முகம் மலர நம்மை வரவேற்பவர், அமரகவி பாரதியாரின் திருமகள் சகுந்தலா பாரதி அவர்கள்.

வீட்டு முகப்பில் 'பாட்டுக்கொரு புலவன்' பாரதியின் திருவுருவப்படம் ஒன்று பெரிய அளவில் கம்பீரமாய்க் காட்சி யளிக்கிறது. அமைதியான அந்த வீட்டைச் சுற்றிலும் அழகான தோட்டம் நம்மைக் கவர்கிறது.

'கம்பன் வீட்டுக் கட்டுத் தறியும் கவிபாடும்' என்பார்கள். திருமதி சகுந்தலா பாரதிக்கும் கவிபாடும் ஆர்வமும் ஆற்றலும் சிறு வயது முதற்கொண்டே இருந்து வருகிறது. 'ரசிகா' என்ற புனைபெயரில் இவர் பல கவிதைகளை எழுதிப் பலரின் பாராட்டுக்களைப் பெற்றுள்ளார்.

பாவேந்தர் பாரதிதாசன் அவர்கள் 'கவிஞர் பெருமன்றம்' என்ற அமைப்பைத் தொடங்கியிருந்தார். அந்த மன்றத்துக்குப் பெரும் புலவர்களெல்லாம் வருவார்கள். அவர்களுக்கெல்லாம் இவரை அறிமுகம் செய்து வைத்து, 'சகுந்தலா நன்றாகக் கவிதை பாடுவாள்' என்று சொல்லி மகிழ்வாராம்.

சகுந்தலா சிறுமியாக இருந்தபோது ஒரு நாள் காலை,

பாரதியார் சகுந்தலாவிடம் "பாப்பா! நீயும் நானும் சேர்ந்து ஒரு பாட்டு எழுதுவோம்!" என்றாராம். தம் அருமை மகள் சகுந்தலாவை அவர் செல்லமாகப் "பாப்பா" என்றே அழைப்பாராம். சகுந்தலாவும் சரியென்று சொல்லவே இருவரும் பாட்டு எழுத மாடிக்குச் சென்றனர். பாட்டை எப்படி எழுதுவது?

முதலில் பாப்பா சொல்ல வேண்டியது. பிறகு அப்பா பாட்டு அமைக்க வேண்டியது. இப்படியே பாட்டு வளர்ந்தது. அந்தப் பாட்டுத்தான் 'காலைப் பொழுது' என்ற பாடலாய் மலர்ந்தது. "அது தவறுதலாகக்" காதற்பாட்டுக்கள் என்ற தலைப்புடன் வெளியிடப்பட்டிருக்கிறது என்கிறார் திருமதி சகுந்தலா.

இப்படி எழுதிய கையெழுத்துப் பிரதிகளில் பாரதியார் மறக்காமல், சகுந்தலா பாப்பாவும் சுப்பிரமணிய பாரதியும் எழுதியது என்று குறிப்பிடுவாரென்றால் அவர் தம் மகள் மீது வைத்துள்ள பேரன்பினை நன்கு அறியலாம்.

"குழந்தைகள், பள்ளியில் எழுத்துக்களைக் கூட்டி வார்த்தை சேர்க்கும் விளையாட்டு விளையாடுவதை நாம் பார்த்திருக்கிறோம். அதைப் போல் பாரதியாரும் ஒரு நாள் தம் மகளையும் மற்ற

மாணவர்களையும் அழைத்து பாட்டுச் சேர்க்கும் விளையாட்டைக் கற்றுக் கொடுத்தாராம்.

ஒவ்வொருவர் ஒரு பதம் சொல்ல, அதைப் பாரதியார் வரிசைக் கிரமமாகப் பொருள் தோன்றும்படி பாட்டிசைத்துத் தருவார். உதாரணமாக,

முதலாமவர்	:	சக்தியை
இரண்டாமவர்	:	கொண்டாடு
மூன்றாமவர்	:	தினந்தோறும்
பாரதியார்	:	சக்தியை நித்தம் கொண்டாடு
முதலாமவர்	:	கவலையில்லாமல்
இரண்டாமவர்	:	சக்தியின் பாதங்களில்
மூன்றாமவர்	:	முத்து மாலைகள்
நான்காமவர்	:	ரத்தின ஆரங்கள்
ஐந்தாமவர்	:	வைத்துப் பணிந்திடு

இந்தப் பதங்களை வைத்துப் பாரதியார் பாடிய பாட்டு இதோ:

“சக்தியை நித்தம் கொண்டாடு
சஞ்சலம் நீக்கி சக்தியை
முத்துமா லைகள் ரத்னஹாரங்கள்
சக்தி பதத்தில் அணிந்து பணிந்திடு – சக்தியை”

குழந்தைகள் என்றால் பார்த்த பொருளைக் கேட்டு அடம் பிடிக்கும். ஆனால் சிறுமி சகுந்தலா எந்த விளையாட்டுச் சாமான்களையும் கேட்டுத் தொந்தரவு பண்ணியதில்லை. அவர் கேட்டப் பொருளெல்லாம் நல்ல நல்ல கதைகள் பாட்டுக்கள் தாம்!

பாரதியார் புதுச்சேரியில் இருந்தபோது தம் அருமை மகளை அழைத்துக் கொண்டு கடற்கரைக்குப் போவது வழக்கம். அங்கே, அலைகடலின் ஓரத்திலே சகுந்தலா அப்பாவிடம் “அப்பா! அப்பா! கிளிஞ்சல் கதை சொல்லேன். அதோ ஓடுகிறதே அந்த நண்டு கதை சொல்லேன்!” என்று வற்புறுத்துவாராம்.

அப்போது கிளிஞ்சலைப் பற்றியோ, நண்டைப் பற்றியே ஒரு கதை வந்துவிடும். அல்லது கவிதை பிறந்துவிடும் பாரதியாருக்கு.

பாரதியாரின் சொந்த ஊர் எட்டயபுரம் என்று நமக்குத் தெரியும்.

எட்டயபுரம் மன்னருக்கும், சிறுவன் சுப்பையாவுக்கும் (பாரதிக்கும்) நெருங்கிய தொடர்பு இருந்தது. தமிழார்வமுள்ள மன்னர், சிறுவன் பாரதியிடம் தம் சிந்தையைப் பறிகொடுத்தார் என்றே கூறவேண்டும். அவ்வளவு ஏன், அருட்கவி பாரதியாரின் பாடல்கள் முதன் முதலில் விரும்பப்பட்ட இடமே அந்த எட்டயபுரம் மன்னரின் அரண்மனை தானே?

பாரதியாரின் தாத்தா திரு இராமசாமி சிவன் கிராம முன்சீப்பாக இருந்தவர். அவரிடம் தேவாரம், திருவாசகம் எல்லாம் சிறுவன் பாரதி கற்றுக் கொண்டான். இதனால் சின்னஞ் சிறு வயதிலேயே பாரதிக்குத் தமிழார்வம் வளர்ந்தது.

இவருடைய தமிழார்வம் மேலும் வளர்வதற்குத் தூண்டுகோலாய் இருந்தது எட்டயபுரம் அரண்மனையின் புலவர் அவை.

இளம் பாரதிக்கு எட்டு அல்லது ஒன்பது வயது இருக்கும். பெரும் புலவர்களெல்லாம் நாள்தோறும் அரண்மனையில் வந்து பல்வேறு விஷயங்களைக் குறித்து விவாதிப்பார்களாம். சில சமயங்களில் விவாதம் காரசாரமாகக் கூட முடிவதுண்டு. இந்த கூட்டங்களுக்கெல்லாம் தவறாமல் போவார் பாரதி.

ஒரு சமயம் வழக்கம்போல் புலவர்கள், அவைக்கு வந்தனர். ஒரு புலவர் எழுந்து, "அண்ணாமலை ரெட்டியார் காவடிச் சிந்து போல் யாராவது பாட முடியுமா?" என்று உரக்கக் கேட்டார். சிலர் முடியும் என்றும், சிலர் முடியாது என்றும் வாதிட்டனர். இதைக் கேட்டு அவையில் இருந்த பாரதியார் கேலியாகச் சிரித்தார். உடனே ஒரு புலவர் சினம் மிகுந்தவராய், "பாட முடிந்தவர்கள் நேரே அவைக்கு வந்து பாடலாம்!" என்றாராம்.

மறுநாள் எட்டயபுரம் மன்னர், முந்தைய நாள் புலவர்கள் விவாதித்ததை அறிந்து எல்லாப் புலவர்களுக்கும் அழைப்பு விடுத்தார். அனைவரும் அவைக்கு வந்தனர். மன்னர் புலவர்களைப் பார்த்து, "நம்ம சுப்பையா ஒரு பாடலை எழுதிக் கொண்டு வந்திருக்கிறான். நீங்கள் கேட்ட அண்ணாமலை ரெட்டியார் காவடிச்சிந்து போல் இந்தப் பாடல் அமைந்திருக்கிறது" என்று சொல்லி அந்தப் பாடலைப் புலவர்கள் மத்தியில் அரங்கேற்றினார். அதுமட்டுமா? சிறுவன் சுப்பையாவின் கவி ஆற்றலை உணர்ந்து, "பாரதி" (சரசுவதி) என்ற பட்டத்தையும் அளித்துச் சிறப்பித்தார். அப்போது பாரதிக்கு வயது எத்தனை தெரியுமா? பதினொன்று!

பாரதி பாடிய அந்தக் காவடிச் சிந்து இதுதான்:

"பச்சைத் திருமயில் வீரன்
அலங்காரன் கௌமாரன் – ஒளிர்
பன்னிரு திண்புய பாரன் – அடி
பணி சுப்ரமணியாக் கருள்
அணிமிக்குயர் தமிழைத் தரு
பக்தர்க் கெளிய சிங்காரன் – எழில்
பண்ணு மணாசலத் தூரன்"

இதனை இப்போது கணீரென்று இனிமையான குரலில் பாடிக் காட்டுகிறார் ஸ்ரீமதி சகுந்தலா பாரதி.

சிறுமி சகுந்தலாவுக்கு அப்போது ஐந்து வயது இருக்கும்.

பாரதியார் நம் வீட்டு மாடியில் தம் மகளை மடியின் மீது உட்கார வைத்துக் கொண்டு கதைகள் பல சொல்லிக் கொண்டிருந்தார். சகுந்தலாவின் தாயார் மாடி மீது வந்தபிறகு தான், தாம் ஒரு பொருளை மறந்து வைத்து விட்டதை உணர்ந்தார். உடனே தந்தை மடிமீது உட்கார்ந்து கதை கேட்டுக் கொண்டிருந்த சகுந்தலாவைப் பார்த்து, தாம் மறந்து வைத்துவிட்ட அந்தப் பொருளை எடுத்து வரும்படி சொன்னாராம்.

சுவாரசியமாகக் கதை கேட்டுக் கொண்டிருந்த சிறுமி சகுந்தலாவுக்கு அம்மாவின் கட்டளை ஆத்திரத்தை உண்டாக்கியது. உடனே, "நான் எடுத்து வர மாட்டேன். போ!" என்று கண்டிப்பாகச் சொல்லிவிட்டாராம்.

இதைக் கண்ட பாரதி உடனே, "தாய் சொன்ன சொல்லைத் தட்டாதே பாப்பா!" என்றாராம்.

சிறுமி சகுந்தலாவின் மனத்திலோ, "அப்பாவுக்கு உள்ள பேரும் புகழும் அம்மாவுக்கு இல்லையே! அம்மா என்ன, வெறும் சமையல்தானே செய்து போடுகிறாள்? என்ன இருந்தாலும் அம்மா மட்டம்தான்...." என்ற தவறான எண்ணம் புகுந்து கொண்டிருந்தது!

அந்த எண்ணத்தைப் போக்கப் பாரதியார் பெரும்பாடு பட்டார். தாய் எத்தனை உயர்ந்தவள் என்பதைப் பிஞ்சுமனத்தில் பதியும் வண்ணம் இனிமையாக எடுத்துச் சொன்னார். தாய்நாடு, தாய்மொழி என்றெல்லாம் தாயை முன் வைத்தே சொல்கிறோம் எனச் சுட்டினார். தாய்க்கு உள்ள உயர்ந்த இடத்தை உணர்த்துகிற வகையில் பல நீதிக் கதைகளைச் சொல்லிக் கொண்டிருக்கும்போது, சிறுமி சகுந்தலா, "அப்படியானால் நான் எப்படியெல்லாம் நடந்து

கொள்ள வேண்டும். அதைச் சொல்லுங்கள் அப்பா!" என்று கேட்டாராம். அப்போது பிறந்தது தான் "ஓடி விளையாடு பாப்பா, நீ ஓய்ந்திருக்கலாகாது பாப்பா!" என்ற பாப்பாப் பாட்டு.

ஐந்து வயதில் நடந்த சம்பவம் ஒன்று. இன்று அறுபதுக்கு மேற்பட்ட வயதிலும் கூடப் பசுமையாக நினைவு இருக்கிறது இவருக்கு.

அச்சம்பவத்தைக் கூறுகிறார் ஸ்ரீமதி சகுந்தலா.

"எனக்கு ஐந்து வயதாக இருக்கும்போது ஒரு சமயம் கடுஞ் சுரநோய் கண்டது. காய்ச்சலின் வேகத்தால் நாக் குழறிவிட்டது. என் தந்தையின் உண்மைச் சிநேகிதருள் ஒருவரும் என் வளர்ப்புத் தந்தையாக நான் கருதியவருமான திரு பொன்னு முருகேசம் பிள்ளை அவர்கள் என்னைப் பார்க்க வந்திருந்தார்.

என் தந்தை, 'பாப்பா! யார் வந்திருக்கிறார்கள் பார்!' என்றார். முருகேசம் பிள்ளை என்று சொல்ல எண்ணிய எனக்கு சுர வேகத்தால் நாக் குழறிப் போயிற்று. 'முருகேழ பிள்ளை' என்று சொன்னேனாம். என் தந்தை சுவரில் மோதிக் கொண்டார், புலம்பினார்.

'பாப்பா! கடற்கரை மேடையிலிருந்து சிங்கம் கர்ஜிப்பது போலப் பிரசங்கம் செய்யப் போகிறாய் என்று எண்ணி யிருந்தேனே! என்ன குற்றம் செய்ததனால் குழந்தைக்கு இக்கதி நேர்ந்தது? தாய் தந்தையரின் செய்கைகள் மக்களைப் பாதிக்கின்றன. சரீர வாதனையைத் தான் அனுபவிப்பதைவிடத் தன்னில் இனியார் தம் மக்கள் அனுபவிப்பதைப் பார்ப்பது பதின்மடங்கு கொடியது. நான் என்ன குற்றம் செய்தேன்? என்னிடமுள்ள கெட்ட பழக்கம் நான் புகையிலை போட்டுக் கொள்வது ஒன்றுதான். அதையும் இன்றுடன் விட்டேன்' என்று சபதம் கூறினார்.

காய்ச்சல் டைபாயிட் சுரமாதலால் குணமாக மூன்று மாத காலமாயிற்று. கொஞ்சம் குணம் தெரிந்தவுடன் என் தந்தையாவர் என் தாய் செல்லம்மா பாரதிக்காக எழுதிய பாட்டுத்தான் –

> "பக்தியினாலே இந்தப்
> பாரினில் எய்திடும் மேன்மைகள் கேளடீ"

என்ற பாட்டு.

> "இந்தப் புவிக்கே இங்கோர் ஈசனுண்டாயின்
> அறிக்கை யிட்டேனுன்றன்
> கந்தமலர்த்தாள் – துணை காதல் மகவு

வளர்ந்திட வேண்டும் என் சிந்தை யறிந்தே
அருள் செய்திட வேண்டும்
என்றால் அருளெய்திடும்! (பக்தியினாலே)"

எட்டயபுரத்தில் பாரதி படித்துக்கொண்டிருந்தபோது இவரோடு படித்த காந்திமதிநாதப் பிள்ளை என்ற மாணவர் சற்று ஆணவ முள்ளவர். அவர் தாம் தமிழ்ப் படித்திருக்கிறோம் என்ற கர்வத்தில் பாரதியிடம், 'பாரதி சின்னப் பயல் என்ற சொற்களைக் கடைசி அடியின் முடிவாக வைத்து ஒரு வெண்பாவைப் பாட முடியுமா?' என்று கேட்டார். அருட்கவி பாரதிக்கு இது என்ன பிரமாதம்? அவன் ஆணவத்தை அடக்கும் வகையில்,

"காரதுபோல் நெஞ்சிருண்ட காந்திமதி நாதனைப்
பார்அதி சின்னப்பயல்!"

என்றாரே பார்க்கலாம்!

பாடல் புனையும் பாரதிக்கும் ஒரு பாடல் மிகவும் பிடித்தமாய் இருந்தது. அதுதான் இராமலிங்க சுவாமிகளின் 'நான் படும்பாடு' என்ற பாட்டு. அதைக் கேதார கௌளை ராகத்தில் பாரதி அடிக்கடி பாடுவார். குளிக்கும் போதும் சரி, சாப்பிடும்போதும் சரி, இந்தப் பாட்டு இல்லாமல் அவருக்குப் பொழுது போகாது!

பாரதியார் பிற்காலத்தில் வறுமையில் உழன்றார் என்றாலும் அவர் பணக்கார வீட்டுப் பிள்ளையாகத்தான் வாழ்ந்தார். அவரது தந்தை திரு சின்னசாமி ஐயர் அவர்கள் பஞ்சாலை நடத்தி மிகுந்த செல்வச் செழிப்பிலே வாழ்ந்தவர். தொழில்துறையிலும் கலைகளிலும் நல்ல ஈடுபாடு உடையவர்.

1897இல் பாரதிக்குத் திருமணம் நடந்தது. அதற்கு அடுத்த ஆண்டில் பாரதியின் தந்தை நடத்தி வந்த பஞ்சாலை மிகுந்த நட்டத்துக்குள்ளானது. அதனால் மனமுடைந்த அவர் (பாரதியின் தந்தை) அவ்வாண்டே காலமானார். ஐந்து வயதில் தாயை இழந்து, இப்போது தந்தையாரையும் இழந்த பாரதியின் வாழ்வில் பேரிடி விழுந்தது. வளமான குடும்பத்திலே பிறந்து வளர்ந்த பாரதி, பிறகு வறுமை எனும் கொடிய நோய்க்கு ஆளானார் என்பது உண்மையே!

'யாமறிந்த மொழிகளிலே தமிழ்மொழி போல் இனிதாவதெங்கும் காணோம்' என்று பாடிய பாரதியின் எண்ணம், செயல் அனைத்துமே தமிழாக இருந்ததை நாம் அறிவோம்.

'தமிழைப் போன்ற உன்னத பாஷை வேறில்லை. பச்சைத் தமிழிலே பேசு. தமிழிலேயே நினை. ஆங்கிலத்தில் நினைத்துப் பின்மொழி பெயர்க்காதே' என்று பாரதி தம்மிடம் வரும் நண்பர்களுக்கெல்லாம் சொல்வாராம். "தம்மை யடுத்தோரும், தம் வீட்டிலுள்ளோரும் தமிழின்றி வேறு மொழி பேச அவர் சம்மதிக்க மாட்டார்" என்று கூறும் ஸ்ரீமதி சகுந்தலா பாரதிக்குத் தோட்டக் கலையில் மிகுந்த ஆர்வமுண்டு. சிறிய வயதிலிருந்தே அவருக்குத் தோட்டம், மலர்கள் என்றால் கொள்ளை ஆசை.

நாள்தோறும் தம் தந்தை பாடிய 'பராசக்தி'யை இவர் வழிபடத் தவறுவதில்லை. தம் வீட்டுக்கு அருகே இருக்கும் காளி கோயிலுக்குச் சென்று வழிபடும் இவர், பிற்காலத்தில் உதவுகின்ற வகையில், தம் தந்தையாரைப் பற்றி நினைவுக்கு வருவதையெல்லாம் அவ்வப்போது விரிவாக எழுதி வைத்துக் கொள்ளும் பழக்கத்தை வழக்கமாகக் கொண்டிருக்கிறார்.

எஸ். சத்தியமூர்த்தி

பாரதி தமிழனா? இல்லையா?

எனக்கு வயது 52 ஆகிறது. இப்பொழுது பாரதியார் பாடல்கள் பாடியதையெல்லாம் கேட்டிருந்தீர்கள். உண்மையில் என் உடம்பு மயிர்க் கூச்சமெடுத்தது. என் இருதயம் துடித்தது. பாரதியாரின் பாடல்களைக் கேட்கும் பாக்கியம் எனக்கு 1906, 1908ம் வருடங்களில் கிடைத்தது. நான் படிக்கும் போது அவருடன் மாலை வேளைகளில் பீச்சுக்குப் போவதுண்டு. அப்போது அவர் பாடுவார். அவர் பாடுகின்ற மாதிரியே நாமும் பாடி வருவோமானால் கல்லும் கசிந்துருகும். இக்காலத்தில் பாரதியார் பாடல்களைப் பாடுபவர்கள் பலவிதமான புதுப்புது ராகம் போட்டுப் பாடுகின்றார்கள். எந்த மனிதனாகிலும் உருகவில்லை யென்றால் அவனை என்னென்று கூறுவதென எனக்குத் தெரியவில்லை. இச்சங்கத்திலே உள்ள இளைஞர்களும், மற்ற வாலிபர்களும் பாரதியார் பாடல்களில் குறைந்த பத்துப் பாட்டாகிலும் மனப் பாடம் செய்ய வேண்டும். அப்பணியை ஒவ்வொருவரும் தவறாது செய்தல் வேண்டும்.

எனக்கு முதலில் தேசபக்தி உண்டானதற்குக் காரணம் பாரதியாரின் பாடல்களேயாகும். சரித்திரத்திலே நீங்கள் படிக்கின்றீர்களே ஜூலியஸ்சீஸர், அந்த ஜூலியஸ் சீஸருக்கு அப்பன் நம் சுப்பிரமணியபாரதி. பாரதியாரின் பாடல்களை உங்கள் குழந்தைகளைப் பாடச் சொல்லிக் கேளுங்கள். நானும் பிரதம மந்திரி ராஜாஜியும் சிறையில் இருந்த பொழுது நாங்கள் இருவரும் பாஞ் சாலி சபதத்தைப் படித்ததுண்டு.

எனக்கு ஆங்கிலம், சமஸ்கிருதம், தமிழ் ஆகிய மூன்றும் தெரியும். ஆங்கிலத்தில் ஷேக்ஸ்பியரையும், சமஸ்கிருதத்தில் காளிதாசனையும் படித்திருக்கிறேன். அதற்குப் பிறகு பாரதியாரின் 'பாஞ்சாலி சபதம்' போன்ற தேசிய கீதங்களையும் அவரது இதர சமய, சமூக சம்பந்தமான பாடல்களையும் படிக்கும் போது சந்தோஷமும் மன உணர்ச்சிகளும் உண்டாகின்றன. அவர் தமிழினிடம் அளவற்ற பற்றுடையவராக இருந்ததாலேயே சமஸ்கிருதத்தையோ ஆங்கிலத்தையோ வெறுத்து விடவில்லை. அவர் எல்லாப் பாஷைகளையும் அறிந்திருந்ததால்தான் முதல் தரமான பாடல்களைப் பாட முடிந்தது. இப்போது நிரக்ஷாகுக்ஷிகளான ஆசாமிகள் தமிழ் எப்படிப்பட்டது, தமிழர் யார் என்றெல்லாம் ஆபாசமான துறையில் ஆராய்ச்சி செய்கிறார்கள். இப்பொழுது தமிழையே புதிதாகச் சிருஷ்டிக்க ஒரு சாரார் வந்திருக்கிறார்கள். அவர்கள் தாம் தமிழைப் புதியதாகப் பண்ணப் போகின்றார்களாம். எல்லாருமே வரட்டுமே! நம் தமிழ்த் தாயினிடத்து நாம் வேண்டாமென்றா சொல்லுகிறோம்; எங்களை வைகின்றதெல்லாம் வையட்டும் பாதகமில்லை. பாரதி தமிழனா? இல்லையா? என்றுதான் நான் அவர்களைக் கேட்கிறேன்.

"யாமறிந்த மொழிகளிலே தமிழ் மொழி போல் இனிதாவ தெங்கும் காணோம்" என்று பாடினாரே! அவர் தமிழன் இல்லையா? பாரதியார், முன் வைத்த காலைப் பின் வைக்கவில்லை என்பது இவர்களுக்குத் தெரியுமா?

இப்பொழுதுள்ள பன்னீர் செல்வமும், அவர்களுடைய சகாக்களும் "பாரதியார் பாடல்களை யாரும் பாடக்கூடாது" என்று ஒரு தீர்மானம் சென்னை சட்ட சபையில் அன்று எடுத்து வந்தார்கள். அப்பொழுதே நான் அவசரப் பிரேரணை கொண்டுவந்து சட்டசபையிலே பாரதியாரின் பாடல்களைப் பாடி விட்டேன்:

> "செந்தமிழ் நாடெனும் போதினிலே – இன்பத்
> தேன் வந்து பாயுது காதினிலே – எங்கள்
> தந்தையர் நாடென்ற பேச்சினிலே – ஒரு
> சக்தி பிறக்குது மூச்சினிலே"

என்றாரே பாரதியார்! அவர் பாடலைப் பாடினால் என்னையா? என்றெல்லாம் கேள்விகள் சரமாரியாகக் கேட்டதும் அவர்கள் நம்வழிக்கே வந்துவிட்டார்கள். ஒவ்வொருவனுக்கும் நல்ல உணர்ச்சி உண்டாக வேண்டும் என்பதற்காகவே பாரதியார் பாடினார்.

பாரதியார் பாடல் ஒருவனை வீரமுள்ள மனிதனாகவும், உண்மையான தேசாபிமானியாகவும், தன் தாய்ப்பாஷையினிடத்து அபிமானமுடையவனாகவும், சரியான சீர்திருத்தக்காரனாகவும் ஆக்கக்கூடிய சக்தியை யுடையது. அப்படிப்பட்ட பாடல்களைப் பாடிய பாரதியாருக்கு நாம் நன்றி செலுத்தாமல் இருக்க முடியுமா?

"எந்நன்றி கொன்றார்க்கு முய்வுண்டா முய்வில்லை
செய்ந்நன்றி கொன்ற மகற்கு."

என்று திருவள்ளுவர் கூறியிருக்கின்றார்.

பாரதியாரின் அரசியல் பலாத்காரத்தையும், பயங்கரத்தையும் அடிப்படையாகக் கொண்டது. இது சரித்திரம் சம்பந்தப்பட்டவரை உண்மைதான். ஆனால் இன்று பாரதியாரும் அவரது சகாக்களும் கூட மகாத்மாவின் அஹிம்சையையே பின்பற்றுவார்கள் என்பதில் எனக்குச் சந்தேகமில்லை. ஹிம்சையால் உலகில் பலாத்காரமும் மிருக உணர்ச்சியும் அதிகமாகி உலகமே அழிந்துவிடுமேயொழிய வேறில்லை.

அப்படி மனிதர்கள் இருந்தாலும் அவர்கள் குரங்குகளாகத்தான் இருப்பார்கள். இம்சையால் சுயராஜ்யம் வருவதாயினும் நான் ஏற்றுக் கொள்ள மாட்டேன் என்று மகாத்மா கூறுவதை நாம் கவனிக்கவேண்டும். அன்று நமக்கு அஹிம்சையில் வசிஷ்டர் வழிகாட்டியதே போல் இன்று மகாத்மா காண்பித்து வருகிறார். அஹிம்சை நடக்குமா என்றெல்லாம் சந்தேகப்படுவதில் பிரயோசன மில்லை. யுத்தத்தில் அகப்பட்டுத் தவிக்கும் போலந்து வாசிகள் இந்த கோமணாண்டியான மகாத்மாவின் ஆசீர்வாதத்தைத்தான் ஆவலுடன் எதிர்பார்க்கிறார்கள். இந்தியாவின் சரித்திரம் இன்னும் முடிந்துவிடவில்லை. கோபாலகிருஷ்ண கோகலே தெரிவித்திருப்பது போல இந்தியாவின் கடைசி அத்தியாயம் எழுதப்பட வேண்டியிருக்கிறது. அது மகாத்மாவின் அஹிம்சையாகவே இருக்கலாம்.

பாரதியாருக்கு நாம் நன்றி செலுத்துவதென்றால் அவரது பாடல்களைப் படித்து அதன்படி நடப்பதுதான். நமக்குள் ஒற்றுமை

வேண்டும். யார் யார் எங்கிருந்து வந்தார்கள். யார் யாரை எங்கே அனுப்புவது என்றெல்லாம் பைத்தியக்காரத்தனமாகப் பேசிக் கொண்டிருப்பதில் பயனில்லை.

"வாழிய செந்தமிழ்! வாழ்க நற்றமிழர்!!
வாழிய பாரத மணித் திருநாடு"

என்று கூறி முடிக்கிறேன்.

குவளைக் கண்ணன்
தினக் குறிப்பில் ஒரு நாள்

பாரதியார் உயிர் தோழன்

புதுச்சேரியில் பாரதியாருடன் நெருங்கிப் பழகிய பிறகு 1915 வருடம் ஆகஸ்ட் மாதம் புதுவையிலிருந்து எனது கிராமத்திற்குப் புறப்பட்டேன். என் கிராமம் வர அச்சரப்பாக்கம் ஸ்டேஷனில் இறங்கினேன். அச்சரப்பாக்கத்திலிருந்து ஒரு வருக வண்டி விசாரித்து ஊர்வர எத்தனிக்கையில் ரெயிலிருந்து ஒரு போலீஸ் ஜவான் என்னைக் கூப்பிட்டார். என்னப்பா என்றேன். நீங்கள் போலீஸ் ஸ்டேஷன் வாருங்கள் என்றான். அதற்கு நான் ஏன் கூப்பிடுகிறாய் என்றும் என்னைக் கூப்பிடுமுன் உன் நம்பர் போட்டு எனக்கு ஒரு கையெழுத்துக்கொடு, உன் பின்னால் வருகிறேன் என்றேன். அதைக் கேட்டதும் அந்தக் கான்ஸ்டேபிள் நாலு கால் பாய்ச்சலில் சுமார் கால்மைல் தூரத்திலிருந்த போலீஸ்டேஷனுக்கு ஓடி அங்கிருந்த சப் இன்ஸ்பெக்டரை சைக்கிளில் அழைத்து வந்தான். அந்த சப் இன்ஸ்பெக்டர்

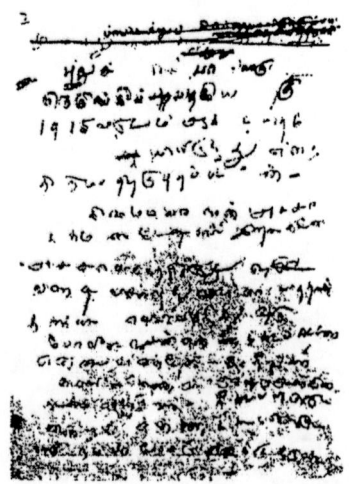

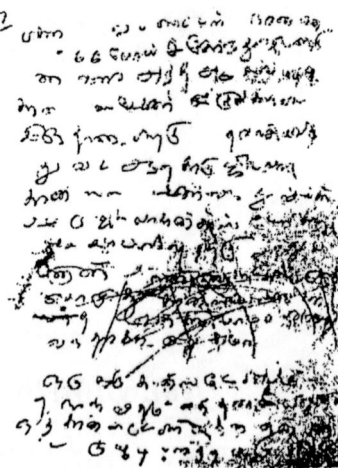

என்னை பார்த்ததும் கிருஷ்ணமாச்சாரியார் எங்கே போகிறீர்கள் என்றான். அதற்கு ஐயர் இங்கிருந்து வடமேற்கே சுமார் *15* தூரத்தில் என் கிராமத்திற்கு போகிறேன் என்றேன். அந்த போலீஸ் உத்தியோகஸ்தர் வேறோர் கான்ஸ்டேபிளை அனுப்பி விட்டார்.

நான் என் கிராமம் போய் சேர்ந்து இரண்டு நாள் வரை இந்த அச்சரப்பாக்கம் கான்ஸ்டேபிள் குவளையில் இருந்தான். பிறகு வந்தவாசியிலிருந்து வடஆற்காடு ஜில்லா கான்ஸ்டேபிள் வந்து செங்கல்பட்டு ஜில்லா கான்ஸ்டேபிளை அச்சரப்பாக்கத்திற்கு அனுப்பினான். ஒவ்வொரு கான்ஸ்டேபிளும் ஏழுநாள் வீதம் வந்தவாசியிலுள்ள *33* கான்ஸ்டேபிள்கள் என் பின்னால் டியூடி பார்த்த பிறகு, ஒரு ஐரோப்பிய சூபிரிண்ட் துரை என் பின்னால் போலீஸ்பாரா போடுவது மூடத்தனம் எனது கண்டுபிடித்து ஷேடோவை நீக்கி விட்டார்

டாக்டர் எஸ். அண்ணாஸ்வாமி

பாரதியாரின் ஆங்கிலச் சொற்பொழிவு

நான் அப்போது சென்னை மருத்துவக் கல்லூரியில் இரண்டாவது வருடப் படிப்புப் படித்துக் கொண்டிருந்தேன். வயது 19. தங்கசாலைத் தெருவில் ஒரு செட்டியார் வீட்டு மாடியில் சில கல்லூரித் தோழர்களுடன் வாடகை அறையில் வசித்து வந்தேன். வீட்டு எண் நன்றாக நினைவில்லை. நான் இரண்டாம் வருடம் படித்தது 1919 ஜூலை முதல் 1920 ஏப்ரல் வரை.

ஒரு நாள் பகலில் என்னை யாரோ அழைப்பதாகத் தகவல் வந்தது. நான் கீழே போனேன். ஒரு ஜட்கா வண்டியில் பாரதியார் வீற்றிருந்தார். நான் எதிர்பார்க்கவே இல்லை. அவருக்கு என் முகவரி எப்படிக் கிடைத்ததோ? என்னைத் தேடி அவர் வந்ததில் எனக்குப் பெருமையாக இருந்தது. மேலே அறைக்கு வரும்படி அவரை அழைத்தேன். தமக்கு அப்பொழுது அவகாசமில்லை என்று கூறி ஒரு புத்தகத்தை என்னிடம் வீசி, "இந்தா, இதை

விற்றுக் கொடு” என்றார். அது பத்து ரூபாய் டிக்கட்டுகள் அடங்கிய ஒரு புத்தகம். மூர்மார்க்கெட்டுக்கு அருகிலுள்ள விக்டோரியோ ஹாலில் ‘How to conquer death’ (*மரணத்தை எவ்வாறு வெல்லுவது?*) என்ற அவருடைய ஓர் ஆங்கிலச் சொற்பொழிவுக்காக அச்சடித்த டிக்கட்டுகள் கொண்டது. எத்தனை டிக்கட்டுகள் என்று நினைவில்லை; பத்தோ, இருபதோ இருக்கலாம். அவற்றில் ஒரு டிக்கட்டுக்கு வேண்டிய பணங்கூட என்னிடம் இல்லை. அந்த நாளில் அறை வாடகை, சாப்பாடு, மற்றச் செலவுகள் எல்லாவற்றுக்குமாக மாதம் ரூபாய் 35க்கு மேல் போய்விட்டதால் சமாளிக்க முடியாமல் இருந்த பொருள் நிலை. என்னுடைய முக்கியமான நண்பர்களும் ஏறக்குறைய அந்த நிலையில்தான் இருந்தார்கள். இதையெல்லாம் மனத்தில் வைத்துக்கொண்டு, “இவ்வளவு உயர்ந்த டிக்கட்டுகளை நான் எப்படி விற்க முடியும்?” என்று பணிவுடன் கேட்டேன். அவரும் என் குடும்ப நிலையை ஒருவாறு அறிந்திருக்கக் கூடும். ஆகவேதான் அப்படிக் கேட்டேன். உடனே அவருக்குக் கோபம் வந்தது. ‘Don’t be an imbecile’ என்று ஆங்கிலத்தில் என்னை வாழ்த்திவிட்டு, டிக்கட்டுப் புத்தகத்தை என்னிடம் விட்டுப் போய்விட்டார். என்னால் ஒரு டிக்கட்டுக்கூட விற்க முடியவில்லை. அதைப்பற்றி அவர் என்னைக் கேட்கவுமில்லை.

பொற்பொழிவன்று நான் போயிருந்தேன். நல்ல கூட்டம். யார் தலைமை வகித்தார் என்பது நன்றாக நினைவில்லை. ஸ்ரீ சுப்பிரமணிய ஐயர்தாம் என நினைவு. பாரதியாருக்கு ஆங்கிலம் நன்றாகத் தெரியும். அழகாய்ப் பேசினார். ஆனால் கூடியிருந்த மக்கள் அதற்காக வரவில்லை. அவரை நேரில் பார்க்கும் ஆவலிலும் அவருடைய பாட்டைக் கேட்கவும் வந்திருந்தார்கள். சொற்பொழிவு முடியுமுன்பே பொறுமையை இழந்து அவரைப் பாடும்படி குரலெழுப்பினார்கள். அவர் தம்முடைய கவிதைகளில் சிலவற்றைத் தமது கம்பீரமான குரலில் தனிப்பாணியில் பாடி மக்களை மகிழ்வித்தார். அந்தக் கூட்டத்தில் எத்தனை பேர் டிக்கட்டு வாங்கினவர்களோ தெரியாது. எவ்வளவு தொகை சேர்ந்ததோ தெரியாது. ஆனால் அதைப்பற்றிப் பாரதியார் சிந்தித்திருக்க மாட்டார்; கவலைப்பட்டிருக்க மாட்டார். ஆயுள் முழுவதையும் வறுமையிலேயே கழித்தார். பொருள் கிடைத்தாலும் வைத்துக்கொள்ளத் தெரியாதவர். வடமொழியில் சொல்லும் யோகம் க்ஷேமம் இரண்டும் அவருக்குத் தெரியா. பொருள் சேர்க்கவும் அறிந்திலார்; காக்கவும் அறிந்திலார். இரண்டையும் சக்தி என்று அவர் நம்பிவந்த பரம்பொருளிடமே அர்ப்பித்து விட்டார் போலும்.

விந்தன்

பாரதி வாழ்ந்த பாண்டி

துரியோதனன், துச்சாதனன் ஆகியோரை எதிர்த்துப் பாரதப் போர் நடத்தினார்கள் அர்ச்சுனன், வீமன் ஆகியோர். அதே பாரதப் போரைப் பிரெஞ்சுக்காரனையும் பிரிட்டிஷ் காரனையும் எதிர்த்து நடத்தினான் பாரதி.

எங்கே, தனக்குப் புகலிடம் தந்து உயர்ந்த புதுவையில்!

அந்தப் போரில் தன்னையே அர்ச்சுனனாகப் பாவித்துக்கொண்ட பாரதி, ரிக்ஷாக்காரனைப் பார்த்தனாக்கினான்; அவன் இழுக்கும் ரிக்ஷாவை ரதமாக்கினான்.

அந்த ரதத்தில் முறுக்கிவிட்ட மீசையுடன் ஏறி அமர்ந்த பாரதி, "பார்த்தா, ஓட்டடா ரதத்தை!" என்றான்.

ரதம் அசல் ரதத்தைப் போலவே கடகடவென்று ஒலித்துக்கொண்டே ஓடிற்று. காரணம் வேறொன்றுமில்லை; அப்போது ரிக்ஷா சக்கரங்களில் ரப்பர் டயர் பொருத்தப்படாமல் இருந்ததுதான்!

ரதம் எங்கே ஓடிற்று? – குருட்சேத்திரத்தில் ஓடவில்லை; பாண்டி வீதிகளிலே ஓடிற்று. அதனாலென்ன, அதையே போர்க்களமாகக் கொண்டுவிட்டான் பாரதி.

"வில்லினை எடடா, வில்லினை எடடா – அந்தப்
புல்லியர் கூட்டத்தைப் பூழ்தி செய்திடடா!"

பாடியவன் பார்த்தனான ரிக்ஷாக்காரன் அல்ல – அவன் எப்படிப் பாடுவான்? தன்னையே பார்த்தனாகவும் பாவித்துக்கொண்டு பாரதியே பாடினான். ஆனால் அவன் கையில் அப்போது வில்லும் இல்லை. அம்பும் இல்லை; இருந்தவை பேப்பரும் பேனாவுமே.

அவற்றை வைத்துக்கொண்டு அவன் நடத்திய பாரதப்போர் ஜனப் பிரசித்தம், சரித்திரப் பிரசித்தம், ஜகத் பிரசித்தம்!

அத்தகைய மாவீரனுக்கு, மா கவிஞனுக்குப் படை திரட்டிக் கொடுத்த பாண்டியிலே நான் கால் எடுத்து வைக்கிறேன். என் உடம்பெல்லாம் புல்லரிக்கிறது; ஆறி அடங்கக் கூடிய நிலைக்கு வந்துவிட்ட என் ரத்தத்தில் சூடேறுகிறது; அங்கங்கே நரை தட்டிப் போன ரோமங்கள் கூடக் குத்திட்டு நிற்கின்றன. தாழ்ந்த தலை நிமிருகிறது; ஒடுங்கிப்போன கண்கள் ஒளி வீசுகின்றன; மீசை துடிப்பதற்குப் பதிலாக அதை எடுத்து விட்ட மேலுதடுகள் துடிக்கின்றன; கூன் விழுந்து போன முதுகு பின்னால் சரிந்து, மார்பை முன்னால் தள்ளி வைக்கிறது; கை வீச்சில் ஒரு கம்பீரம்; நடையில் ஒரு மிடுக்கு – ஆகா, இத்தனை ஆண்டுகளுக்குப் பிறகும் பாரதி நினைவில் இப்படி ஒரு உத்வேகமா!

கடற்கரைச் சாலை வழியே ஏறுநடை போடுகிறேன். இந்திய விடுதலைக்காக வெளி நாட்டினரின் உதவி கோரிக் கடல் கடந்து சென்ற வங்க வீரன் சுபாஷ் சந்திர போஸுக்கு முன்னால், அதே உதவிக்காகப் புதுவையிலிருந்து கடல் கடந்து சென்ற தமிழ் வீரன், பாரதியின் தோழன் மாடசாமியின் நினைவு வருகிறது. 'போனவன் போனவன் தான்; அங்கிருந்து திரும்பவேயில்லை' என்பதை நினைத்ததும் என் கண்கள் கலங்குகின்றன. துடைத்துக்கொண்டு மேலே நடக்கிறேன்.

மணக்குள விநாயகர் கோயில் கண்ணில் படுகிறது. "வாழ்க புதுவை மணக்குடத்து வள்ளல் பாத மணி மலரே!" என்ற பாரதியின் பாடலாலேயே அவரை வழிபட்டுவிட்டு, ஈசுவரன் கோயில் வீதியின் பக்கம் திரும்புகிறேன்.

"அன்றொருநாள் புதுவை நகர்தனிலே
கீர்த்தி அடைக்கலஞ்சேர்
ஈசுவரன் தர்மராஜா என்றபெயர்
வீதியிலோர் சிறிய வீட்டில்...."

என்று தான் இருந்த வீட்டைப் பற்றிப் பாரதி பாடினானல்லவா? – அந்த வீட்டைப் பார்க்கிறேன்.

'பாரதி இருந்தான் என்ற பெருமையைத் தவிர வேறொரு பெருமையும் எனக்கு இல்லை' என்பது போல் அது இப்போது பாழடைந்து கிடக்கிறது. தற்போது பாண்டிச்சேரி முதலமைச்சராயிருக்கும் பரூக் அரசாங்கச் செலவில் அந்த வீட்டை வாங்கி, அதில் பாரதியின் ஞாபகார்த்தமாக ஏதாவது செய்யவேண்டும் என்று முயன்று வருகிறார். அவருடைய முயற்சி வெற்றியடைய வேண்டுமானால் மத்திய சர்க்கார் கண் திறக்க வேண்டும். கலைஞர் கருணாநிதி தற்போது எட்டயபுரத்திலுள்ள பாரதி பிறந்த வீட்டையும், கடையத்திலுள்ள 'காணி நிலம் வேண்டும் பராசக்தி, காணி நிலம் வேண்டும்' என்று பாரதி பாடிய இடத்தையும் வாங்கிக் 'கவினுறு மாளிகை' கட்டிக் கவிஞரின் கனவை நனவாக்கும் முயற்சியில் ஈடுபட்டிருக்கிறார். அவற்றுடன் அவர் இதையும் சேர்த்துக்கொண்டு பரூக்குடன் ஒத்துழைத்தால் வெற்றி நிச்சயம். அவசியம் ஒத்துழைப்பார் என்றும் நம்பலாம்.

அங்கிருந்து வைசியர் வீதிக்கு வருகிறேன். இங்கேதான் பாரதியின் பாசறையாக விளங்கிய கல்வே சங்கரச் செட்டியாரின் வீடு இருக்கிறது. வ.வே.சு. அய்யர், வழக்கறிஞர் துரைசாமி அய்யர், புரட்சி வீரர் மாடசாமி, சுப்பிரமணிய சிவா, வாஞ்சி, நாகசாமி போன்றோர் இந்த வீட்டில்தான் அடிக்கடி கூடி, வெள்ளையனை இந்தியாவிலிருந்து விரட்டுவதற்கு வேண்டிய வழி வகைகளைப் பற்றி யோசிப்பார்களாம். அதன் விளைவுகளில் ஒன்றுதான் ஆங்கிலேயக் கலெக்டரான ஆஷ் துரையை மணியாச்சியில் வாஞ்சி சுட்டுக் கொன்றதாம்.

இந்த நிகழ்ச்சியைப் பற்றி இப்போதும் ஜீவிய வந்தராயிருக்கும் நாகசாமி அய்யர் தான் எவ்வளவு உற்சாகமாகப் பேசுகிறார்!

அவருடைய இருப்பிடத்தைக் கேட்டுத் தெரிந்துகொண்டு போய் அவரைச் சந்திக்கிறேன்.

அய்யருக்கு வயது இப்போது எண்பத்து மூன்று; எப்போதும் படுக்கையை விரித்து வைத்துக்கொண்டு படுத்த படுக்கையாயிருக்கிறார்.

நான் அருகில் சென்று உட்கார்ந்து அவரைத் தொட்டு உசுப்பி, "ஐயா, ஐயா !" என்கிறேன்.

"யார் அது?" என்று கேட்டுக் கொண்டே திரும்புகிறார்.

"நான் ஒரு பத்திரிகையாளன்; பாரதியைப் பற்றி உங்களுடன் சிறிது நேரம் பேசவேண்டும்..."

அவ்வளவுதான்; இருபது வயது இளைஞனைப் போல அவர் துள்ளி எழுந்து உட்காருகிறார். "பாரதியை ஆசிரியராகக் கொண்டு சென்னையில் நடந்து வந்த 'இந்தியா' பத்திரிகை அங்கே பிரிட்டிஷ் அடக்குமுறைக்கு ஆளாகிப் பாண்டிச்சேரிக்கு வந்தது. அதற்கு முன்னாலேயே பாரதி இங்கே வந்துவிட்டார். 'இந்தியா' பத்திரிகையிலே நான் அவருக்குத் துணையாசிரியராயிருந்தேன்" என்று ஏக உற்சாகமாகப் பேச ஆரம்பிக்கிறார்.

"அப்புறம்?" என்கிறேன் நான்.

"பகலில் பத்திரிகை வேலை; இரவில் வெள்ளைக்காரனை எப்படி ஒழிக்கிறது, அதற்கு மக்களை எப்படித் தயார் செய்கிறது என்பதைப் பற்றி யோசிக்கிற வேலை!"

"அந்த வேலையில் ஒன்றுதான் ஆஷ் துரையைச் சுட்டதாக்கும்?"

"ஆமாம், அவனைச் சுட்ட அந்த வாஞ்சிக்கு நான்தான் குறி பார்த்துச் சுடக் கற்றுக் கொடுத்தேன்."

"உங்களுக்குத் துப்பாக்கி ஏது?"

"பாரிஸிலே எங்களை ஆதரிக்கிற சீமாட்டி ஒருத்தி இருந்தாள். அவளுக்கு எழுதி வரவழைத்தோம்."

"நீங்கள் எதைக் குறி பார்த்துச் சுடக் கற்றுக் கொடுத்தீர்கள்? காக்கை, குருவிகளைப் பார்த்தா?"

"காக்கை குருவி எங்கள் ஜாதி, நீள் கடலும், மலையும் எங்கள் கூட்டம் என்று பாடும் பாரதியின் தோழர்களாச்சே நாங்கள், அப்படிச் செய்வோமா? கீழே இருந்து தென்னை மரத்தில் இருக்கிற தேங்காய்க் குலையைக் குறி பார்த்துச் சுடக் கற்றுக் கொடுத்தேன்."

"கடைசியில் என்ன ஆயிற்று?"

"போட்ட திட்டப்படி வாஞ்சி ஆஷைச் சுட்டுவிட்டுத் தன்னையும் சுட்டுக் கொண்டான். ஆனால்...."

"என்ன ஆனால்?"

"எவ்வளவோ சொல்லியும் அவன் ஒரு தவறு செய்துவிட்டான்...."

"என்ன தவறு?"

"நம்முடைய கடிதப் போக்குவரத்து எதையும் பாக்கெட்டில் வைக்காதேடா, பாக்கெட்டில் வைக்காதேடா என்று நான் படித்துப் படித்துச் சொன்னேன். அதைக் கவனிக்காமல் அவற்றில் சிலவற்றைப் பாக்கெட்டில் வைத்துக்கொண்டு அவன் தன்னைச் சுட்டுக் கொண்டிருக்கிறான். அது போலீஸாரிடம் சிக்கிக்கொண்டு விட்டது. அவர்கள் எங்களைக் கண்காணிக்க ஆரம்பித்து விட்டார்கள். அந்தச் சமயம் பார்த்து அரவிந்தரும் வங்கத்தில் ஏதோ தப்புத் தண்டா செய்துவிட்டு வந்து எங்களுடன் சேர்ந்தார். போலீஸ் கெடுபிடி இன்னும் அதிகமாயிற்று. அவர்கள் எங்களைக் கண்காணிப்பது போலவே நாங்களும் அவர்களைக் கண்காணிக்க ஆரம்பித்தோம். அதற்கு உதவியாகச் சங்கரச் செட்டியார் மாடியின் நடுவேயிருந்து பார்த்தால் கீழேயுள்ள தரை வரை தெரியும்படியாக ஒரு ஜன்னல் அமைத்துக் கொடுத்தார். எங்களில் ஒருவன் மாடிக்குப் போய், அங்குள்ள ஜன்னலுக்கும் கைப்பிடிச் சுவருக்குமாக நடை போட்டுக் கொண்டிருப்பான். ஒற்றர்கள் யாராவது வந்தால் உடனே அவன் ஜன்னலுக்கு வந்து, அதன் வழியாக் கீழே கூடியிருக்கும் எங்களை எச்சரிப்பான். நாங்கள் அங்கிருந்து தப்பிவிடுவோம்."

"ஆச்சரியமாயிருக்கிறதே! செட்டியார் வணிகர் என்று கேள்விப்பட்டேன். பொதுவாக வணிகர்கள் பணம் பண்ணுவதைத் தவிர வேறு எந்தவிதமான லட்சியமும் இல்லாதவர்களாயிருப்பார்கள். அத்தகையவரை ஓர் அரும் பெரும் லட்சியவாதியாக மாற்றக் கூடிய சக்தி அந்த நாளிலேயே பாரதியின் பாடல்களுக்கு இருந்திருக்கிறது, இல்லையா?"

"அது மட்டுமா? பெண்கள் விடுதலை குறித்து அவர் பாடிய பாடல்களும் பெரும் புரட்சி செய்தன. எங்களுடைய போதாத காலம் பிரிட்டனும் பிரான்சும் செய்துகொண்ட ஓர் உடன்படிக்கையின்படி பிரெஞ்சுப் பகுதிகள் சில ஆங்கிலேயர் வசமாக இருந்தன. அதில் பாண்டிச்சேரியும் சேர்ந்துவிடும் போலிருந்தது. அப்படி ஆகியிருந்தால் எங்கள் கதி அதோகதியாகியிருக்கும். ஆகவே, அதை வேறு எதிர்த்து பாரதி கிளர்ச்சி செய்ய வேண்டியதாயிற்று. அந்தக் கிளர்ச்சியை அப்போதிருந்த கவர்னரின் ஆலோசகர்கள் பொருட்படுத்தாமல் உடன்படிக்கையை அப்படியே நிறைவேற்ற

இருந்தார்கள். அப்போதுதான் அந்த அதிசயம் நிகழ்ந்தது – அதாவது, அந்த ஆலோசகர்களின் மனைவிமார்கள் பாரதிக்காகத் தங்களுடைய கணவன்மார்களையே எதிர்த்து நின்று உடன்படிக்கையைத் தூக்கியெறிந்து விட்டார்கள்!"

"தேவலையே, இந்தப் புரட்சிகளையெல்லாம் அங்கே பகத்சிங், ராஜகுரு, சுகதேவ் ஆகியோர் செய்வதற்கு முன்னாலேயே நீங்கள் இங்கே செய்து விட்டீர்கள் போலிருக்கிறதே?"

"ஆமாம், எதிலும் முதலாயிருக்கிற தமிழன் அதில் மட்டும் பின்வாங்கி விடுவானா?"

உணர்ச்சி வேகத்தில் பெரியவருக்கு உள்ளுக்கும் வெளிக்குமாக மூச்சு வாங்குகிறது. முதிர்ந்த வயது காரணமாக ஞாபக மறதி வேறு அடிக்கடி வந்து அவருடைய பேச்சுக்கு முட்டுக்கட்டை போடுகிறது. அந்த நிலையில் அதற்கு மேல் அவரைச் சிரமப்படுத்த விரும்பாமல் நான் அவரிடமிருந்து விடை பெறுகிறேன்.

"இது என்ன உற்சாகம்? காலை நேரத்தில் வந்திருந்தால் இன்னும் உற்சாகமாகப் பேசியிருப்பார்!" என்று சொல்லிக் கொண்டே அவருக்குத் தற்போது அடைக்கலம் தந்திருக்கும் வீட்டுக்காரர் என்னை நோக்கி வருகிறார்.

அவரைப் பார்த்தால் எனக்குப் பிராமணராகத் தோன்றவில்லை. "உங்களுக்கு இவர் என்ன வேண்டும்?" என்று என் சந்தேகத்தை நிவர்த்தி செய்து கொள்வதற்காகக் கேட்கிறேன்.

"ஒன்றுமில்லை. நானும் மனிதன். அவரும் மனிதன் அவ்வளவுதான் எங்களுக்குள்ள உறவு!" என்கிறார் அவர்.

"உங்கள் தொழில்?"

"கள்ளுக்கடையில் குமாஸ்தாவாக இருக்கிறேன். எங்கள் குடும்பத்தில் பத்துப் பேர் இருக்கிறோம். இவரைப் பதினோராவது ஆளாகச் சேர்த்துக் கொண்டிருக்கிறோம்."

"ஏன், இவருக்குச் சொந்தக்காரர்கள் யாரும் இல்லையா?"

"இருக்கிறார்கள். இவருடைய பழக்க வழக்கங்கள் அவர்களுக்குப் பிடிப்பதில்லை; அவர்களுடைய பழக்க வழக்கங்கள் இவருக்குப் பிடிப்பதில்லை. அதனால் அவர்கள் இவரை ஒதுக்கிவிட்டார்கள். இத்தனைக்கும் அரவிந்தாசிரமத்திலிருந்து இவருக்கு மாதம் ஐம்பது ரூபாய் உதவித் தொகையாக வந்து கொண்டிருக்கிறது."

"உங்களுடைய பழக்க வழக்கங்களெல்லாம் இவருக்குப் பிடிக்கிறதா?"

"பிடிக்காமலென்ன, எந்தவிதமான பேதமும் கிடையாது இவரிடம்."

"ஒருவேளை பாரதி கண்ட 'அபேதானந்த சுவாமி'களில் இவரும் ஒருவராயிருப்பாரோ?" என்று எண்ணிக்கொண்டே நான் வெளியே வருகிறேன்.

எண்பது வயதைக் கடந்த ஏழெட்டுப் பெரியவர்கள், "ஐயா, வணக்கமுங்க!" என்று என்னைக் கைகூப்பி வரவேற்கிறார்கள்.

அவர்கள் யாரென்று தெரியாமல் நான் விழிக்கிறேன். அதை என் விழிகளிலிருந்து தெரிந்து கொண்டு, "நீங்கதானே மீசைக்கார அய்யரைப் பற்றித் தெரிஞ்சிக்கப் பட்டணத்திலேயிருந்து வந்திருக்கீங்க?" என்று கேட்கிறார் அவர்களில் ஒருவர்.

"எந்த மீசைக்கார அய்யரை?" என்று நான் அப்போதும் ஒன்றும் புரியாமல் கேட்கிறேன்.

"அதுதாங்க, பாரதியாரை நாங்க 'மீசைக்கார அய்யர்'னு தான் கூப்பிடுவோமுங்க."

"அப்படியா, நீங்க யாரு?"

"பறையருங்க, குப்பத்திலேயிருந்து வாறோமுங்க."

"பறையர்னு சொல்லாதீங்க, அரிஜன்னு சொல்லுங்க!"

நான் திருத்துகிறேன்; "அந்தப் பேரு எங்க மீசைக்கார அய்யருக்குப் பிடிக்காதுங்க. 'அது என்ன புதுப் பேரு?'ம் பாருங்க!"

"சரிதான், அந்த விஷயத்திலே உங்க மீசைக்கார அய்யர் அம்பேத்கார் கட்சிபோல இருக்கு!"

"ஆமாங்க, காந்தி ஆலயப் பிரவேசம்கூட அவருக்குப் பிடிக்கலீங்க. 'எங்களுக்கு முதல்லே வேண்டியது ஆலயப் பிரவேசம் இல்லே, இதயப் பிரவேசம்' தான்னு சொல்லி, அவர் எங்களுக்கெல்லாம் பூணூலை மாட்டிப் பிரமோபதேசம் செய்தாருங்க. அப்புறம் எங்களிலே ஒருத்தனைச் சமைக்கச் சொல்லி, அவரும் எங்களோடு உட்கார்ந்து சாப்பிட்டாருங்க. அப்போ நாலைந்து அய்யமாருங்க சேர்ந்து வந்து, 'ஏண்டா, நீ பிராமணனாயிருந்தும் இப்படிச் செய்யலாமா?'ன்னு அவரைக் கேட்டாங்க. அதுக்கு அவர் கடகடன்னு சிரிச்சிட்டு, 'நான்

பிராமணன் என்கிறதை எப்பவோ மறந்துட்டேன். நீங்க ஏண்டா அதை இன்னும் ஞாபகத்திலே வெச்சிக்கிட்டு அவஸ்தைப்படறீங்க? போங்கடா'ன்னுட்டாருங்க!"

"அதனால் என்ன ஆயிற்று, தெரியுமா? உங்கள் மீசைக்கார அய்யர்' இறந்த பிறகுகூட அவரைச் சுடுகாட்டுக்கு எடுத்துச் செல்ல அவ்வளவு சுலபமாக ஆள் கிடைக்கவில்லை. அதற்காக அவருடைய பிணம் ரொம்ப நேரம் காத்துக் கொண்டிருக்க வேண்டியிருந்தது!" என்று சொல்லிவிட்டு, நான் மெல்ல அவர்களிடமிருந்து நழுவுகிறேன்.

"கொஞ்சம் வெத்திலையாச்சும் வாங்கிப் போட்டுக்கிட்டுப் போங்க!" என்று அவர்களில் ஒருவர் பிடியை அவிழ்க்கிறார். 'மீசைக்கார அய்ய'ருக்காக சரி, கொடுங்கள்!" என்று வாங்கிப் போட்டுக் கொண்டு மேலே நடக்கிறேன்.

முத்தால் பேட்டையிலுள்ள சித்தானந்த சுவாமிகளின் மடம் என் கவனத்தைக் கவருகிறது.

புதுவை நண்பர்களான பிரம்மராய அய்யர், எலிக்குஞ்சு செட்டியார், வேணு முதலி, குவளைக் கண்ணன், குள்ளச்சாமி ஆகியோரைப் பற்றித் தன் கட்டுரைகளிலும் கவிதைகளிலும் குறிப்பிட்டிருக்கும் பாரதி, இந்த மடத்தையும் மறக்காமல்,

> "சித்தாந்தசுவாமி திருக்கோயில் வாயிலில்
> தீபவொளியுண்டாம் பெண்ணே,
> தீபவொளியுண்டாம்!
> முத்தாந்தவீதி முழுதையுங் காட்டிட
> மூண்ட திருச்சுடராம் பெண்ணே,
> மூண்ட தீச்சுடராம்!"

என்று பாடியிருக்கிறார் அல்லவா? அதை நினைவு கூர்ந்து மேலே செல்கிறேன். கருவடிக் குப்பத்திலுள்ள ஆரோக்கியசாமி முதலியார் மாளிகையும், அதைச் சுற்றியுள்ள மாஞ்சோலைகளும் என் கண்ணையும் கருத்தையும் ஒருங்கே கவருகின்றன. பாரதி அடிக்கடி வந்து உலாவிய அந்த இடத்திலே நானும் சிறிது நேரம் உலாவி மகிழ்கிறேன்.

குக்கூ, குக்கூ!

பாரதியின் 'குயில் பாட்டு' பிறந்த இடமல்லவா? – குயில் கூவுகிறது!

அழகு கொஞ்சும் இந்த இடத்தை,

"வேகத் திரைகளினால் வேதப் பொருள் பாடி
வந்து தவழும் வளஞ்சார் கரையுடைய
செந்தமிழ்த் தென்புதுவை யென்னும் திருநகரின்
மேற்கே சிறுதொலைவில் மேவுமொரு மாஞ்சோலை
நாற்கோணத்துள்ள பல நத்தத்து வேடர்களும்
வந்து பறவை சுட வாய்ந்த பெருஞ்சோலை!"

என்று எவ்வளவு அருமையாய்க் குறிப்பிடுகிறான் பாரதி!

இத்தனை இடங்களைச் சுற்றிப் பார்த்துவிட்டு, கடைசியாக பாரதி சரண் புகுந்த முத்துமாரியம்மனைப் பார்க்காமல் வந்துவிடலாமா? – அவளையும் பார்க்கிறேன்.

"உலகத்து நாயகியே!
எங்கள் முத்துமாரியம்மா, எங்கள் முத்துமாரி!!
உன் பாதம் சரண் புகுந்தோம்
எங்கள் முத்துமாரியம்மா, எங்கள் முத்துமாரி!"

என்று அவன் பாட்டாலேயே அவளையும் வழிபட்டு விட்டுத் திரும்புகிறேன்.

ஏறக்குறையப் பன்னிரண்டு ஆண்டுகள் பத்தாண்டுகள் என்பதே மிகச் சரி. 1908 – 1918 வரை இங்கு வசித்தார் பாரதி. பாரதிக்குப் புகலிடம் தந்து உயர்ந்த பாண்டிச்சேரியை ஓரிரு நாட்களில் சுற்றிப் பார்த்து அவனைப் பற்றிய தகவல்கள் அத்தனையையும் அறிவதென்பது முடிகிறகாரியமா என்ன?.

கே. பாலசுப்பிரமணிய அய்யர் பி.ஏ., பி.எல்.

நம் கவிச் சக்கரவர்த்தி

இருபத்தொன்பது வருஷங்களுக்கு முன் ஒரு நாள் – வெள்ளிக்கிழமை – மாலை என் தகப்பனார், தம்மைப் பார்க்க வந்த சிலரோடு வீட்டு வெளிவாசலில் பேசிக்கொண்டிருந்தார். அச்சமயம் அவருடைய நண்பரான ஸ்ரீமான் ஜி.ஏ. நடேச அய்யர் இளமைப் பருவத்தினரான ஒருவரை அழைத்துக்கொண்டு அவ்விடம் வந்தார். என் தந்தையாரிடம், "இவர் நல்ல தமிழ்ப் பாட்டுப் பாடக் கூடியவர்; தாமே சில தமிழ்க் கவிகள் செய்திருக்கிறார்; தங்களுக்குத் தற்சமயம் ஸெளகரியமானால் அவரைப் பாடச் சொல்கிறேன்" என்று சொன்னார். கச்சேரியில் வாதம் செய்து களைத்து வீட்டிற்குத் திரும்பி வந்ததும் தமிழ்ப் பாடல்களைக் கேட்டு மகிழும் வழக்கம் என் தகப்பனாருக்கு உண்டு. ஆகையால் அவருடைய வேண்டுகோளுக்கு இணங்கி அப்படியே ஆகட்டுமென்றார்.

ஸ்ரீமான் நடேச அய்யர் கெட்டிக்காரரானதால் அவ்விளைஞரின் பெயர் இன்னதென்று சொல்லவில்லை; என் தந்தையாரும் அவர் பெயரைக் கேட்கவில்லை. அநுமதி கொடுத்தவுடனே அந்த இளைஞர் கம்பீரமான சக்தி வாய்ந்த குரலில் இன்னிசையுடன் சொற்களைக் கேட்போருக்குப் பொருள் விளங்கும்படி நன்குரைத்துத் தாம் இயற்றிய கீதங்களுள் இப்பொழுது பிரஸித்தமாய் விளங்கும் "வந்தே மாதரம் என்போம்" என்னும் பாடலைப் பாடினார். ஒன்றிரண்டு பாட்டுகள் முடிந்தவுடனேயே அந்தக் கீதத்தின் சுவையினாலும் தேசத்தின் அன்பை ஊட்டும் இனிய தமிழ் மொழிகளாலும் என் தந்தை மனங்களித்து அவர் இயற்றியுள்ள மற்றுமுள்ள தேசீய கீதங்கள் எல்லாவற்றையுமே பாட வேண்டுமென்று உற்சாகத்துடன் அவரைத் தூண்டலானார். வீடு முழுவதும் இவர் கீதங்களின் ஒலி பரவ, ஆங்காங்கே விளையாடிக் கொண்டிருந்த நானும் என் போன்ற சிறுவர்களும் அதைக் கேட்க ஆவலுடன் அங்கு வந்தோம். அப்பொழுது நடந்த யாவும் நன்கு என் மனத்தில் பதிந்தன. எத்தனையோ காலத்துக்குப் பிறகு இப்பொழுது நினைத்தாலும் அப்பாடல்களின் ஒலியும் பாடினோரின் உருவமும் நன்கு நினைவிற்கு வருகின்றன.

'நாட்டு வணக்கம்', 'எங்கள் நாடு' என்ற இரண்டு கீதங்களையும் அப்பொழுது அவர் பாடினார். இதற்குள் அப்பாடல்களைக் கேட்டு மனமுருகி அவருடைய கல்விச் சிறப்பில் ஆச்சரியமடைந்த என் தகப்பனார் நடேச அய்யரிடம், "இவர் யார்? இவர் பெயரென்ன? இவருக்கு எந்த ஊர்? இவர் எந்த வேலையிலிருக்கிறார்?" என்று வேகமாய்க் கேட்கத் தொடங்கினார். அந்தச் சமயம் சிறிது பயந்து மெல்ல மெல்ல ஸ்ரீமான் நடேச அய்யரவர்கள், "இவர் தான் சுப்பிரமண்ய பாரதி என்பவர். சூரத்தில் நடந்த காங்கிரஸ் மஹா ஸபையில் சென்னையிலிருந்து வந்த மிதவாதிகளை எதிர்த்துப் பேசினவர்களில் முக்கியமானவர் இவர். கீர்த்தி வாய்ந்த ஜி. சுப்ரமண்ய அய்யரவர்களுக்கு மிகவும் வேண்டியவர். தங்களைச் சில சமயம் ஏசி எழுதியிருக்கிறார். அதனால் கொஞ்சம் பயத்துடனேதான் அவரை இங்கே அழைத்து வந்தேன்" என்று நகைப்புடனும் வெட்கத்துடனும் பதிலளித்தார். அப்பொழுது, என் தந்தை, "அது எப்படி யிருந்தாலு மிருக்கட்டும். இவரைப் போன்ற தமிழ்க் கவியை நான் கண்டதில்லை. இக்காலத்திற்குத் தக்கவர் இவர்தான். இவர் பாடல்களை அச்சிட வேண்டும். தேச முழுவதும் பரவச் செய்யவேண்டும். பள்ளிக் கூடத்தில் ஒவ்வொரு மாணவனும் நன்குணர்ந்து பாடும்படி செய்து தேசபக்தி உண்டாக்க வேண்டும்" என்று சொல்லிக் கொண்டே,

"என்ன செலவாகும்? அதற்குத் தக்க உதவியை இப்பொழுதே நான் செய்கிறேன்" என்று வாக்களித்தார்.

அவர் விரும்பியபடியே அம்மூன்று கீதங்களும் சீக்கிரம் ஒரு சிறு புத்தகமாக அச்சிடப்பட்டன. அதன் பல பிரதிகளை அநேகம் பள்ளிக் கூடங்களுக்கு அனுப்பி வைத்தார். பாரதி வறுமையினால் கஷ்டப்பட்டுக் கொண்டிருந்த சமயத்தில் கிடைத்த இந்த உதவி அவருக்கு மனத்தளர்ச்சியைப் போக்கி மேன்மேலும் கீதங்கள் எழுதுவதில் ஊக்கத்தை உண்டாக்கியதென்று அவர் சொன்னதாக நான் கேள்விப்பட்டேன்.

நம் நாட்டில் எப்பொழுதும் கவிகளுக்கும் செல்வத்திற்கும் ஒற்றுமை யில்லாமலே இருந்திருக்கிறதென்று ஆங்காங்கே நம் நூல்களில் வெளிப்படுகின்றது. வட மொழியிலும், கவிச் சக்கரவர்த்தியான காளிதாஸன் 'விக்ரமோர் வசீயம்' என்னும் நாடகத்தின் பரத வாக்கியத்தில் – கல்விக்கும் செல்வத்திற்கும் சேர்க்கை நாட்டில் உண்டாக வேண்டுமென்று மங்களம் கூறுகின்றார். அதனால் பொதுவாக அவ்வொற்றுமை இல்லையென்று சுட்டிக் காட்டுகிறார். அந்நிலைமையே மாறாமல் பாரதியாரையும் இக்காலத்தில் வருந்தச் செய்ததென்றதை நினைக்குங்கால் நம் நாட்டின் முன்னேற்றத்தையும் தமிழ்க் கல்விப் பயிற்சியையும் கருதுபவர்கள் வருத்தம் அடையத்தான் வேண்டும்.

பாரதியாரை அதன்பிறகு பன்னிரண்டு வருஷங்களுக்கு அப்பால் மீண்டும் பார்க்க நேர்ந்தது. அச்சமயம் என் நண்பரும் திருவையாறு ராஜா பாடசாலைப் பண்டிதரா யிருந்தவருமான ஸ்ரீமான் நாராயண சாஸ்திரிகள் என்பவர் பாரதியாரை என் வீட்டிற்கு அழைத்து வந்தார். அப்பொழுது எங்கள் மூவருக்கும் நடந்த சம்பாஷணையை நான் எக்காலும் மறவேன். காளிதாஸன் மகிமையைப் பற்றியும், வட மொழியிலும், செந்தமிழிலும் நிறைந்து கிடக்கும் காவிய ரஸங்களைப் பற்றியும், ஆங்காங்கே நுட்பமாய் அமைந்து கிடக்கின்ற பாலங்களின் ஒற்றுமைகளைப் பற்றியும், வசன நடைகளின் பெருமைகளைப் பற்றியும் பேசிக்கொண்டே பொழுது போனது தெரியாமல் இரண்டு மூன்று மணி நேரம் நாங்கள் ஆனந்த மடைந்தோம். அப்பொழுது இவருடைய கலை ஞானத்தின் சிறப்பு எனக்கு நன்றாய்த் தெரிந்தது. கவியென்னுந் தன்மை இவருடன் கூடப் பிறந்ததென்பது நன்கு விளங்கிற்று. என் நண்பர் ஸ்ரீமான் நாராயண சாஸ்திரிகள் வட மொழியிற் சிறந்த கவியானதால் அந்தப் பாஷையில் அமைந்துள்ள காவிய ரஸங்களை அவர் சொல்வதையும், அது கேட்ட பாரதியார் தமிழ்ப் பாஷையில் அக் காவிய ரஸங்களை

எப்படி அமைத்துள்ளார்களென்பதைச் சொல்லிக் காட்டுவதையும் கேட்டு எனக்குண்டான ஆனந்தத்திற்கு அளவில்லை.

அதற்குப் பின் அவரை நான் பார்க்கவேயில்லை. ஆனால் அந்த இரண்டு தடவைகளில் அவரைச் சந்திக்கும் பேற்றை யடைந்ததினால் அவருடைய கல்வியும் காவிய உணர்ச்சியும் எவ்விதம் முளைத்துத் தழைத் தோங்கியதென்று எனக்குப் புலப்பட்டது. அவருக்குத் தமிழ்ப் பாஷையில் இருந்த அன்பு அளவு கடந்தது.

"யாமறிந்த மொழிகளிலே தமிழ் மொழி போல்
இனிதாவ தெங்குங் காணோம்"

என்று கூறியிருக்கின்றார். இவரது காவியங்கள் வசனங்கள் எல்லாவற்றையும் படித்தவர்கள், இவர் முற்காலத்து அநேக கவிச் சக்கரவர்த்திகளின் மரபில் இக்காலத்தில் தோன்றி, இப்பொழுதுள்ள கால நிலைமைக்கு ஒத்து, ஜனங்களின் மனதில் பொங்கித் ததும்பிய உணர்ச்சிகளை வெளிப்படுத்திய கவிச் சக்கரவர்த்தி யென்றே கொள்ளுவார்கள். பழைய காவிய ரஸங்களில் தனிமையாகத் தேச பக்தி என்னும் ஒரு ரஸத்தைக் காண்பது அரிது. அந்த ரஸம் இவர் பாடல்களில் நிரம்பி யிருக்கிறது. அநேக தேச பக்தர்கள் தொண்டு புரியுங் காலங்களிலும் சிறையில் அகப்பட்டுக் கஷ்டப்பட்டுந் தருணங்களிலும் இவருடைய கீதங்கள் அவர்களுக்கு ஆறுதலையும் மனோ தைரியத்தையும் கொடுத்ததென்ற அநுபவம் பலருக்கு உண்டு.

தெய்வ பக்தி போன்றதே தேச பக்தி; தேசமே தெய்வம் என்ற உறுதியும் கலந்து இந்த அன்பானது பெருகி மாந்தர்களுக்கு ஒற்றுமை யுண்டாக்க வேண்டுமென்ற நம்பிக்கை இவர் நூல்களில் பற்பல விடங்களில் காணலாம். நம் தேசத்துப் பெரியோர்களின் கீதங்களுடைய பண்களை யொத்து இவர் நமது கீதங்களை அமைத்த போதிலும் பாவங்கள் இக் காலத்திற்கேற்ப முற்றும் புதியவைகளே.

"நிமிர்ந்த நன்னடை நேர்கொண்ட பார்வையும்
நிலத்தில் யார்க்கு மஞ்சாத நெறிகளும்
திமிர்ந்த ஞானச் செருக்கு மிருப்பதால்
செம்மை மாதர் திறம்புவ தில்லையாம்....
உதய கன்னி யுரைப்பது கேட்டீரோ"

என்று அவர் கூறியிருப்பது இக் காலத்துப் புதுமைப் பெண்மணிகளுக்கு உரியவையே யன்றோ?

உயர்ந்த கவிகள் எல்லோரும் தங்கள் காலத்தில் ஜனங்களுக்குள்ளே மனோ வேகங்களையும், நடை யுடை பாவனைகளையும், கொள்கைகளையும் கண்ணாடியில் காண்பிப்பது போல் தங்கள் காவியங்களில் காட்டுவது வழக்கம். உயர்ந்த கவியின் அந்த இலட்சணத்தை இவர் கவிதைகளில் காண்கிறோம். தேசம், தெய்வம், தைர்யம் என்னும் மூன்று வார்த்தைகளினால் இவருடைய கவிதைகளின் பொதுக் கருத்துக்களைக் குறிக்கலாம். தேசத் தொண்டுக்கு ஒற்றுமையும், தெய்வ பக்திக்குப் பேதமில்லாத ஒழுக்கமும், தைர்யத்திற்கு மனத்தின் ஒழிவும் கருவிகளெனக் காட்டுகிறார். ஜாதி மதங்களைப் பாராத கடல் மடை திறந்தனைய அன்புதான் தெய்வ தேசத் தொண்டுகளுக்கு அடிப்படையாம். பராசக்தியிடம் நம்பிக்கையும், அவ்வம்மையை நினைத்துருகுதலும் தைர்யத்திற்கு முக்ய ஸாதனங்களாம்.

முத்தமிழிலும் இவர் இயற்றிய கீதங்களையும் வசனங்களையும் கட்டுரைகளையும் நோக்குங்கால் தமிழ்க் கல்வியின் பூர்ண கலையை அடைந்தவர் இவர் என்பதில் சிறிதும் ஐயமில்லை. 'ஞானரதம்' என்னும் வசன நூலைப் பார்த்தாலும், 'பாஞ்சாலி சபதம்' என்னும் நாடகத் தமிழைப் படித்தாலும், மற்ற இவரது கீதங்களின் இசையைக் கேட்டாலும் இது நன்கு புலப்படும்.

இப்பெரியாரின் ஞாபகம் எந்நாளில் தேச முழுவதும் மனைதோறும் கொண்டாடப்பட்டுத் தமிழ் மக்கள் இவர் கவிதைகளை நன்றாய்ப் பாடி அக் கவிதைகளின் கருத்துக்களை அவரவர் வாழ்நாளில் கைப்பற்றுகிறார்களோ அந்நாளில் இத்தேசத்தின் முன்னேற்றமும் சுதந்திர இலட்சியமும் தமிழ்க் கல்வியின் சிறப்பும் கைகூடுமென்பது திண்ணம்.

வரகவி திரு.அ.சுப்பிரமணிய பாரதியார்

பிரமதரிசனம்

"ஜானகீ! பிரமதரிசனம், பிரம தரிசனம் என்றால் என்னடீ இஇஇ" என்று அளபெடையுடன் தன் மனைவியை அழைத்துக் கேட்டுக்கொண்டே உலாவுவான் சங்கரன்.

ஒரு தரமல்ல, இரண்டு, மூன்று, நான்கு, சில சமயம் ஐந்து தரமுங் கூடக் கேட்பான். ஜானகி பதில் சொல்லத் தவறவேமாட்டாள். எப்போதாவது ஒரு சமயம், அதாவது தன்னை மறந்த நிலையில் ஏதாவது அலுவல் இருக்கும்போது பதில் சொல்லாவிட்டால் அவள் அருகே சென்று தடுத்து அவள் தலையில் தன் தலைபட நெருங்கி நின்று அவள் காதில் மெதுவாய்ப் பிரமதரிசனம் சொல்லி மகிழ்வான்.

சங்கரனுடைய உற்சாக வேளை விளையாடல்கள் பல. அவற்றில் ஒன்று இது. நாள்தோறும் பள்ளிக்கூடத்திலிருந்து வீட்டுக்கு வந்ததும்

அவன் இம்மாதிரி ஜானகியிடம் கேள்வி கேட்டு விளையாடுவான். ஜானகியைத் தன் விளையாட்டுக்குரிய பொம்மையாகக் கொண்டு விநோதமாக வாழ்க்கை நடத்தும் சங்கரன் தன் தகப்பனாரால் ஜானகியினுடைய தகப்பனாருக்கு ரூபாய் இரண்டாயிரத்துக்கு விற்கப்பட்டவன்.

ஜானகியின் தகப்பனார் திருச்சியில் ஸ்ரீரங்கம் ஜில்லா கோர்ட் வக்கீலாயிருந்து சம்பாதிக்கிறார்; தம் மாப்பிள்ளையையும் வக்கீலாக்க ஆசை கொண்டு சங்கரனைச் சட்டப் பரீக்ஷைக்குப் படிக்க வைக்கிறார்; செலவுக்கு வேண்டிய பொருளை மாதந்தோறும் தவறாமல் தாமே அனுப்பிக் கொடுக்கிறார்.

சங்கரன் சென்னை திருவேட்டீசுவரன் பேட்டையில் நாகப்பையர் தெருவில் வசதியான தனி வீட்டில் வாசம் செய்கிறான். வீட்டில் அவனையும் அவன் மனைவி ஜானகியையும் தவிர வேறு யாரும் இல்லை. இருவரும் வாழ்க்கை நடத்தத் தொடங்கி இன்னும் ஆறுமாதம் ஆகவில்லை. குதூகல வாழ்க்கைக்குரிய வாலிபப் பருவத்தினராகிய இருவரும் வெகு அழகாகக் குடித்தனம் செய்துவருகின்றனர்.

நான் அக்காலத்தில் (1906ஆம் வருஷம்) அதே பேட்டையில் அதே தெருவில் சங்கரன் வீட்டுக்கு அடுத்த மேலண்டை வீட்டில் வசிக்கிறேன். என் வீட்டில் எது நடந்தாலும் அவர்கள் அறியக்கூடும். அவர்கள் வீட்டில் எது நடந்தாலும் எங்கள் வீட்டார் அறியக்கூடும். பேசினாலும் நன்றாய்க் கேட்கும். அதற்கேற்ப இரண்டு வீட்டாரிடத்திலும் ஸ்நேகபாவம் பரிபூர்ணமாயிருந்தது.

சங்கரன் நல்ல பிள்ளை; கர்வமில்லாதவன்; ஆஸ்திகன். ஜானகி, சங்கரனுடைய குணங்களுக்கேற்ற இனிய குணமுடையவள். இப்படிப்பட்ட தாம்பத்ய நேசம் அமைவது அரிது என்று பலர் இவர்களைப்பற்றிக் கூறுவதுண்டு.

இக்காலத்தில் ஒரு நாள் மாலை வேளையில் மஞ்சள் வெயில் மறையும் சமயத்தில், தேசீயகவி சுப்பிரமணிய பாரதியார் எங்கள் வீட்டுக்குப் பக்கமாய் விந்தி விந்தி நடந்து தனியே சென்றார். அப்போது நான் அவரை என் வீட்டுக்குள் அழைத்துப் போய் வீற்றிருக்கச் செய்து காபி அருந்தும்படி கேட்டுக் கொண்டேன்.

பாரதியாருக்கு என்னிடம் அளவு கடந்த அன்புண்டு. இருவரும் 'சுதேசமித்திரன்' காரியாலய உத்தியோகஸ்தர். ஆதலால் அவர் என் உபசரணையை ஏற்றுக் கொண்டபடியே பிரியமாய்ப் பேசிக்கொண்டிருந்தார். இச்சமயம் சங்கரன் வழக்கம்போல் தன்

பாரதியார் நண்பர் வரகவி சுப்பிரமணிய பாரதியார்

மனைவியை அழைத்து, பிரதமதரிசன வினாவை வினாவியது எங்கள் செவியில் நன்றாய்க் கேட்டது. அவன் அப்பொழுதுதான் வீட்டுக்கு வந்தான் போலிருக்கிறது. பாரதியார் அதைக் கேட்டதும் பேசுவதை நிறுத்திவிட்டு அந்தப் பக்கம் செவி கொடுத்துக் கேட்டார். நாங்களும் அச்சமயம் மௌன நிலையை அடைந்தோம்.

சங்கரன் கேட்டதும் ஜானகி, "நீங்கள் தினந்தோறும் கேட்கிறீர்கள்! நான் அந்தக் கேள்விக்கு விடையை உணர்ந்தவள் போல நடிக்கிறேன். அன்று ஒரு நாள், இக்கேள்விக்கு விடையாக அழகிய பொருள் சொன்னீர்கள். அன்று அது விளங்கியதுபோல் இருந்தது. பிறகு மறந்தே போயிற்று. இப்போது சொல்லுங்கள், நன்றாய்க் கேட்டுக் கொள்கிறேன்" என்றாள்.

சங்கரன், "அடடே! நான் அன்று சொன்னதை நீ நன்றாய்த் தெரிந்து கொள்ளவில்லையா? ஆறு மாசமாச்சே! இதுவரையில் எப்படி அதைப்பற்றிப் பேசாமலே இருந்தாய்? கேள்:

'நான் யார்? நான் யார்?' என்று உன்னை நீ தனித்திருக்கும் போது தினந்தோறும் விசாரணை செய்து கொள். நானும் அப்படியே என்னை விசாரித்துக் கொள்கிறேன். அப்போது ஒரு பொருள் உள்ளேயும் புறம்பேயும் பேரொளியாக விளங்குவதை உணர்தல் கூடும். அதுதான் பிரமதரிசனம் என்றேன். அப்படி நீ விசாரணை செய்யவில்லையென்று தெரிகிறது!

"நீங்கள் விசாரித்துக் கொண்டிருப்பீர்கள், அதுவே போதும் என்று இருந்துவிட்டேன் நான்."

சங்கரன் 'கக்கட கக்கட' என்று நகைத்து, "அது எப்படி?" என்றான்.

"நீங்கள் வேறு, நான் வேறு என்பதேது? இல்லையல்லவா? தம்பதிதானே? தம்பதிகள் இல்லையே" என்றாள்.

சங்கரன், "நீ தான் பிரமதரிசனம் கண்டாய் எனக்கு முன்! நீ ஞானி" என்றான்.

இப்போது சங்கரன் ஜானகியைத் தழுவிக்கொண்டு ஆனந்தமடைந்திருக்க வேண்டும். ஜானகியும் அதனால் பரமானந்தத்தில் மூழ்கித் தன்னை மறந்து பிரமதரிசன அனுபவமடைந்திருக்க வேண்டும். இல்லையா?

அச்சமயம் பாரதியார், "இது என்ன விந்தை! இவர்கள் யார்?" என்று கேட்டார். நான் இரண்டொரு பேச்சில், சங்கரனையும்

ஜானகியையும் பற்றிச் சொல்ல வேண்டியவைகளைச் சொல்லி முடித்தேன். பாரதியார் அவர்களைப் பார்க்க விரும்பினார். அவரை அவர்கள்முன் அழைத்துப் போனேன். சங்கரனுக்குப் பாரதியாரைத் தெரியுமாதலால் அவன் எங்களைக் கண்டதும் எங்களிருவரையும் வணங்கி வரவேற்று வீற்றிருக்கச் செய்து, மனைவியையும் அழைத்து நமஸ்காரம் செய்யச் சொன்னான்.

பாரதியார் பரம சந்தோஷமடைந்தார். பாரதியார் எதிலும் அவசரப்படுவார். அதுபோல், சங்கரனிடம் வேறொன்றையும் கேட்காமல், "நீ உன் மனைவிக்குப் பிரமதரிசனம் என்பதற்குப் பொருள் சொன்னது நன்றாயிருந்தது. கேட்டு மகிழ்ந்தேன். உங்களிருவரிடமும் இந்த ஞானம் என்றும் மங்காத தீபமாய் விளங்கக் கடவது" என்று எழுந்தார்.

சங்கரன், "நான் எதைக் கண்டேன்? எல்லாம் தங்களுடைய உபதேசந்தான். இதோ நீங்கள் எழுதி யிருக்கிறீர்கள் பாருங்கள். இதைப் படித்த பின்புதான் இந்தப் பித்து எனக்குப் பிடித்தது" என்று சொல்லிக் கொண்டே, 'சக்கரவர்த்தினி' என்ற மாதப் பத்திரிகையின் ஒரு பகுதியைக் கொண்டுவந்து அதில் முதற் பக்கத்தைப் பிரித்துக் காட்டிப் பாரதியாரிடம் கொடுத்தான்.

பாரதியார் அதைப் பார்த்ததும், "ஓ! அப்படியா? சந்தோஷம். இப்படித்தான் சத்விஷயங்களை அவ்வப்போது சேகரித்துக்கொண்டு ஞானமடைய முயற்சி செய்யவேண்டும். பாரதி, நீ பார்க்கவில்லையா இந்த விஷயத்தை?" என்று என்னைக் கேட்டார்.

"நான் பார்க்கவில்லை. நான் தாமரையை அடுத்த மண்டூகமானேன். சங்கரன், தாமரையைத் தேடியடைந்து தேனையுண்ணும் வண்டானான்" என்றேன்.

சங்கரன் என்னைக் காட்டி, "இந்த ஸ்வாமிகள் கொடுத்த பிரசாதந்தான் இந்தப் பத்திரிகை" என்றான்.

இதைக் கேட்டதும் பாரதியார் என்னை வியப்புடன் பார்த்து, "அவரவர் பொருளை அவரவர் அனுபவிப்பதில்லை. அந்தப் பாக்கியம் வேறு" என்று கூறிச் சடக்கென எழுந்து விடைகொண்டு சென்றார்.

அந்தக் காலத்தில் 'சக்கரவர்த்தினி' என்ற ஒரு மாதப் பத்திரிகை நடந்து வந்தது. பாரதியார் அப்பத்திரிகைக்கு ஆசிரியராயிருந்தார். சில மாதகாலம். அப்போது அவர் 1906–ஆம் வருஷம் ஆகஸ்டு மாதம் பத்திரிகையில் தலையங்கமாக, "ராஜா ராம் மோஹன் ராயர்"

மகாகவியுடன் கூடி வாழ்ந்தவர்களின் குறிப்புகள் ❖ 129

என்ற தலைப்பெயர் கொண்ட விஷயமொன்றை எழுதியுள்ளார். அந்த விஷயத்தின் மத்திய பாகத்தில் பிரமதரிசன விளக்கம் பின் வருமாறு விளங்குகிறது:

ராஜா ராம் மோஹன் ராய் பிரம சமாஜத்துக்கு வித்தூன்றியவர். இந்தச் சமாஜம் இப்போது இந்தியாவில் எங்கும் பரவியிருக்கிறது. இதன் முக்கியமான கொள்கை எனக்குத் தெரிந்தமட்டில் ஒன்றேயாம். அது பின்வருமாறு: "நான் ஒருவனே."

"ஏ! ஏ!! இது யாவர்தாம் அறிய மாட்டார்? இவ்வுண்மையை ஒருவர் புதிதாகக் கற்கவும் வேண்டுமா?" என்று சிலர் நகைக்கக் கூடும்.

நான் இவர்களுக்குக் கூறுகிறேன். நேயர்களே! இந்த உண்மை புதிதன்று. உண்மை யெதுவும் புதிதல்ல. பொய்களே புதியன உண்மை மனித இயற்கைக்குச் சுபாவமாகவுள்ளது. எனினும் மனித ஜாதியாரிலே பலருக்குத் தமது மானிடத் தன்மை சுமத்தலரிய பாரமாய் விடுகிறது. மிருகத் தன்மையைத் தாங்குதலே நம்மவரிற் பலருக்கு எளிதாக இருக்கிறது. மனிதர்களைப் போலச் சுய ஆராய்ச்சியும் சுய யோசனையும் புரிதல் அநேகருக்குத் தொல்லை தருகின்றது. மிருகங்களைப் போலப் பண்டை வழி நடத்தலே அநேகருக்கு எளிதாயிருக்கின்றது. உண்மை மனித இயற்கைக்கு உடன்பிறப்பாக இருந்த போதிலும் எந்தக் கணத்திலே மனிதன் தன் மதியிழந்து தான் யோசியாது பிறன் யோசனையைக் கண்ணை இறுக மூடிக் கொண்டு பின் பற்றுகிறானோ அப்போதே உண்மையைத் தவற விட்டு விடுகிறான். 'கடவுள் ஒன்றே உளது.'

இது மிகப் பழமையான உண்மை. ஒவ்வொரு மஹானும் இதையே கதறியிருக்கிறான். என்றாலும் என்ன பயன்? மற்றொரு மனிதன் இதைக் கூறக் கேட்டு நீ உனது சொந்த ஆலோசனையின்றி இதை நம்பத் தொடங்கி விடுவாயாயின் உனது அறிவு நாசமடைந்துவிடும்.

உலகத்தில் எல்லாக் கருவிகளையும் எல்லாப் பொருள்களையும் போலவே மனித அறிவும் அடிக்கடி பயன்படுத்தாவிடின் தூளேறித் துருப்பிடித்து நிறங்கெட்டுப் பார்ப்பதற்கு வெறுப்புண்டாக்குகிறது. "ஒரு கடவுள் தான் இருக்கிறது. ஏனெனில் என்னுடைய தகப்பனார் அப்படித்தான் சொல்லி யிருக்கின்றார்" என்று கூறுகிற மனிதன் அர்த்தமின்றி உளறுகிறான். அவன் கடவுள் என்ற சொல்லுக்குப் பொருளுணர மாட்டான். நாம் அவனிடம் கேட்கிறோம்:

அடே மூடா! நீ ஏன் கடவுளைப் பார்க்கவில்லை? கடவுள் என்னும் பொருள் இப்போது எங்கேயோ மறைந்து போய்விட்டதென்று

நினைக்கிறாயா? இல்லாவிடில், உன் தகப்பன் இறந்துபோய்விட்டான். அவன் பார்த்த கடவுளும் அப்போதே மறைந்து போய்விட்டதென்று நம்புகிறாயா? சகோதரா! நீ பேரொளி வீசும் நிலவுப் போதிலே கடற்கரைக்குப் போ! வானத்தைப் பார்! திசை எத்தனை தூரம் பறந்து கிடக்கிறது? திசையிலே எத்தனை பொருள்கள் இருக்கின்றன? என் மனத்திலே இவையெல்லாம் எவ்வாறு வந்து பிரதிபலிக்கின்றன? நான் யார்? எங்கிருந்து வந்தேன்? நான் யார்? நான் யார்? – என்று உன்னையே திரும்பத் திரும்பக் கேட்டுக்கொள். நீ இதுவரையும் சந்தேகமுற்றிராத ஓர் அந்தர்யாமிப் பொருள் உன்னைச் சுற்றிலும் உன்னுள்ளேயும் பேரொளியாகத் ததும்பிக் கிடக்கிறதென்பதை நீ உணர்ந்து கொள்வாய். – இதுதான் பிரம தரிசனம்.

பரலி சு. நெல்லையப்பர்

முதல் சந்திப்பு

*1908*ம் ஆண்டென்று நினைக்கிறேன். இன்றைக்கு முப்பத்தாறு ஆண்டுகளுக்கு முன்னே, தூத்துக்குடியில் தேசபக்தர் – திருவாளர் சிதம்பரம் பிள்ளையவர்கள் தலைமையில் நடந்து வந்த சுதேசிக் கப்பற் கம்பெனியில் நான் ஒரு சிறிய குமாஸ்தாவாகப் பணியாற்றிக் கொண்டிருந்தேன். எனது தமையனார் 'வந்தே மாதரம்' ஷண்முக சுந்தரம் பிள்ளை – மேற்படி கப்பற் கம்பெனியின் (ஏஜண்டு) பிரதிநிதிகளில் ஒருவராகச் சோழ நாட்டில் ஊர் ஊராகச் சுற்றிக் கம்பெனிக்குப் பங்கு சேர்த்துப் பெருந் தொண்டு செய்துகொண்டிருந்தவர், தூத்துக்குடிக்கு வந்திருந்தார். காலஞ் சென்ற எனது அருமைத் தம்பி குழந்தைவேலன் – அவன் தான் சிதம்பரம் பிள்ளையவர்கள் பெருந்தொடர்பை நான் பெறுவதற்கும், அதன் வாயிலாக நான் எனது வாழ்நாளில் இளமையில் ஒரு புதிய மாறுதல் பெறுவதற்கும் காரணமாயிருந்தவன் – பிள்ளையவர்கள் அணுக்கத் தொண்டனாய்

அவர்களுடனேயிருந்தான். நாங்கள் மூவரும் விடுதிகளில் உணவு கொண்டிருந்த போதிலும் பகற் பொழுதில் ஓய்வு நேரங்களைப் பிள்ளையவர்கள் வீட்டிலேயே கழிப்பது வழக்கம். இராப்பொழுதில் சிவன் கோயில் தெருவிலிருந்த பிள்ளையவர்கள் வீட்டுப் பெருந் திண்ணையிலே படுத்துறங்குவது வழக்கம்.

ஒரு நாள் காலை பத்து மணியிருக்கலாம். பிள்ளை யவர்கள் வீட்டின் முன்பகுதியில் நான் வழக்கமா யிருக்கும் அறையில் இருந்து கொண்டிருந்தேன். அப்போது ஒருவர் அங்கே வந்து எதிர்பாராத முறையில் எனது கையைப் பற்றி என்னை வெளியே உலாவுவதற்கு அழைத்துக் கொண்டு போனார். அவர்தான் பாரதியார். அவரை எனக்கு முன்னே தெரியாது. பாரதியார் பாடிய சுதேச கீதத் துண்டுப் பிரசுரங்கள் எனது அறையில் ஏராளமாகக் கிடந்தன. இளம் பச்சைக் காகிதத்தில் நாலே பக்கம் அழகாக அச்சிடப் பட்டிருந்த அந்தப் பிரசுரத்தில் "வந்தே மாதரம் என்போம்," "ஜய ஜய பாரத," "எந்தையும் தாயும்," "வாழிய செந்தமிழ்" என்னும் நான்கு சிறந்த பாடற்றொகுதிகள் அடங்கியிருந்தன. அந்த அற்புதமான பாடல்களை முதல் முறை படித்த நான், புத்துயிர் பெற்றிருந்தேன். காலஞ்சென்ற திருமயிலைச் செல்வர் வெ. கிருஷ்ணசுவாமி ஐயர் அந்தப் பாடல்களைப் பாரதியார் வாயினாலேயே பாடக் கேட்டு வியப்பும் உவப்பும் அடைந்தவராய், அவற்றைப் பதினாயிரக்கணக்கில் அச்சிட்டுச் சிறப்பாகப் பள்ளிக் கூடங்களில் பரப்பும்படி ஏற்பாடு செய்திருந்தார் என்ற செய்தியைப் பின்னர் அறியலானேன்.

'இந்தியா' என்ற (தமிழ்) வாரப் பத்திரிகையும் அந்தக் காலத்தில் சிதம்பரம் பிள்ளை வீட்டிற்கு வரும். அது புதுமையான முறையில் நடந்து வந்தது. பாரதியார்தான் அதன் ஆசிரியராயிருந்தார். தமிழ்ப் பத்திரிகை யுலகில் அது ஒரு புதிய காலத்தைத் தொடங்கிய தென்று சொல்ல வேண்டும். 'இந்தியா' பத்திரிகையின் ஆசிரியரும், சுதேச கீதங்களின் ஆசிரியருமான சுப்பிரமணிய பாரதியார் அவர் என்று தெரிந்த பொழுது நான் மட்டற்ற மகிழ்ச்சி அடைந்தேன்.

அன்று நான் கண்ட பாரதியாரின் கோலம் எனக்கு இன்னும் நினைவில் இருக்கிறது. வயது சுமார் இருபத்தைந்திருக்கலாம். ஆறு முழச் சுதேசி வேட்டியைத் தார்ப் பாய்ச்சி உடுத்தி யிருந்தார். (கதர் அப்பொழுது தோன்ற வில்லை. தென் ஆப்பிரிக்காவில் இருந்த காந்தியடிகள் உள்ளக் கருவில் இருந்தது.) சட்டையும், கோட்டும் போட்டிருந்தார். கிராப் தலையைச் சீவி விட்டிருந்தார். அகன்ற, நெற்றியில் பெரிய குங்குமப் பொட்டு, அறிவொளி வீசும் முகம்; அன்பு நிலவும் விழிகள். கழுத்திலே தூய வெண்மையும் இளஞ்

சிவப்பும் கலந்த பட்டு அங்க வஸ்திரம், அந்த அங்க வஸ்திரத்தை, நான் எந்நாளும் மறக்க முடியாது. பிற்காலத்தில் நெடுநாள் வரை புதுவையிலும் பாரதியார் கழுத்தை அந்த அங்க வஸ்திரம் அழகு செய்து வந்தது.

தூத்துக்குடியில் முடி சூடிய மன்னராக விளங்கிய சிதம்பரம் பிள்ளை மீதும், சுப்பிரமணிய சிவ பத்மநாப ஐயங்கார் இருவர் மீதும் திருநெல்வேலியில் ஜாமீன் வழக்கு ஏற்பட்டிருந்தது. பின்னர் அது பிள்ளை மீதும் சிவா மீதும் ராஜத்துவேஷ வழக்காக மாறியது. சிதம்பரம் பிள்ளையையும் அவர் நண்பர்களையும் பார்ப்பதற்காகப் பாரதியாரும் வேறு சில நண்பர்களும் திருநெல்வேலிக்கு வந்திருந்தார்கள். பாளையங்கோட்டைச் சிறைக் கோட்டத்தில் இருந்த மூவரையும் கண்டு உரையாடினர். ஜில்லாக் கலெக்டர் எல்.எம். விஞ்சு துறையின் அடக்கு முறையினால் கலக்க முற்றிருந்த திருநெல்வேலியையும் தூத்துக்குடியையும் நேரில் கண்டு நிலைமையை அறிந்து கொள்வது பாரதியார் நோக்கமாயிருந்தது. சிதம்பரனார் முதலிய மூவர் மீதும் ஏற்பட்ட வழக்கில் அவர்களுக்காகத் தோன்றிய திருநெல்வேலி நியாய வாதிகளான சாது கணபதி, பந்தலு கணபதி ராமையர், டி.வி. கிருஷ்ணசாமி ஐயர், ஸ்ரீவைகுண்டம் தி.ரா. மகாதேவ ஐயர், சிவராம பக்த நண்பர்களுடன் திருநெல்வேலி வீரராகவ புரத்தில் இந்துக் கல்லூரிக்கு அருகில் இருந்த சாது கணபதி ஆபீஸ் மேடையில் பாரதியாரும் அவர் நண்பர்களும் ஒரு வாரம்வரை தங்கியிருந்தார்கள். சிதம்பரனார் வழக்கு விஷயங்களைப் பற்றிப் பேசியும், பாட்டுப் பாடியும் பாரதியும் அவர் நண்பர்களும் காலம் கழித்துச் சென்றார்கள். இந்தத் தருணத்தில்தான் பாரதியார் கலெக்டர் விஞ்சுக்கும் சிதம்பரம் பிள்ளைக்கும் நடந்த வாக்குவதாமாக

நாட்டில் எங்கும் சுதந்ர வாஞ்சையை, நாட்டினாய் கனல் மூட்டினாய்.

என்று தொடங்கும் பாடல்களையும்,

> சொந்த நாட்டில் பிறர்க்
> கடிமை செய்தே துஞ்சிடோம்
> இனி அஞ்சிடோம்.

என்று தொடங்கும் பாடல்களையும் பாடினா ரென்று பின்னர் அறிந்தேன்.

பாரதியார், திருநெல்வேலிக்கு வந்ததையொட்டித் திருவாளர் சிதம்பரம் பிள்ளையின் முயற்சிகளுக்கெல்லாம் நிலைக்களனாக

விளங்கித் தென்னாட்டுப் பாரிஸா லென்று பேர் பெற்றிருந்த தூத்துக்குடிக்கும் வந்தார். காலையில் சிதம்பரனார் வீட்டில் தங்கி யிருந்த பாரதியார் மாலையிலேயே திருநெல்வேலிக்குத் திரும்பி விட்டதாக அறிந்தேன். காலையில் என்னைக் கைப்பற்றிய பாரதியார் என்னிடம் அதிகமாக ஒன்றும் பேசவில்லை. திருநெல்வேலிக்குத் திரும்பிப் போகும் பொழுது என்னிடம் சொல்லிக்கொண்டு போகவும் இல்லை.

சிகரம் ச. செந்தில்நாதன்

நெல்லையப்பருடன் 80 நிமிடங்கள்

'தாமரை' பேட்டிக்கு வருவதாக நண்பர் ஒருவர் மூலம் பரலி.சு. நெல்லையப்பருக்குச் சொல்லி அனுப்பினோம். அவரைக் கண்டு வந்த நண்பர் 'நீங்கள் அங்கே வரவேண்டாம் என்று பரலி, சு. நெல்லையப்பர் சொல்லிவிட்டார்' என்று சொல்லி ஒரு வினாடி நிறுத்தினார். நாங்கள் வியப்பு மேலிட்டு வினா எழுப்பும் கண்களுடன் நண்பரைப் பார்த்தோம். புன்னகையுடன் நண்பர் சொன்னார். "அவரே உங்களைப் பார்க்க உங்கள் இடந்தேடி வருகிறேன் என்கிறார்" என்று பதில் சொல்லி எங்கள் வியப்பை அதிகமாக்கினார். பாரதியின் நண்பர், எண்பது ஆண்டைக் கடந்தவர். பல சங்கங்களாலும் அரசினராலும் சிறப்பிக்கப்பட்டவர்; 'அவர்' நம் இடந்தேடி வருகின்றாரா?' என்று ஒரு வினாடி நண்பரின் கூற்றை நம்ப முடியாமல் வாயடைத்து நின்றோம்.

பிறகு நண்பர் நிலையைத் தெளிவாக்கினார். 'பரலி சு. நெல்லையப்பர் வாழ்க்கையில்

எத்தனையோ பேரைப் பார்த்தவர்; பழுத்த அனுபவம் உடையவர். ஒரு பேட்டிக்காகத் தன்னை அவர் மலிவாக்கிக் கொள்ளவில்லை. ஆனால் இரண்டு பேரை உட்காரவைத்து ஆர்வத்துடன் பேசுவதற்குக்கூட வழி இல்லாத நிம்மதியற்றச் சூழ்நிலையில் அவர் வாழ்ந்து வருகிறார்' என்று நண்பர் எடுத்துரைத்தபோது வியப்பு மறைந்தது. கவலையும் வருத்தமும் நெஞ்சை அழுத்தின. நண்பருடைய கூற்றின் உண்மையை நாங்கள் அவரை நேரில் கண்டு உரையாடியபோது தெரிந்து கொண்டோம்.

அன்னைத் திருநாட்டின் விடுதலைக்கே தன் வாழ்வை அர்ப்பணித்துக் கொண்டதால் அந்தத் தேசியவாதி திருமணம் கூடச் செய்து கொள்ளவில்லை. "என் கடன் பணி செய்து கிடப்பதே" என்று பணி செய்தே வாழ்ந்தார். இத்தகையோரின் சீரிய தியாகத்தால் அன்றோ நாம் சுதந்திரம் பெற்றோம்! சுதந்திர அரசு தள்ளாத காலத்தில் சற்று ஆறுதல் கிட்டட்டும் என்று மாதம் நூறு ரூபாய் ஓய்வு ஊதியம் (Pension) தர முன் வந்தது. பிறகு 1958ம் ஆண்டு 'தியாகி நிலம்' மூன்று ஏக்கரும் பெற்றார். பல பேருக்குத் தியாகி நிலம் பத்து ஏக்கர் கிடைத்தது. ஆனால் பரலி, சு. நெல்லையப்பரைத் 'தனிக்கட்டை' யாகக் கருதிய அரசினர் மூன்று ஏக்கரே தந்தார்கள். ஆனால் நெல்லையப்பருக்கு உண்மையில் ஒரு வளர்ப்பு மகள் உண்டு. அம்மகளுக்குத் திருமணம் ஆகி, குழந்தைகள் இருக்கின்றன. ஆனால் இனிமையான உறவுச் சூழ்நிலை நிலவாததாலும் நிம்மதியின்மையாலும், ஏழெட்டுப் பேரைக் காப்பாற்ற வேண்டிய பொறுப்பால் விளைந்த பற்றாக்குறை யாலும் அவர் பெரிதும் பாதிக்கப்பட்டிருக்கிறார்.

இந்நிலையில் மார்ச் மாதம் முதல் அவருக்குக் கிடைத்து வந்த ஓய்வு ஊதியமும் கிடைக்கவில்லை. அவர் நிலத்தை விற்க முயல்கிறார் என்று யாரோ மொட்டைக்கடிதம் எழுத, அதை நம்பி ஓய்வு ஊதியத்தை அரசினர் நிறுத்தி வைத்திருப்பதாகத் தெரிகின்றது. பழுத்த தேசியவாதியும் தியாகியுமான நெல்லையப்பருக்கு இந்த முதுமைக் காலத்தில் எவ்வளவு கொடுத்தாலும் தகும். அவர் வறுமையில் வாடும்போது இன்னும் சற்று வசதியை அதிகப்படுத்திக் கொடுக்காமல், தந்துகொண்டிருந்த பணத்தையும் நிறுத்தி வைத்திருப்பது அரசுக்கு அழகல்ல. இன்று ஆட்சிப் பொறுப்பில் இருப்பவர்கள் தேர்தல் காலத்தில் அவர் கவிதை ஒன்றையும் தங்களுக்குச் சாதகமாகப் பயன்படுத்திக்கொண்டு பிரச்சாரம் செய்திருக்கிறார்கள். சுவரொட்டி போட்டிருக்கிறார்கள்.

இதை எல்லாம் நினைவில் கொண்டு ஆட்சியினர் அவருக்குப் பொருளாதார நிம்மதியையாவது தரவேண்டும் என்று கேட்டுக் கொள்கிறோம். செங்கற்பட்டு மாவட்ட கலெக்டர் நல்ல தமிழ்க் குடும்பத்தில் பிறந்தவர். எனவே, தமிழ்க் கவிஞர் ஒருவரின் உற்ற நண்பர் ஓலைக்குடிசையில் ஓலக்குரல் எழுப்பி துன்பச் சுமைகளால் விழுந்துவிடாமல் காப்பாற்றுவார் என்று நம்புகிறோம்.

மனம் திறந்து பேச வீட்டில் வழியில்லாமல் எங்களைத் தேடி வந்து பேட்டி கொடுத்த, கடமை யுணர்வு மிக்க பரலி சு. நெல்லையப்பருக்கு எங்கள் வணக்கத்தையும் நன்றியையும் தெரிவித்துக் கொள்கிறோம். அவருடன் துணையாக வந்த திரு விசுவநாதன் அவர்களுக்கும் எங்கள் நன்றி உரியது. வயதாகிவிட்டதால் ஞாபக மறதியும், குடும்பக் கவலைகளால் உற்சாகம் குன்றியும் காணப்பட்ட பரலி.சு. நெல்லையப்பர் கேட்ட கேள்விகளுக்கு உடனுக்குடன் சொன்ன பதில்களை இனி படிக்கலாம்.

கேள்வி: 1. பாரதியாரிடம் உங்களுக்குப் பழக்கம் ஏற்பட்டது எப்படி? பழக்கம், பாரதி உங்களைத் 'தம்பி நெல்லையப்பா' என்று அழைக்கும் அளவிற்கு நெருங்கியதாக உருவெடுத்தது பற்றிக்கூற முடியுமா?

பதில்: என்னை, பாரதியாருக்கு அறிமுகப்படுத்தியவர், ஆஷ் கொலை வழக்கில் சம்பந்தப்பட்ட நீலகண்ட பிரம்மச்சாரி என்பவர்தாம். பின்னர் நான் எப்பொழுதும் பாரதியாருடன் சேர்ந்து இருக்கலானேன். பாரதி புதுச்சேரியில் வாழ்ந்த போதுங்கூட அவருடைய வீட்டிலேயே நான் இரவும் பகலும் இருந்து வரலானேன். ஏதோ பூர்வ ஜென்ம பலன் காரணமாகத்தான் எனக்கும் பாரதிக்கும் மிக நெருங்கிய தொடர்பு ஏற்பட்டதென்று நான் நம்புகிறேன்.

கேள்வி: 2. பாரதியாரைப் பற்றிய உங்கள் அபிப்ராயம் அல்லது எண்ணம் என்னவென்று கூறமுடியுமா?

பதில்: பாரதி ஒரு மாபெருங் கவிஞர், உண்மையில் ரவீந்திரரைக் காட்டிலும் சிறந்த கவிஞர் – மிக உயர்ந்த கவிஞர் பாரதி என்பது என் கருத்து. பாரதி ஒரு தீர்க்கதரிசி. தேச சேவையே தமது மூச்சு என்று வாழ்ந்த ஒரு மாபெரும் கவிஞர் பாரதி. சமயங்களில் பாரதி 'கிறுக்கு' போலவும் குழந்தைத் தனமாகவும் கூட நடந்து கொள்ளுவார்!

பாரதியின் கவிதைகளைப் பற்றி நான் ஏதும் கூற வேண்டியதில்லை. என்றாலும் பாரதியின் வசனம் தெளிவானது – சிறந்தது. அவருடைய பாடல்களைவிட அவருடைய வசனமே சிறந்தது என்பது என் அபிப்ராயம்.

கேள்வி: 3. வ.உ.சி. நடத்திய கப்பல் கம்பெனியைப் பற்றிய விவரங்களைக் கூற முடியுமா?

பதில்: ஓ! நிச்சயமாக. பிரிட்டிஷ் அரசாங்கத்துக்குப் போட்டி யாகவே வ.உ.சி. பலரது ஒத்துழைப்புடன் சுதேசிக் கப்பல் கம்பெனியை ஆரம்பித்தார். இக் கப்பல் கம்பெனியில் நாட்டு விடுதலையில் நாட்டங் கொண்டிருந்த – தேச சேவையில் ஈடுபட்டிருந்த பலர் பணியாற்றினர். நானும் என் தமையனுங்கூட இக் கப்பல் கம்பெனியில் கிளார்க்குகளாக வேலை செய்துள்ளோம்.

வ.உ.சி. அரசியல், கப்பல் கம்பெனி நிர்வாகம் ஆகிய இரண்டிலும் ஈடுபட்டதால் கப்பல் கம்பெனியைச் சரிவர கவனிக்க இயலவில்லை. மேலும் பிரிட்டிஷ் அரசாங்கத்தின் போட்டியையும் எதிர்த்து நிற்க முடியவில்லை. இதனால் கப்பல் கம்பெனி கவிழ நேர்ந்தது.

கேள்வி: 4. அக்கால மக்கள் பாரதியை தேசியவாதியாகக் கருதினரா? அல்லது இலக்கியவாதியாக, கவிஞராகக் கருதினரா?

பதில்: அன்றைய மக்கள் பாரதியை ஒரு தேசியவாதியாக, தேசியக் கவிஞராகத்தான் கருதினர். பின்னர் தான் பாரதியை மாபெருங் கவிஞராக, இலக்கியவாதியாகக் கருதலாயினர்.

கேள்வி: 5. பாரதியார், கட்டபொம்மனைப் பற்றிப் பாடாததன் காரணம் என்ன? பாரதியார் கட்டபொம்மனைப் பற்றி ஏதாகிலும் தவறான அபிப்ராயம் கொண்டிருந்தாரா?

பதில்: கட்டபொம்மனைப் பற்றி பாரதியாருக்கு தவறான அபிப்ராயம் எதுவும் கிடையாது. பாரதி, கட்டபொம்மனைப் பற்றித் தமது கவிதையிலோ அன்றி வசனத்திலோ குறிப்பிடாததற்கு குறிப்பிட்ட காரணம் எதுவும் இல்லை.

கேள்வி 6: பாரதியாருக்கு நீங்கள் எந்தெந்த வகைகளில் உதவி செய்துள்ளீர்கள்?

பதில்: பாரதியாருக்கு நான் அவ்வப்போது பணம் அனுப்பி உதவிய துண்டு. பாரதியாருடைய கவிதைகளைத் தொகுத்து முதன் முதலில் புத்தகமாக வெளியிட்டது நான் தான். இது தவிர பாரதியாருடைய விருப்பப்படி அவருடைய 'பாப்பா பாட்டு' 'முரசு' 'கண்ணன் பாட்டு' முதலானவற்றைச் சின்னஞ்சிறு புத்தகங்களாக வெளியிட்டுள்ளேன்.

கேள்வி: 7. பாரதியார் நடத்திய 'இந்தியா' பத்திரிகை பற்றிய விவரங்களைக் கூற முடியுமா?

பதில்: 'இந்தியா' பத்திரிகை பெரும்பாலும் பிரச்சார நோக்கப் பத்திரிகையாகத் தான் நடந்தது. தேச பக்தியை மக்களிடத்தில் வளர்க்கக் கூடிய விஷயங்களே 'இந்தியா'வில் வெளிவந்தன.

முதன் முதலில் கார்ட்டூன் வெளியிட்ட தமிழ்ப் பத்திரிகை இந்தியா தான்! இந்தியா பத்திரிகையில் வ.உ.சி. போன்ற பலர் எழுதினர். 'இந்தியா' பத்திரிகையில் நான் சிறிய கட்டுரை ஒன்று எழுதியிருக்கிறேன். வ.உ.சி.யை செக்கிழுக்க வைத்தது தவறு என்று இக் கட்டுரையில் எழுதினேன்.

'இந்தியா' பத்திரிகையின் சந்தா விகிதம் ஆளைப் பொறுத்து அமைந்திருந்தது. அதாவது பணக்காரர்களுக்கு உயர்ந்த விகிதம், தொழிலாளர்களுக்கு குறைந்த விகிதம் என்ற ரீதியில் அமைந்திருந்தது!

'இந்தியா' பத்திரிகைக்கு விஷயதானம் செய்தவர்களுக்கு சன்மானம் எதுவும் கிடையாது!

இந்தியா பத்திரிகை நான்கு அல்லது ஐந்து வருடங்கள் நடந்தது.

கேள்வி: 8. பாரதியாருக்கு ஆங்கிலக் கல்வி முறையில் வெறுப்பு ஏற்படக் காரணம் யாது?

பதில்: பாரதியாருக்கு ஆங்கிலக் கல்வி முறை சரியானதாக, சிறந்ததாகப் படவில்லை எனவே அவர் ஆங்கிலக் கல்வி முறை மீது வெறுப்புக் கொண்டார் என்றாலும் அவர் ஆங்கில மொழியை வெறுக்கவில்லை. பாரதியார், ஆங்கில மொழியில் நல்ல 'பாண்டித்யம்' பெற்றிருந்தார். பிற்காலத்தில் அவர் ஆங்கில நூல்கள் பலவற்றைப் படித்தார்.

கேள்வி: 9. பாரதியார் காலத்தில் இருந்த பதிப்பகங்களுக்கும் பத்திரிகைகளுக்கும் இப்போது உள்ள பதிப்பகங்களுக்கும் பத்திரிகைகளுக்கும் என்ன வேறுபாடு காண்கிறீர்கள்?

பதில்: அந்தக் காலத்தில் படிப்பவர்கள் எண்ணிக்கையே குறைவு. பதிப்பக, பத்திரிகைத் தொழிலும் லாபகரமானதல்ல. ஆகையால் தேச சேவையை முன்னிட்டே எல்லாம் நடந்தன. தேசிய எழுச்சி

மிகுந்த காலம் அது. இப்போது பத்திரிகை, பதிப்பகம் எல்லாம் வியாபாரம் செய்வதற்கு ஒரு 'தொழிலாக' மாறிவிட்டது!

(பாரதியின் நண்பர், பாரதியின் கவிதைகளைத் தொகுத்து முதன் முதலில் வெளியிட்டவர் பரலி சு.நெல்லையப்பர். வறுமையாலும், முதுமையாலும், வாடிக் கொண்டிருந்த அவரை 'தாமரை' இதழுக்காக பேட்டி காணும் வாய்ப்பு எனக்குக் கிடைத்தது. அந்தப் பேட்டி 1967, செப்டம்பர் தாமரை இதழில் வெளியானது. பேட்டி கண்டவர் "செ‌ன்" என்று இருக்கும். செந்தில்நாதனின் முதல் எழுத்தும் கடைசி எழுத்தும் சேர்ந்தால் "செ‌ன்." பேட்டியின் போது கூடயிருந்த பாலசுப்பிரமணியன் எங்கே இருக்கிறார் என்பது தெரியவில்லை)

தங்கம்மாள் பாரதி

அமரன் கதை

இடம் எட்டயபுரம் அரண்மனை

(மகா ராஜாவும், கவிஞர்கள், வித்வான்கள், பண்டிதர்கள், பரிவாரங்கள் அமர்ந்திருக்கிறார்கள்: சுப்பய்யா வருகிறான் ஏதோ யோசித்துக் கொண்டே).

மகாராஜா: சுப்பய்யா, வா. அப்பா, உட்கார்.

மற்ற வித்வான்கள்: *(தமக்குள்)* இந்தச் சிறு பையனை மகா ராஜா அளவுக்கு மிஞ்சிப் புகழ்கிறார். அதனால்தான் இத்தனை பெருமை அவனுக்கு.

ஒருவன் இல்லையப்பா! நமது மகாராஜா, புகழ வேண்டுமானால் தகுந்த காரணம் இருக்க வேண்டும். மகா ரசிகரல்லவா நமது மகாராஜா?

மற்றவன்: இருங்கள். அவர்கள் சம்பாஷணையைக் கவனிப்போம்.

மகாராஜா: சுப்பய்யா, அண்ணாமலை ரெட்டியார் எழுதிய காவடி சிந்து பாடுகிறாயல்லவா? அதே போல் நீ கவி பாட முடியுமா?

சுப்பய்யா: மகாராஜா, என் அகத்திலுறையும் நா மகளுக்கு இது ஒரு கடினமான விஷயமன்றே! நொடிக்குள் இயற்றுவேன்?

மகாராஜா: சுப்பய்யா, எல்லாரும் நாமகள் நாவினில் வாசம் செய்வாள் என்பார்கள். நீயோ உன் அகத்தில் ஒளிர்வதாகச் சொல்கிறாயே?

சுப்பய்யா: மகாராஜா, எல்லாமறிந்த தாங்கள் இவ்வண்ணம் கேட்கிறீர்களே, என்னைச் சோதிக்கவா?

மகாராஜா: சும்மா சொல்லப்பா. உனது பேச்சைக் கேட்டால் எனக்கு மிகவும் சந்தோஷம் ஏற்படுகிறது.

சுப்பைய்யா: "குழலினிது யாழினிதென்பர் தம் மக்கள் மழலைச் சொல் கேளாதவர்."

என் பேச்சில் இத்தனை விருப்பங் கொண்ட தங்களுக்குக் கூறாமல் யாரிடம் சொல்ல வேண்டும்? மகாராஜா! ஒரு மனிதனுக்கு, அகமே புறம். ஒரு மனிதனைப் புறநிலையிலிருந்து அவன் அகத்தை அறிந்து கொள்ளலாம். மனிதனுக்கு அவன் உள்ளத்தில் ஒளி உண்டானால்தான் அவன் வாக்கினில் தேன் துளிக்கும். அவனது உள்ளம் மாசுற்றிருந்தால் அவனது வாயிலும் தீய சொற்கள், சுடு சொற்கள்தான் உலவும். அவனது அகம் தெளிந்திருந்தால் அவன் வாயிலும் இனிய சொற்கள், அன்பான வார்த்தைகள் வெளிப்படும்.

மகாராஜா: சுப்பையா, இதற்கு ஏதாவது கதை மூலமாக உதாரணம் சொல்லேன்.

சுப்பையா: மகாராஜா, விக்கிரமாதித்தன் கதையையே இதற்கு எடுத்துக் கொள்ளலாம். விக்ரமாதித்யனுக்கு இந்திரன் ஸம்மானம் அளித்ததாகக் கூறப்படும் சிம்மாசனம் பிற்காலத்தில் மண்ணில் புதையுண்டுவிட்டது. வெகுகாலத்திற்குப் பின் காட்டிற்கு வேட்டைக்குப் போன போஜமகாராஜாவின் சேனைகள் ஓரிடத்தில் தங்கியிருந்தன. அந்தச் சமயத்தில் ஒரு ஆட்டிடையன் ஒரு மண் மேட்டிலேறியுட்கார்ந்து தனது ஆடுகளைக் காவல் பார்த்துக்கொண்டிருந்தான். சூழவிருந்த சேனைகளைப் பார்த்து ஆட்டிடையன் பேச ஆரம்பித்தான். "வாருங்கள் சகோதரரே,

எல்லாரும் வாருங்கள். நீங்கள் இந்தக் கடும் வெய்யிலினால் தாக்குண்டு மிகவும் களைப்படைந்திருக்கிறீர்கள். இதோ இந்தப் பெரிய ஆலமரத்தடியில் எல்லோரும் உட்காருங்கள். நான் சென்று உங்களுக்கு விடாய் தீர்க்க, செவ்விள நீரும், நுங்கும், கனி வகையும் கொண்டு வருவேன்" என்று கூறினான்.

படைத்தலைவர்களும் சைன்யங்களும் இதைக் கேட்டு வியப்புற்றனர். 'யாரோ பெரிய மகான்போலும்! இல்லாவிட்டால் ஒரு அரசரின் பரிவாரங்களாகிய நமக்கு விருந்தளிப்பதாகச் சொல்ல முடியுமா? ஒருக்கால் வசிஷ்ட முனிவரைப் போல் தவ வலிமையால் காம தேனுவை அழைத்து விருந்து செய்வாரோ என்னவோ!' என்று தமக்குள் பேசிக் கொண்டனர். அந்த இடையன் மண்மேட்டிலிருந்து கீழிறங்கினான். உடனே வெறி கொண்டவன் போல் "யாரைய்யா நீங்கள்? இது என்ன கூட்டம்! போங்கோய்யா, நீங்கள் இப்படிக் கூட்டமாக வந்திருப்பதைப் பார்த்தா என் ஆட்டை ஆட்டு மந்தையைக் கவர்ந்து செல்ல வந்திருக்கிறீர்கள் என்று தோன்றுகிறதே!" என்று இரைந்தான். இதைக் கேட்ட சிப்பாய்கள் பின்னும் வியப்பில் மூழ்கினர்.

மறுபடியும் ஆடுகளைக் கணக்குப் பார்க்க மண் மேட்டில் ஏறினான் இடையன் "சகோதரரே, வாருங்கள், உட்காருங்கள், உங்களுக்கு வேண்டியவற்றை நான் கொடுக்கிறேன், பாருங்கள்" என்றான். சேனையில் இவன் வார்த்தைகளைக் கேட்டவுடன் பலத்த கலகலப்பு ஏற்பட்டது. எல்லோரும் வயிறு குலுங்கச் சிரித்தனர். மந்திரியும் இதைக் கவனித்தான். "படை வீரர்களே! சற்று விலகுங்கள். இந்த மண் மேட்டில் ஏதோ விசேஷம் இருக்கிறது. இதை ஆராய வேண்டும். இதோ இங்கு புல் செதுக்க வந்துள்ள கிராமத்து இடையரிடமிருந்து மண் வெட்டியை வாங்கி இந்த மேட்டை வெட்டுங்கள்" என்றான். மந்திரியின் ஆக்ஞைப்படி மேடு வெட்டப்பட்டதும் ரத்ன சிம்மாதனம் ஒன்று இருக்கக் கண்டார்கள். பின்பு இடையன் பேச்சிற்குப் பொருள் அவர்களுக்கு விளங்கி விட்டது. சிம்மாதனத்தை தமது அரசரிடம் சேர்ப்பித்தார்கள் என்பது கதை. இந்தக் கதையில் நமக்கு வேண்டியது இடையனின் மனோநிலை. தெய்வீக சிம்மாதனத்தின் மேல் ஏறியதால் அவன் மனம் தூய்மை பெற்றது. உடனே அவன் வாக்கிலும் நல்ல அமுதம் போன்ற வார்த்தைகள் வெளி வந்தன. கீழே இறங்கியவுடன் அவன் மனம் சூன்யம் அடைந்தது. வாக்கில் பரிசுத்தமான வார்த்தைகள் பிறந்தன. இவ்வளவுதான்.

மகாராஜா: சுப்பய்யா, உன் பேச்சைக் கேட்டு என் அகம் குளிர்ந்தது. இனி எனது செவிகளுக்கு உனது இன்னிசை மூலமாக சிறிது விருந்தளி அப்பா.

சுப்பைய்யா: (பாடுகிறான்)

"ஆசைநிகளத்தினை நிர்த்தூளிப்படஉதறி
அகங்கார முளையை ஏற்றி
அத்துவித மதமாகி மதமாறுமாறாக
அங்கையின் விலாழியாக்கி
பாசவிருடன் நிழலென சுளித்தார்த்து
பார்த்துப் பரந்த மனதைப் மேற்
பாரித்த கவளமாய்ப் பூரிக்க உண்டு முக
படா மன்ன மாயை நூறித்
தேசு பெற நீவைத்த சின்முத்திராங்குசச்
செங்கைக் குள்ளே யடக்கிச்
சின்மயானந்த சுக வெள்ளம் படிந்துநின்
திருவருள் பூர்த்தியான
வாசமுறு சற்சார மீதென்னை ஒரு ஞான
மத்தகஜமென வளர்த்தாய்
மந்திர குருவே யோக தந்திர குருவே மூலன்
மரபில் வரு மந்திர குருவே."

மகாராஜா: "சபாஷ், சுப்பையா நீயும் எனது யானைக் குட்டிதான்" என்று மகிழ்ந்தார்.

எட்டயபுரம் சுப்பையாவின் வீடு. அவன் தகப்பனார் கோபாவேசத்தோடிருந்தார். மகனுக்குக் காரணம் விளங்கவில்லை. என்னவோ, என்று யோசித்தான். பின்பு பாட்டியிடம் போய் "அம்மா, அப்பா எதற்குக் கோபங்கொண்டிருக்கிறார்?" என்று விசாரித்தான். பாட்டி சிரித்துக்கொண்டு "இன்று சாப்பாடு அவனுக்குச் சரியில்லை. அதுதான் கோபம்"

சுப்பய்யா: "என்ன காரணம்?"

பாட்டி: கீரை பண்ணவில்லை இன்று. அது அவனுக்குக் குல தெய்வமல்லவா?

சுப்பையா: (சிரித்து) பாட்டி நமது குல தெய்வம் 'சுடலை மாடன்' என்று முன் சொல்லியிருக்கிறாயே, இப்போ கீரை குல தெய்வம் என்கிறாயே!

பாட்டி: சுப்பைய்யா, கீரையில்லாவிட்டால் அவனால் உயிரோடு இருக்க முடியாது. குல தெய்வத்தின் அருள் இல்லாவிட்டால் குலத்தார் எப்படி சந்தோஷமாயிருக்க முடியும்? உங்கப்பாவுக்கு கீரையில்லாவிட்டால் உயிரோடு இருக்க முடியாது.

இவர்கள் இப்படி பேசிக் கொண்டிருக்கும் போதே உள்ளே சமையலறையில், சுப்பய்யாவின் கவனம் சென்றது. அவன் சித்தி கீரை மசித்துக் கொண்டிருந்தாள். ஒரு மண் சட்டியில் கீரை வெந்து கொண்டிருந்தது. அதை மத்தினால் கடைந்து கொண்டிருந்தாள். மத்து கரகரவென்று சுழன்றது. ஆனால் சட்டியை அழுத்தினால் சட்டி உடைந்துவிடும். மத்தை அழுத்தியும், அழுத்தாமலும் லாகவத்தால் கடைந்தால்தான் கீரை நன்றாகப் பக்குவமாயிருக்கும். இதைப் பார்த்த சுப்பய்யாவுக்கு தாமரை இலையின்மேல் தண்ணீர் ஒட்டியும் ஒட்டாமலும் இருப்பதும், புளியம் ஓடு ஒட்டியும் ஒட்டாமலும் இருப்பதும், ஞானிகள், அறிவாளிகள், குடும்பத்தோடு ஒட்டியும் ஒட்டாமலும் இருக்கும் நிலையும் ஞாபகத்திற்கு வந்தன. பெண் குலத்தின் மேலும் அளவற்ற தயையும், இரக்கமும், உண்டாயின. "பெண்கள் மிகுந்த சகிப்புத் தன்மையும், பொறுமையும் உடையவர்கள். எத்தனையோ சிரமப்பட்டு விதவிதமான பக்குவங்கள் செய்து தத்தம் கணவரையும், குழந்தைகளையும் போஷிக்கிறார்கள் என்ன அன்பு நமது பெண்களுக்கு!" என்ற எண்ணங்கள் அவனுக்கு மன நெகிழ்ச்சியைக் கொடுத்தன. பின்பு பேச்சுவிட்ட இடத்திற்குத் திரும்பியது.

"பாட்டி, நமது குலதெய்வம். சுடலைமாடன் என்று சொல்லி இருக்கிறாயே. அவனைப் பற்றி ஏதாவது கதை தெரிந்தால் சொல்லேன்" என்றான்.

பாட்டி: ஐயா, சுப்பய்யா, நமது ஊரும் நமது குலதெய்வமும் பெருமை வாய்ந்தவை. ஆறும், கோவிலும் அவ்வூருக்கு மிகவும் அழகு செய்யும். அவ்வூர் ஆற்றங்கரையில் மூன்று நதிகள் கூடுவதால் புண்ணிய நதியென்று புகழப் பெறும். சீவலப்பேரி வாசிகள் மிகவும் பக்தியோடு சுடலை மாடனைப் போற்றி வருகிறார்கள்.

சுப்பய்யா: பாட்டி, நாம் சிவன், விஷ்ணு முதலிய தெய்வங்களை வணங்குகிறோம். குல தெய்வமாக வேறொரு தெய்வத்தை வரிப்பானேன்?

பாட்டி: ஐயா, எனக்கு வாஸ்தவமான காரணம் தெரியாது. ஒரு வேளை இப்படியிருக்கலாமென்று நினைக்கிறேன். பிரம விஷ்ணு, ருத்ரன், தேசத்தின் ரக்ஷகர்கள். திருமூர்த்திகளும் உலகத்தைக்

காக்கிறார்கள். ஆதலால் ஒவ்வொரு குடும்பத்தையும் காப்பாற்ற அவர்களது அருள்பெற்ற, சாஸ்தா, பத்ரகாளி, மாடன், இந்த மாதிரிப் பெயருடைய தேவதைகள் அவரவர் தங்கள் பிரியத்திற்கேற்ப நியமித்துக் கொள்கிறார்கள். நமது குடும்பத்து பெரியவர்கள் சிவபக்தர்கள். ஆதலால் சுடலையாடியின் அம்சமான சுடலை மாடனைத் தமது குலதெய்வமாகக் கொண்டனரோ என்னவோ?

சுப்பய்யா: பாட்டி, நமது முன்னோர் சுடலைமாடனைக் குல தெய்வமாகக் கருதியது பொருத்தம்தான் என்று தோன்றுகிறது. நாம் எல்லோரும் மரணத்திற்குப் பயப்படுகிறோம், நோய்க்குப் பயப்படுகிறோம். ஸ்மசானம் என்றால் நடுநடுங்குகிறோம். 'பேய்' என்றால் பிரக்ஞை தப்பி விடுகிறோம். அந்த மயானத்திலேயே இருந்து பிறப் பிறப்பை சமமாகப் பாவிக்கும் கடவுள் 'சுடலைமாடன்' சுடலையில் நடனம் புரிவான். மரண பயம் ஒழிந்தவன் பேய் பிசாசுகளை ஊழியராகக் கொண்டவன், வஞ்சனை, சூனியத்தை அழிப்பவன். அடியார்க்கு அடியன். வலியார்க்கு வலியன். மாயாண்டி: எதற்கு மஞ்சான். எப்போதுமஞ்சான். அவனைக் குலதெய்வமாக வரித்தால் அவனது அருளால் நமது குடும்பத்தவரும், பயமொழிந்தவராயும், பலவான்களாகவும் விளங்குவார்கள் என்று கருதியே சுடலைமாடனை வரித்திருக்கிறார்கள். நமது முன்னோரிடம் மற்றும் ஒரு அருங்குணமும் இருந்திருக்கிறது. இந்த நாளைப்போல் பிராமணன், அல்லாதான், பிராமண தெய்வங்கள், சிவன், விஷ்ணு, முதலிய உயர்ந்த தெய்வங்கள். கீழ்சாதித் தெய்வங்கள் மாடன் கருப்பண்ணன், முனிசாமி முதலியவை என்று நினைக்காமல் மனதிற்குப் பிடித்தது சரி என்று சுடலை மாடனைக் குலதெய்வமாகக் கொண்டனர்.

பாட்டி: ஐயா, என்னைக் கதை சொல்லச் சொல்லி விட்டு நீயே சுடலை மாடனைப் பற்றி ஒரு அத்யாயம் கதை சொல்லி விட்டாயே!

சுப்பையா: யார் சொன்னால் என்ன? கதை சொல்வதில் பொழுது கழிந்தது. அவ்வளவுதான் நான் நினைத்தது.

கல்யாணம்

சுப்பய்யாவுக்கு விவாகத்திற்கு ஏற்பாடு நடந்தது. சிறுமி வள்ளியோடு கல்யாணமும் நடந்தது. கல்யாணத்தின் போது மாலை மாற்றும் வைபவமும், நலங்கு, ஊஞ்சல் முதலிய விளையாட்டுக்களும் சுப்பய்யாவுக்கு மகிழ்ச்சியை யளித்தன. மாலை மாற்றும் போது அருகிலுள்ள சிறுவர்கள்,

"ரெண்டுக்கும் ரெண்டுக்கும்
மாலை மாலை"

சவாரி, சவாரி மாலை மாலை என்று கோஷமிட்டு ஆர்ப்பரித்தார்கள். சுப்பய்யாவின் காதில் பட்ட குழந்தைகளின் பாட்டுக்குப் பொருள் கண்டுபிடித்தது அவன் மனம். பின்பு கல்யாணச் சடங்குகளில் தீவிரமாக ஈடுபட்டது அவன் மனம். "வள்ளிக்கிசைந்த முருகேசன்" என்று அவன் நண்பர்கள் பரிகாசஞ் செய்தார்கள். சுப்பய்யாவுக்கும் வள்ளிக்கும், உருவத்தில் மிக ஒற்றுமையாக இருந்தது. குழந்தைகளின் வடிவழகைக் கண்டு மகிழ்ச்சியுற்றும், ஆனால் திருஷ்டி, தோஷம், ஏற்பட்டு விடப் போகிறதே என்று திகிலும் கொண்டனர் பெற்றோர். தம்பதிகளுக்கு லட்சியங்கள் மட்டும் வேறாயிருந்தன. சுப்பைய்யாவுக்கு காதல் நாடகங்களை வாழ்விலும் நடத்த வேண்டும். தனக்கென வாழாது பிறர் நலத்திற்காகவே வாழ வேண்டும். புதிய நாகரீகங்களை சிருஷ்டிக்க வேண்டும். பன்றியைப்போல் (சேற்றில் புரளும்) வாழ்வு நடத்தலாகாது. அதாவது "தேடிச் சோறு நிதம் தின்று, பல சின்னஞ் சிறு கதைகள் பேசி, மனம் வாடித் துன்பமிக உழன்று, பிறர் வாடப் பல செயல்கள் செய்து" வாழும் வாழ்வு. வள்ளியோ, சாதாரணமான வாழ்வையே எதிர்பார்த்தாள். கணவனும் மனைவியும், அழகாக ஒற்றுமையாய் குடித்தனம் செய்ய வேண்டும். கணவன் நிறையச் சம்பாதிக்க வேண்டும். பெரிய உத்யோகம் வகிக்க வேண்டும். அதாவது திவான், என்பது போன்றவை அவளது லட்சியங்கள்.

சுப்பய்யா வள்ளியிடம் காதல் பாட்டுக்கள் பாடுவான்.

"தேடக்கிடையாத சொர்ணமே
உயிர்ச் சித்திரமே மட அன்னமே
அரோசிக்குது பால் தயிரன்னமே
மாரன் சிலைவேல்கணை கொலைவேலென
விரிமார்பினில் நடுவேதொளை செய்வது
கண்டிலை யின்னமே என்ன
செய்தேனோ நான் பழிமுன்னமே..."

என்று அவள் முன்பு முழந்தாட் படியிட்டுவேண்டிக் கொள்வான். வள்ளியோ அடக்க ஒடுக்கமான பெண். அசாத்ய வெட்கங் கொண்டவள். அவன் பாட்டைக் கேட்டு நாணிக் கோணி, எங்காவது போய் மறைந்து விடுவாள். சுப்பைய்யாவுக்கோ பார்க்குமிடத்தில் எல்லாம் வள்ளியைப்போல் பாவைதோன்றும். அவன் முகம், அவளுக்கு புது ரோஜா. உலகத்து அழகின் எழில்

முழுதையும் வள்ளியிடம் காண்பான். கவிதா சக்தி பெற்றவன் ஆனதால், உடனே பாட்டுத் தோன்றி விடும். வள்ளிக்கு இது பரம சங்கடமாயிருக்கும். தோழிகள் பரிகாசம் தாங்க முடியாது. “இப்படியா பெண்டாட்டிப் பித்துப் பிடித்து அலைவார்கள்” என்று எண்ணுவாள். அவனது அசட்டுப் பிடிவாதங்களும் அவளுக்கு ஊடலாக மாறி இன்பமளித்தன. சில சமயம் அவளுக்கு ஆற்றங்கரை மண்டபத்திலும், அரசமரத்தடியிலும், மேகங்களின் கூட்டத்திலும் நாற்சந்திகளிலும் சரஸ்வதி கவிதை யுருவத்தில் தோன்றி அவன் காதலைத் தணிப்பாள். சிலவேளை தனக்குள்ளேயே, இதயத் தாமரையிலேயே அவள் “வீணையும் கையும் விரியு முகமலர் விள்ளும் பொருளமுதம்” கொண்டு வீற்றிருப்பாள். அவனது வெள்ளை மனமோ கலைத் தேவியிடம் பறிபோய் விடும்.

ராஜாத் தோட்டம்

எட்டயபுரத்தில் அவ்வூர் மகாராஜா ஒரு மாந்தோட்டம் வைத்திருக்கிறார். அங்கு உயர்ந்த ஜாதி ஒட்டு மாமரங்களும், உயர்ந்த பழ விருக்ஷங்களும் எல்லாத் தேசங்களிலிருந்தும் வரவழைத்துப் பயிரிட்டு வருகிறார்கள். புஷ்பச் செடிகளும் ஏராளமாக உண்டு.

பாரதியார் புதுவையிலிருந்து திரும்பி, பிரிட்டிஷ் இந்தியாவுக்கு வந்தவுடன் தமது பிறந்த ஊராகிய எட்டயபுரம் சென்றார். பந்துக்களுடனும் ஊராருடனும் பாலிய நண்பர்களுடனும் அளவளாவி மகிழ அளவற்ற ஆசை கொண்டிருந்தார். பத்து வருஷங்களாக அடக்கி வைத்துக் கொண்டிருந்த ஆவல் ஊரையும் நண்பரையும் கண்டதும் கட்டு மீறியது. தமக்குச் சம வயதுடையவரைக் கண்டால் பாரதியார் மனமாரத் தழுவிக் கொள்வார்; சிறு வயதினரைக் கண்டால் தழுவி உச்சி முகந்து இன்புறுவார். இது ஊராருக்கு அதிசயமாகத்தான் தோன்றியது.

மேலும், பாரதி எட்டயபுரம் விட்டுச் சென்ற காலத்தில் நவநாகரீக வாலிபனாய், சுந்தர புருஷனாய் இருந்தவர், இப்போது எலும்பும் தோலுமாக மாறி, தாடியும் மீசையும் நெற்றியில் நாமமுமாகக் காட்சியளித்தது அவர்களுக்குப் பிடிக்கவில்லை.

நமது ஜனங்களுக்குக் காதல், வேதாந்தம் எல்லாம் புஸ்தகத்தில் படிப்பதோடு சரி. காளிதாஸன் சாகுந்தலத்தை அநுபவிப்பார்கள்.

புத்தபிரானது அன்பு உபதேசத்தையும் ரஸிப்பார்கள். அர்ச்சுனனது வீரத்தையும், கர்ணன் கொடையையும், தருமர் சத்தியத்தையும் புராணம் வாசித்துப் புகழ்வதோடு சரி. யாரேனுமொரு மனிதன் தற்சமயம் அதே தருமத்தை நடத்திக் காண்பித்தால், அவனைப் பைத்தியமென்றுதான் மதிப்பார்கள். அது அவர்கள் பிறவிக் குணம்.

மகாத்மா காந்தியைக்கூட அவர் தம் கொள்கைகளைத் தாமே நடத்திக் காண்பித்த போதினும், அஹிம்சை, சத்தியம், பிரம்மச்சரியம் முதலியவற்றில் அநேகருக்குப் பாதி நம்பிக்கைதான்; முழு நம்பிக்கை ஏற்படுவதில்லை. வைஸ்ராயும் பிரிட்டிஷ் அரசாங்கமும் மஹாத்மாவின் மகிமையை யுணர்ந்து அவருக்குப் பணிந்து வருவதைக் கண்டும்கூடச் சிலர் இப்படி நினைக்கிறார்களென்றால் கேவலம் சிறையிலிருந்து வெளிவந்த கைதியைப் போல் இருந்த பாரதியாரை மக்கள் எப்படி உயர்வாக மதிப்பிடுவார்கள்?

ராஜாத் தோட்டத்தில் உலாவப் போவதற்கு என் தாயாரை அழைத்தார். அவர் ஊராரின் கேலிக்குப் பயந்து, "ஊருக்குத் தகுந்தபடி யல்லவா இருக்க வேண்டும்? நமது ஊராருக்கு, ஸ்தி ரீகள் வம்பளப்பதற்கு வெளியில் செல்லலாமே தவிர, கொண்ட கணவனுடன் வெளியில் சாயங்காலம் உலாவச் செல்லக்கூடாதே!" என்றார்.

"நம் மனிதர்கள் தூஷிப்பதும் நமக்கு ஆனந்தமல்லவா, புறப்படு" என்றார் என் தந்தை.

தம் கணவர் எந்தக் காரியத்தைச் செய்யச் சொல்லி ஆக்ஞையிட்டாலும் என் தாயார் தவறாது அதைச் செய்து விடுவார். எங்கள் உறவினரான ஸ்திரீகள்கூட, "செல்லம்மா! உன்னால்தான் உன் புருஷன் கெட்டுப் போகின்றான். அவன் எள்ளு என்னுமுன், நீ எண்ணெயாக நிற்கிறாயே! பெண்டாட்டி மருந்திட்டு புருஷனை வசியப்படுத்துவதாக எல்லாரும் சொல்வது வழக்கம். உன் விஷயம் நேர்மாறா யிருக்கிறது. இப்படி ஒரு ஆம்படையானோடு வாழ்வதைக் காட்டிலும், நாங்களாயிருந்தால் ஒரு செம்பைத் தேய்த்துக் கொண்டு, நாலு வீடு சென்று பிச்சையெடுத்து வயிறு வளர்ப்போம். அவன் ஆட்டின கூத்துக்கெல்லாம் நீ ஆளாயிருக்கிறாயே!" என்று பழித்துக் கூறுவார்கள்.

கணவன் பேச்சுக்கு மறு பேச்சின்றி என் தாயார் தோட்டம் பார்க்கப் புறப்பட்டார். வழக்கம்போல் இருவரும் கைகோத்துக் கொண்டு தெருக்களின் வழியே சென்றனர். சிலர் "ஓகோ!

பைத்தியங்கள் எங்கேயோ உலாவப் போறதுகள், டோய்!" என்று கைதட்டிச் சிரித்தார்கள்.

பாரதியார் சிறிதும் அஞ்சாமல்,

"ஆணும் பெண்ணும் நிகரெனக் கொள்வதால்
அறிவி லோங்கியிவ் வையந் தழைக்குமாம்
பூணும் நல்லறத் தோடிங்கு பெண்ணுருப்
போந்து நிற்பது தாய்சிவ சக்தியாம்
நாணு மச்சமும் நாய்கட்கு வேணுமாம்
ஞான நல்லறம் வீர சுதந்திரம்
பேணு நற்குடிப் பெண்ணின் குணங்களாம்.

நிமிர்ந்த நன்னடை நேர்கொண்ட பார்வையும்
நிலத்தில் யார்க்கு மஞ்சாத நெறிகளும்
திமிர்ந்த ஞானச் செருக்கு மிருப்பதால்
செம்மை மாதர் திறம்புவ தில்லையாம்
அமிழ்ந்து பேரிருளா மறியாமையில்
அவல மெய்திக் கலையின்றி வாழ்வதை
உமிழ்ந்து தள்ளுதல் பெண்ணற மாகுமாம்"

என்று பாட்டின் மூலமாகப் பதிலுரைத்து மேலே நடந்தார்.

பாரதியார் சில குறிப்புகள்

சமதிருஷ்டி

ஸ்ரீ சுப்பிரமணிய பாரதி ஓர் ஆத்ம ஞானி. எல்லா உயிர்களிடத்தும் அன்பாயிருப்பதை நடைமுறையில் நடத்திக் காட்டினார். பார்ப்பவர்களுக்கு அது 'பித்தன்' செய்கையாகத் தோன்றலாம். கழுதைக் குட்டி ஒன்றைத் தோள்மேல் தூக்கி முத்தமிட்டார். அப்பொழுது நாங்கள் அறிவீனத்தினால் அதற்காக இரத்தக் கண்ணீர் சிந்தினோம்! இன்று அதே செய்கைக்காக ஆனந்தக் கண்ணீர் சொரிகிறோம்! அவரது பண்பட்ட மனதை நினைத்துப் புளகாங்கிதமடைகிறோம்!

"வேதம் படித்த அந்தணனிடத்திலும், மாமிசம் தின்னும் புலையனிடத்திலும், பசுவினிடத்திலும், நாயினிடத்திலும், அறிஞர்

சமநோக்கு உடையவர்கள்" என்னும் கீதையின் வாக்கியங்களுக்கு ஸ்ரீ பாரதியை உதாரணமாகக் காட்டலாம். அவர் தத்துவத்தின் மெய்ப்பொருள்! பாரத நாட்டின் ஜோதி!

ரிக் வேதம் படிக்கப் படிக்க அவரது மூளையில் உண்மையாகவே தான் ஓர் அக்நி தேவன் – ருத்ர குமாரன் – வாயு – முருகன் என்று தோன்றலாயிற்று. அவரது பாடல்களிலும் ஆவேசமும் தெய்வக் கனலும் ஏற ஆரம்பித்தன. ஆன்ம ஒளியில் மூழ்கியிருப்போர்க்கு அச்சம் ஏது? மானாபிமானம் விட்டு, சித்தத்தைப் பராசக்தியிடம் லயிக்க வைத்து, ஏகாந்தமாகத் தவம் செய்வதில் விருப்பம் உடையவர். தாம் கண்ட சுகாநுபவத்தை உடனே மற்றவர்களுக்கு, "தனிமை கண்டதுண்டு; அதிலே சாரமிருக்குதம்மா" என்று உரைப்பார்.

கிளிக்கண்ணிகள்

இப்பேர்ப்பட்ட பரம ஞானியை யோகியை பித்தனென்று உலகோர் மதித்தனர். நான் மனம் வருந்தி, "அப்பா! எல்லாரும் உங்களுக்குப் பைத்தியம் பிடித்து விட்டதென்று சொல்லுகிறார்களே!" என்றேன். அவர் சிரித்து, "ரொம்ப சபாஷ்! பித்தன் என்பது சிவபெருமான் நாம மல்லவா? இதற்கேன் வருந்த வேண்டும்?" என்று கூறினார். "சீ பயப்படாதே! அம்மா!" என்று,

"திருவைப் பணிந்து நிதம்
செம்மைத் தொழில் புரிந்து
வருக வருவதென்றே – கிளியே
மகிழ்வுற் றிருப்போ மடி!"

என்ற கிளிக் கண்ணிகளை ஹார்மோனியத்தின் எட்டாங் கட்டை சுருதிக்கு மேல் பாட ஆரம்பித்தார்.

ஸ்ரீ வ.வே.சு. அய்யர் சோக ரஸமாகக் கதைகள் எழுதுவதிலேயே பிரியங் கொண்டவர். அவர் எழுதிய அநேக கதைகள் சோக ரஸமுடையவைதாம். 'குளத்தங்கரை அரச மரம்' என்ற கதையைப் பாதி எழுதியவுடன் எங்களிடம் படித்துக் காண்பித்திருந்தார். மறுநாள் அப்பா மட்டும் அவர் வீட்டுக்குப் போயிருந்தார். திரும்ப வீடு வந்ததும், "அப்பா, அய்யர் கதையை எவ்விதம் முடித்திருக்கிறார்?" என்று கேட்டேன். "கேட்பானேன்? அந்தப் பேதைப் பெண் ருக்மணியைக் குளத்தில் தள்ளி யாயிற்று" என்று சிறிது வருத்தத்தோடு சொன்னார். அன்பர் அய்யரின் மரணமும் அதே விதமாகவே நேர்ந்ததை எண்ணும்போது, மனிதர் எதில் விருப்பமுள்ளவர்களோ, அப்படியே அவரது வினைகளும் நடைபெறும் என்று நிச்சயமாகத் தெரிகிறது.

அதிசய வாழ்வு

பாரதியின் தினசரி வாழ்வு அதிசய சம்பவங்கள் நிறைந்தது. புதிய புதிய எண்ணங்கள், புதிய புதிய மாறுதல்கள், மனதில் சமூகப் பிரச்னைகள், மதப் பிரச்னைகள் பற்றி ஓயாமல் போராட்டம்! பூணூல் வேண்டுமா? வேண்டாமா? பெண்மணிகள் விடுதலையை எப்படி நடைமுறையில் கொண்டு வருவது? அப்படி விடுதலை கொடுத்தால், பெண்கள் சரியாகக் கற்பு நிலை பிறழாமல் இருக்க வேண்டுமே! மேனாட்டு நாகரீகத்தில் மூழ்கி யிருக்கும் பெண்மணிகள் 'விடுதலை' என்றதும், நமது பூர்வீகமான நல்ல ஆசாரங்களைக் கைவிடாமல் இருக்க வேண்டுமே! சிராத்தம் முதலிய பிதுர் கிருத்தியங்கள் செய்ய வேண்டுமா? அல்லது அதற்குப் பதிலாக ஏழைகளுக்குச் சோறு போட்டால் போதுமா? இந்திய மக்கள் அடிமை யென்னும் சேற்றில் புதையுண்டிருக்கிறார்களே, அவர்களை மீட்டு எப்படிக் கரை ஏற்றுவது? எந்த விதமாகச் சொன்னால் அவர்களைச் சுதந்திரத்தில் அவா வுறும்படி செய்யலாம்? "மஹா சக்தி! பரா சக்தி! அவ்வித மக்களை விழிப்புறச் செய்யும்படியான 'சொல்' ஒன்று வேண்டும்" என்று எப்போதும் பிரார்த்தனை!

"எனது முகம் அன்றலர்ந்த புஷ்பம்போல ஒளி வீசிப் புன்னகையோடு திகழ வேண்டும். யோக சாஸ்திரத்தில் சொல்லியிருப்பது போல ஒவ்வொருவரும் தான் மேலேறிய ஸ்தானத்திலிருந்து நழுவி விடாமல், தீப்பெட்டியிலிருந்து சூரியனைப் போய்த் தாவி எவ்வும் சக்தி படைக்க வேண்டும். ஆமைபோல் தாமதப் புத்தியுடன் இருக்கக் கூடாது. பழைய தமிழ் நூல்களிலிருந்து புது மாதிரியாக, மேன்மை பொருந்திய காவியங்கள் இயற்ற வேண்டும், கலைகளை வளர்க்க வேண்டும்" என்பன போன்ற சிந்தனைகள்!

பாரதியார் தந்தை சின்னசாமி அய்யர் பருத்தி யந்திர சாலை ஏற்படுத்தி, போட்டியினால் நஷ்டம் ஏற்பட்டு, மனம் தளர்ந்து, நோய் வாய்ப்பட்டு இறந்தார். பாரதியின் தாய்ப் பாட்டனாகிய ஸ்ரீ ராமஸ்வாமி அய்யரும், அவர் மனைவி ராமசுப்பம்மாளும், தாயும் தந்தையும் அற்ற பாரதியைத் தம் உயிரினும் அருமையாகப் பேணி வளர்த்தனர். பாரதியின் தாயுடன் பிறந்த தங்கை ஸ்ரீமதி சின்னம்மாள், சிறு வயதிலேயே கணவரை யிழந்தவர். தமது அக்காள் மகனாகிய பாரதியைத் தன் மகனென்றே நினைத்து வளர்த்தவர் (தற்சமயம் எட்டயபுரத்திலிருக்கிறார்). தன் மகனை எல்லோரும் சான்றோன் என்று புகழ்வதைக் கேட்டு ஆனந்த மடைந்தவர்.

எல்லோரைக் காட்டிலும் அவ்வம்மையாரிடம் பாரதியாருக்கு அளவற்ற அன்பும் மதிப்பும் உண்டு. ஒரு சமயம் அவர் பாரதியை,

"அப்பா! அடே ஐயா! சுப்பய்யா! நீ சொல்வது, செய்வது எல்லாம் என் மனதுக்குச் சரியாகத்தான் தோன்றுகிறது. ஆனாலும் உலகத்தாருக்கு ஒப்ப நடக்க வேண்டாமா? எந்தக் காரியத்திலும் ஒளிவு, மறைவு வேண்டாமா? (இது பிராமணர் அல்லாதார் ஒருவர் வீட்டில் பகிரங்கமாகக் காப்பி சாப்பிட்டதற்காக) நீ என்னதான் படிச்சவன், ஆனாலும் ஒரு வைப்பு வரம்பு வேண்டாமா?" என்று கடிந்து கொண்டார்.

பாரதி கலகலவென்று நகைத்துக் கைதட்டிக் குதித்துக் கொண்டு, "சின்னம்மா! சித்தி! இந்த ஊரில் 'வைப்பு' வேண்டுமானால் சுலபமாய் வைத்துக் கொள்ளலாம். வரம்புக்கு நான் என் செய்வது?" என்றார்.

அம்மையாரும் சினமொழிந்து நகைக்கத் தலைப்பட்டார்.

ரஸகுல்லா - ஆசாபங்கம்

ஒரு நாள் பாரதியிடம் 50, 60 ரூபாய் இருந்தது. வாசலில் துணி விற்போன் வந்தான். வீட்டில் குழந்தைகள் எல்லாருக்கும் நிறையத் துணிகள் வாங்கிவிட்டுத் தனக்கும் அப்போது புதிய 'மோஸ்தர்' ஆன வெள்ளை ஸாடன் துணியில் கோட்டுக்கும் குல்லாய்க்குமாக ஐந்து கெஜம் துணி வாங்கினார்.

பிறகு அவரது நண்பர் ஸ்ரீ சங்கரச் செட்டியார் வீடு சென்றார். அங்கு அந்தச் சமயம் அவரது தையற்காரன் வந்திருந்தான். "இந்தத் தையற்காரன் நன்றாகத் தைப்பானா? செட்டியார்வாள்!" என்று கேட்டார். "ஓ மிகவும் கெட்டிக்காரன்" என்றார் செட்டியார்.

செட்டியார் ஒரு 'நைஸ்' பேர்வழி. அவரது வீடு பூராவும் பளிங்கினால் இழைத்து ஐரோப்பியரின் பங்களாவைப் போல் நவீன முறையில் அலங்கரித்து வைத்திருப்பார். பாரதி அவரது வீடு சென்றால் வெற்றிலைப் போட்டுக் கொள்வார். வெற்றிலைக் காம்பைக் கிள்ளிக் கீழே போடுவார். உடனே செட்டியார் தாமே அவற்றைப் பொறுக்கிக் குப்பைத் தொட்டியில் எறிவார். அதைப் பாரதி கவனித்திருக்கிறார். ஆகையால் இவ்வளவு நாகரிக மனிதரின் தையற்காரனும் தொழில் வல்லவனாகத் தான் இருப்பானென்று நினைத்து அவனை அழைத்துக் கொண்டு வீடு வந்து சேர்ந்தார்.

கோமாளிக் குல்லா

அவருக்குப் பிறர் மேல் அவநம்பிக்கைப் படுவது வழக்கமில்லை யாகையால், வாங்கிய துணிகளையெல்லாம் அப்படியே தையற்காரன் கையில் தூக்கிக் கொடுத்து, "தம்பி! இதில் எங்கள் எல்லாருக்கும் எவ்வளவு சட்டை தைக்க முடியுமோ, தைத்துவிடு. கோட்டு ரொம்ப நன்றாகத் தைக்கவேண்டும். அதற்குச் சரியான அளவு எடுத்துக் கொள். இவை எல்லாம் தைத்தான பின்பு, தலையில் வைத்துக்கொள்ள ஒரு குல்லா தைக்கவேண்டும். அது தலைப்பாகை போலவும் இருக்கக் கூடாது. 'ஹாட்' மாதிரியும் இருக்கக் கூடாது. கிரீடம் மாதிரி தலையில் வைத்ததுமே முகத்துக்குப் புதுக் களை ஏற்படும் வண்ணம் புதிய முறையில் கண்டுபிடித்துத் தைக்கவேண்டியது. கூலியைப் பற்றிக் கவலையில்லை! நீ என்ன கேட்டாலும் கொடுத்துவிடுகிறேன்" என்று கூறினார்.

தையற்காரன் வேலையிலும் சாமர்த்தியசாலி யல்ல; சற்றுப் பயந்த அப்பாவிப் பேர்வழி. இவர் சொல்வதற்கெல்லாம் "ஆகட்டும்" என்று தலையசைத்து விட்டு நான்கு நாட்களில் தைத்துக் கொணர்ந்தான். மற்ற சொக்காய்களெல்லாம் ஒரு மாதிரியாகப் போட்டுக்கொள்ள முடிந்தன. கோட்டு ரொம்ப பெரிய அளவிலும், குல்லா முஹம்மதியர் வைத்துக் கொள்ளும் மாதிரியில் அதிக உயரமுள்ளதாயும் இருந்தன. கிட்டத்தட்ட 'கோமாளிக் குல்லா' என்று சொல்லலாம்.

ஹாஸ்ய வியாக்கியானம்

புதிய கோட்டை எடுத்து அணிந்து குல்லாவையும் தலையில் வைத்துக் கொண்டார். "பிறர் மனம் நோகும் வண்ணம் பேசலாகாது" என்று கோபிக்காமல், "தம்பி, ரொம்ப நன்றாயிருக்கிறது தையல்" என்று கூறி மும்மடங்கு அதிகக் கூலி கொடுத்து அவனை அனுப்பினார். அப்படியே சமுத்திரக் கரைக்குச் சென்று திரும்பி வந்தார். ஜனங்கள் இந்தப் புதிய வேஷத்தைக் கண்டு மிரள மிரள விழித்துப் பார்த்தனர். அவரது கோட்டும் குல்லாயும் சுத்தமாய் மனதுக்குப் பிடிக்கவில்லை.

ஆனாலும் "தையற்காரன் நல்லவன்தான். செட்டியார்களுக்கு எப்போதும் தைத்து வழக்கமுள்ளவனாகையால் நமக்கும் தொந்தி தொப்பை ஏற்பட வேண்டுமென்று நல்லெண்ணத்தோடு தான் தைத்திருக்கிறான். ஆனால் எனக்கு இந்தக் கோட்டுக்குச் சரியான தொந்தி இந்த ஜன்மத்தில் ஏற்படப் போவதில்லை" என்று சொல்லிக் கொண்டே, தெருவிற் சென்று கொண்டிருந்த பிச்சைக்காரனைக்

கூப்பிட்டு அவை யிரண்டையும் அவன் கையில் கழற்றிக் கொடுத்து விட்டுத் தனது கறுப்புக் கோட்டையும் சரிகை வேஷ்டித் தலைப் பாகையையும் அணிந்து சந்தோஷத்தோடு உலாவினார்.

வீர சைவர் பூஜை

ஒரு சமயம் அவரது தாத்தாக்களில் ஒருவரான ஸ்ரீ அப்பாஸாமி சிவன் புதுவைக்கு வந்திருந்தார். அவர் வீர சைவர். அவரது சிவ பூஜையின் கோலாஹலமும் ஆர்ப்பாட்டமும் சொல்லி முடியாது. தினம் ஒரு வீசை புளி போட்டுத் தேய்க்கும்படி பித்தளைப் பூஜா பாத்திரங்கள். 'சேண்டி' மணி சங்கு தீபாராதனையின்போது ஒலிப்பது நான்கு தெருக்களுக்கு அப்பாலும் நன்றாய்க் கேட்கும். பெரிய சிவன் கோவில்களில் கூட இத்தனை ஏற்பாடு கிடையாது. இருபது வித தீபாராதனைத் தட்டுக்கள். பூஜை சிசுருஷைக்கு வீட்டிலுள்ளவர்கள் எல்லாம் போதாது.

அவர் சாப்பிடும் எல்லாப் பண்டங்களும், உப்பு உள்பட எல்லாம் நைவேத்தியம் வைக்க வேண்டும். தினம் இரண்டு வேளை பூஜை. வரலக்ஷ்மி விரதம், பிள்ளையார் சதுர்த்தி முதலிய பண்டிகைகள் வந்துவிட்டால் வீட்டாரின் பாடு அதோகதிதான். கொழுக்கட்டை வகையராவெல்லாம் அவரது நடராஜஸ்வாமிக்கு "ஸ்பெஷ"லாகச் செய்ய வேண்டும். தமிழில் அவர் தன்னிகரற்றவர் (எத்தனையோ கீர்த்தனங்கள் இயற்றியிருக்கிறார். அவற்றை மற்றொரு முறை எழுதுகிறேன்). தர்க்க சாஸ்திரத்தில் மகா பண்டிதர். இத்தகைய சிவப் பழமான தாத்தாவிடம் பாரதி மிக்க மரியாதையோடேயே யிருப்பார்.

அங்கு வந்திருந்த பாரதியின் அய்யங்கார் நண்பர் ஒருவரை (அவர் நாமம் இட்டுக் கொள்ளாததால்) "அப்பா! அடே பையா! பூஜைக்கு நாழிகை ஆகிவிட்டது. பாத்திரங்களைச் சற்றுத் தேய்த்துக் கொண்டு வா" என்று தாத்தா ஏவினார். பாரதிக்கு இந்த மொழி தூக்கிவாரிப் போட்டது. நண்பர் பேசாமல் இருந்தார். தாத்தாவுக்கு இன்னாரை இன்னது சொல்ல வேண்டும் என்பதோ தெரியாது. திடீரென்று ஒரு யோசனை தோன்றிற்று.

தாத்தாவைத் தனியாக அழைத்துப் போய், "தாத்தா! அவன் அய்யங்கார் பிள்ளை" என்றார். உடனே அவர் அருவருப்போடு, "வைணவனா அவன்!" என்று சொல்லிவிட்டு நண்பரிடம் சென்று, "எனக்குக் கண் பார்வை அவ்வளவு சரியில்லை. அதனால் தான்

உங்களை அந்த மாதிரி சொல்லிவிட்டேன். மன்னிக்கவேண்டும்" என்றார். நண்பர் "பரவாயில்லை, அதற்கென்ன?" என்று பதிலளித்தார். பாரதிக்கும் கவலை தீர்ந்தது.

கடவுள் குடிகொள்ளும் உள்ளம்

பாரதியார் அபிநயத்திலும் பாவத்திலும் முழு ஹிருதயத்தோடு நடித்துக் களிப்பதிலும், ரஸிப்பதிலும் பொழுது போக்குவார். "பக்தியினாலே இந்தப் பாரினி லெய்திடும் மேன்மைகள் கேளடி!" என்ற பாட்டை ஆவேசத்தோடு பாடும்போது, "காமப் பிசாசை" என்றதும், காலால் ஓங்கித் தரையில் மிதிப்பார். "தாமதப்பேயை" எதிரில் நிஜமாகவே வந்து நிற்கிறதென்று கையை ஓங்கி அறைவார். "தேம்பற் பிசாசை"க் கையினால் திருகுவார். "இங்கு பார்வதி சக்தி விளங்குதல் கண்டதை மோசம் செய்யாதே!" என்று தலையில் அடித்துக் கொள்வார். நான் குழந்தையானபடியால் "என்னடா! தலையிலா பார்வதி சக்தி யிருக்கிறாள்" என்று நினைப்பேன். அவரது உள்ளமும் சரீரமும் பராசக்தியோடு எப்போதும் லயித்திருந்தது என்பது எனக்கு எப்படித் தெரியும்?

தகபீர் ஹமாரா

'தகபீர் ஹமாரா இன்தினோ கைஸே பதல் கயீ.' இது ஒரு ஹிந்தி நாடகப் பாட்டு. அதில் கதாநாயகன் ஒரு ராஜகுமாரனாக இருந்து தற்சமயம் நாடிழந்து மிகக் கேவல ஸ்திதியிலிருக்கும்போது, "என் தலைவிதி எப்படி விட்டது, பார்த்தயா?" என்று மனம் நொந்து துயரத்தோடு, பிரலாபிக்கும் சோக ரஸப் பாட்டு. அப்பா அதே பாட்டை, "பாரதி இன்று துயரம் நீங்கி ஜீவன் முக்தனாகி விட்டான்; எப்படி மாறிவிட்டான் பார்த்தயா?" என்று களிப்புடன் பாடுவார். "மாறுதல் தானே: எப்படி வேண்டுமாகிலும் மாற்றாலாமல்லவா?" என்பார்.

கூனலை நிமிர்த்தியவர்

நமது தேசம் பரதனால் பரதக் கண்டம் என்று சிறப்புற்றது. அநேக காலங்களுக்குப் பின்பு அடிமை வாழ்க்கையின் பலனால் உயிரற்றுப் போயிருந்த பரத கண்டத்தின் தென்நாட்டிற்குப் பாரதியென்ற பேர் கொண்ட ஒருவரால் புதுயுகம் தோன்றியிருக்கிறது.

ராமாவதாரத்தில் கூனிப் போகும் படி செய்த கூனியின் கூனலைக் கிருஷ்ணாவதாரத்தில் கண்ணன் நிமிர்த்தினான். தமது கவிதா சக்தியினால் மின்சார சக்திகொண்ட பாக்களினால் தமிழ் நாட்டின் கூனலை பாரதி நிமிர்த்தினார். தமிழரின் முடியைக் கோபுரம் போல நிமிர்ந்தநிலை யெய்தும் வண்ணம் ஆக்கியவர் பாரதி.

விடுதலைப் பாடல்கள்

இன்றும் "வந்தே மாதரம்" என்ற சொல் என் காதில் விழுந்தவுடன் பாரதியின் விழிகளும், அன்பும், வீரமும் நிறைந்த சிவாஜியின் முகம் போன்ற அவரது முகமும், "இன்னமுதைக் காற்றினிடை யெங்கும் கலந்ததுபோல்" இடி முழக்கம்போன்ற குரலில் நவ ரஸங்களையும் அள்ளிவிடும். புதிய விடுதலைப் பாடல்களைச் சிங்கம்போல் கர்ஜிப்பதும் அகக் கண்முன் தோன்றிச் சிறிது நேரம் ஸ்தம்பித்துவிடச் செய்கிறது. பட்டினத்தார் ஜனங்களுக்கு அறிவுறுத்துவதற்காகச் சிறிது காலம் குடும்பம் நடத்தியதுபோல், பாரதியும் நடத்தினார். மக்கள் விழிப்பெய்தியதும் தமது பூதவுடல் நீத்தார்.

சுதந்திரத்தின் ஆணிவேர்

வற்றாத கலைச் செல்வம் அளித்த பாரதிக்கு நிலையான உருவச் சிலை ஏற்படுத்த வேண்டுமென்பது எனது ஆசை. சுருங்கச் சொல்லி விளங்க வைப்பது பாரதியின் தனி முறை. சுதந்திரத்தின் ஆணிவேர் பாரதி. வீரர்களிடம் நாட்டன்பு இருப்பது இயற்கை. தாய் என்றதும், அவரை யறியாமலே அவரது முடி வணங்கும். இந்நாளில் தேசசேவை எளிது. அந்நாளில் அரிகண்டம், யமகண்டம் என்று சொல்லுவார்களே அதனினும் கொடியது! அடிமை நிலை என்னும் பாலைநிலத்தில் சுதந்திரம் என்னும் ஊற்றைக் கையினாலேயே, மண்வெட்டி உதவியின்றித் தோண்டியவர் பாரதி!

புதுச்சேரி அநீதிகள்

புதுச்சேரியிலிருந்த போது, அவ்வூர் தேர்தல் நடக்கும் சமயங்களில், பல அக்கிரமங்கள் நடைபெறும். அதாவது வீட்டை யுடைத்து உட் புகுந்து, ஸ்திரீகளைக் கற்பழிக்கும் கொடூரச் செயல்களைச் செய்தால்கூட, அரசாங்கத்தில் கேள்வி முறையே கிடையாது. அதுதான் சமயம் என்று ஜனங்கள் பலவித பயங்கர வதந்திகளைக் கிளறி விடுவார்கள். ஒருநாள் "சுதேசிகளைப் பிரிட்டிஷ் எல்லைக்குப் பிடித்துப் போய் விட்டார்கள்" என்ற மங்கள சமாசாரத்தை யாரோ சொன்னார்கள். எங்கள் வீட்டில் அது உண்மை என்று

நினைத்துக் கதிகலங்கி, எங்களுக்கு அச்சமயத்தில் அரிய உதவிகள் செய்த கிழவி அம்மாக்கண்ணுவை அனுப்பி விசாரித்து வரச் செய்தோம். அவள் வருமுன்பாகவே திரிமூர்த்திகளும் ஏககாலத்தில் காட்சியளிப்பதுபோல் பாரதி, அய்யர், ஸ்ரீநிவாஸாசாரி மூவரும் வந்து சேர்ந்தார்கள். விஷயத்தைச் சொன்னதும், இடி நகை நகைத்து, "இதற்கா உங்களுக்கு இவ்வளவு கலக்கம்?" என்று உரைத்தார்கள்.

மூவர்களும் சேர்ந்து, யோசித்து, "தேர்தல் முடியும் வரை, இரவில் பெண்கள் எல்லோரும், இவ்வூர் பிரமுகரும் சுதேசி அன்பருமான ஸ்ரீ பொன்னு முருகேச பிள்ளை அவர்கள் வீட்டிலும், புருஷர்கள் பாபு அரவிந்த கோஷ் வீட்டிலும் படுத்துக் கொள்வதென்று தீர்மானித்தனர்; அவ்விதமே நடந்து வந்தது. ஏனென்றால், நல்லதோ கெடுதலோ, எல்லாரும் சேர்ந்து அநுபவிக்க வேண்டுமென்பது நோக்கம். இரவில் இரண்டொரு முறை மூவர்களும் வந்து, "ஜாக்கிரதையா யிருங்கள்!" என்று எச்சரித்துவிட்டுச் செல்வார்கள். நாங்கள் அப்பொழுதுதான் சற்றுக் கண்ணயர்ந்திருப்போம். "பாக்கியம்! எழுந்திரு!" என்று ஸ்ரீ அய்யர் தமது மனைவியை அழைப்பார். உடனே, என்ன ஆபத்தோ என்று எல்லோரும் சுருட்டி வாரிக்கொண்டு எழுந்திருப்போம். "ஒன்றுமில்லை, பயப்படாதேயுங்கள்!" என்பார். "ஐயரே! தூங்குகிறவனை எழுப்பி அத்தாழம் இல்லை என்கிறீரே!" என்று பாரதி கேலி செய்வார். இப்படியாக, நாளொன்று செல்வதற்குள் இத்தனை கஷ்டங்கள். அதிலேயும் பாரதி மனஞ்சலிப்பது கிடையாது.

உயிர்த் தியாகம் தேவை

"நாட்டை உத்தாரணம் செய்யும் பெரிய முயற்சியில், தனி மனிதனின் சுக துக்கங்களைப் பற்றிச் சிந்திப்பதற்குக் கூட இடங் கிடையாது. சில வாலிபர்களேனும் தங்கள் சுகத்தை ஏன், உயிரையே கூடத் தியாகம் செய்தால் தான் பாரத நாட்டை உயிர்ப்பிக்கலாம்" என்று பாரதியார் உறுதியாகத் தீர்மானித்தவராதலால், இந்தக் கஷ்டங்கள் அவருக்கு லக்ஷ்யமில்லை.

ஜனங்கள் உள்ளத்தில் விழிப்பைக் கொடுத்து, உணர்வில் கிளர்ச்சியை உண்டு பண்ணி, அதனின்றும் ஆவேசப் புயற் காற்று ஏற்பட்டு, மக்களிடையே சொல்லுதற்கும் ஆக்குதற்கும் அரிய செயல்கள் செய்பவர்கள், பராசக்தியின் இன்னருள் பெற்றவர்கள். மேநாட்டினரின் லக்ஷ்யம் பேராசையையும், பலங் குறைந்த நாட்டை அடிமைப்படுத்தும் கெட்ட எண்ணத்தையும் அடிப்படையாகக்

கொண்டது. நம் நாட்டு லக்ஷ்யமோ தியாகத்தையும், சத்தியத்தையும், அஹிம்ஸையையும், பணியையும் அடிப்படையாகக் கொண்டது!

கடனாற்றுவதில் பற்று

பாரதியாரின் உள்ளத்தில் நாட்டிற்கு ஒவ்வொருவனும் ஆற்ற வேண்டிய கடமையைக் குறித்துப் போராட்டம் நடைபெற்றது. நாட்டின் அடிமைநிலையொருபுறம், குடும்பப் பொறுப்பு ஒரு புறம் அவரைப் பற்றி யிழுத்தது. அவர் முக்கியமானது என்று எண்ணிய விஷயம் ராஜீய பிரச்னையைப் பொறுத்திருந்தது. தவிர முற்போக்கையும், பாரத நாட்டின் வருங்கால க்ஷேமத்தையும் உத்தேசித்து, அடிக்கடி, காலத்திற்குகந்த புதிய மாறுதல்கள் புதிய முறைகள் அனுஷ்டிக்கப்பட வேண்டும் என்று அவர் துடிதுடித்தார். அவர் தேச சேவைக்கு எத்தனையோ விக்கினங்கள்! “மானம் சிறிதென்றெண்ணி” வாழ்வதைக் காட்டிலும் தனது குலமே அதனால் அழிந்து போனாலும் தாய் நாட்டிற்கு ஆற்ற வேண்டியக் கடனை ஆற்றியே தீர வேண்டும் என்று மனதில் திடசங்கற்பம் செய்து கொண்டார். கையில் காசு கிடையாது. நண்பர்கள் பந்துக்கள் உதவி கிடையாது. ஸர்க்காரோ “வந்தே மாதரம்” என்று சொன்னாலே வாய்ப்பூட்டிடும் காலம்! நமது பழம் பெருமைகளை உயர்த்திக் கதை பேசுபவர்கள்தான் அதிகம். தேச விடுதலைக்கு ஆன முயற்சி செய்வோர் அக் காலத்தில் மிகக் குறைவு.

சுதந்திர தாகம்

“பகவானைத் தரிசிக்க தாகம் ஏற்பட்டாலொழிய அவனைக் காண முடியாது. தண்ணீரில் மூழ்கியவனுக்கு உயிர் வாழ ஸ்வாசம் எப்படி முக்கியமோ, அது போல ஒரு பாரத இளைஞனுக்கு சுதந்திர தாகம் முக்கியம்” என்று பாரதியார் கருதினார். சாதாரணமாக ஒரு குடும்பத்தைச் சரிவரப் பாதுகாப்பதே சிரமம். குடும்பத்தை விட்டு ஊரை மட்டும் காப்பாற்றுவதும்கூடக் கடினம்தான். அதிலும் ஒரு தேசத்தையே அடிமை நீக்கி உன்னத நிலைக்குக் கொண்டு வரவேண்டும் என்னும் ஆவல் எல்லா மனிதருக்கும் ஏற்படாது. மஹா சக்தியின் திருவருள் சுரந்தவர்களுக்குத்தான் ஏற்படும். அதனால்தான் “கடவுள் குடி கொள்ளும் உள்ளம் படைத்தவர்” என்று மேலே கூறப்பட்டது.

பால்ய லீலைகள்

ஸ்ரீ காசியில் பாரதியாரின் அத்தை மிகவும் செல்வமாக வாழ்ந்து வந்தார். அப்பொழுது காசியில் தென்னாட்டு யாத்ரீகர்கள் வந்தால் தங்குவதற்கு மடங்கள் ஒன்றிரண்டுதா னிருந்தன. அவரது கணவர் ஸ்ரீ கிருஷ்ண சிவன் அதற்காக ஏராளமான பொருள் செலவிட்டு, ஹனுமந்த கட்டத்தில் இரண்டு மடங்கள் கட்டினார். பிரயாகை (அலஹாபாத்) யிலும் ஒரு மடங் கட்டி, கயாவிலும் ஒரு கிளை ஸ்தாபித்திருந்தார். அதனால் அவருக்கு யாத்ரீகர் மூலமாக ஏராளமான பணம் குவிந்தது. நல்ல அறிவாளி, சிவபக்தர் ஆகையால் கீர்த்தியும் மேலோங்கியது.

நமது தென்னாட்டிற்கு அவர் சுற்றுப் பிரயாணம் செய்யுங் காலங்களில், ஜகத்குரு சங்கராச்சாரியாருக்கு ஜனங்கள் ஊர் ஊராக மரியாதைகள் செய்வதுபோல அவருக்கும் நடத்துவார்கள். சமஸ்தானாதிபதிகள் ராமநாதபுரம் ராஜா, எட்டயபுரம் ராஜா, சிங்கம்பட்டி, சேத்தூர், தலைவங்கோட்டை ராஜா முதலியவர்கள் அவரை அன்போடு போற்றி வந்தார்கள்.

வெறுப்பை யுண்டாக்கிற்று

தாய் தந்தையற்ற பாரதியை அத்தையார் அழைத்துச் சென்று கல்லூரியில் சேர்த்தார். அந்த அம்மணி தனது பிள்ளைகளைக் காட்டிலும், பாரதி மீது உயிரை வைத்திருந்தார் என்று சொல்வதுகூட மிகையாகாது. பாரதி பள்ளிச் செல்லும் நேரம் தவிர, மற்ற நேரங்களில் கங்கா நதிக் கரையில் உட்கார்ந்து கொண்டு கவிதைகள் புனைவதிலும், இயற்கை யழகுகளை அனுபவிப்பதிலும், நண்பர்களுடன் படகில் உல்லாச யாத்திரை போவதிலுமாகப் பொழுதைக் கழிப்பார். அந்தணருக்கேற்ற ஆசாரமின்றி எல்லா ஜாதியாருடனும் கை கோர்த்துக் கொண்டு உலாவுவதும், நியம நிஷ்டை யில்லாது எப்போதும் கோட்டும் சட்டையும், தலையில் முண்டாசும், காலில் பூட்ஸும் அணிந்திருப்பதும், நாளடைவில் ஸ்ரீ கிருஷ்ண சிவன் அவர்களுக்கு வெறுப்பை யுண்டாக்கியது. ஆயினும் ஏதாகிலும் சொன்னால் தம் மனைவி மனம் வருந்துவாளென்று அவர் ஒன்றும் சொல்லத் துணிவதில்லை.

ஒருநாள் தற்செயலாகப் பாரதியைப் பார்த்ததும் அவருக்குத் தூக்கி வாரிப் போட்டது. விஷயம் என்னவென்றால் இத்தனை அநாசாரத்தோடு அந்தணருக்கு அத்யாவசியமான குடுமியை சிகையை

வங்காளிகள் போல் 'கிராப்' செய்து வகிடு எடுத்து வாரிவிட்டு, மீசையையும் வைத்துக் கொண்டு பாரதி காட்சியளித்ததுதான்! சிவனுக்குக் கோபம் பொறுக்க முடியவில்லை.

"பந்தியில் சாப்பிடக் கூடாது"

"அப்பா! சுப்பய்யா! எதற்கடா இந்தக் கோலம்? நீ என்ன கைம்பெண்ணா, தலையை மொட்டை யிட்டுக் கொள்ள? உனது புத்திசாலித்தனமும் படிப்பும், இதற்கெல்லாமா உபயோகப்படவேண்டும்? சாக்ஷாத் சிவ ஸந்நிதானத்திலே சைவப் பெரியார்களுக்கு மத்தியில், நாலு தலைமுறையாக சிவ பக்த குடும்பத்திலே பிறந்தும் உனக்கு இப்படிப் புத்தி தோன்றுமா? உன் தகப்பனார் இப்போது ஜீவியவந்தரா யிருந்து பார்த்தால் மனம் பொறுக்க முடியாமல் பிராணனை விடுவாரே! நல்லது, இன்றிலிருந்து நீ எங்களுடன் ஒரே பந்தியில் சாப்பிடக்கூடாது. என்றைக்கு நீ குடுமி வளர்த்து, மீசையை எடுத்துவிட்டு வருகிறாயோ அன்றுதான் பந்தியில் உட்காரலாம்" என்றார்.

பாரதி பதிலொன்றும் உரைக்காமல் மூன்றாம் மாடியிலிருந்த தமது அறைக்குச் சென்றார். ஐந்து நிமிஷத்துக் கெல்லாம் அவரது அத்தை கையில் தட்டில் சாப்பாடு எடுத்துக் கொண்டு மாடிப்படி யேற முடியாமல் ஏறி வருவதைக் கண்டு, "அத்தே! ஏன் இவ்வளவு சிரமப்படுகிறாய்?" என்று கேட்கவும், "அப்பா! அவர் ஏதோ கோபத்தில் பேசியதற்காக நீ வருந்தாதே! பின்னால் அவருக்கே தெரியும்" என்று சமாதானப்படுத்தி, போஜனம் செய்வித்த பின்னரே மற்றவருக்குப் பரிமாறக் கீழே சென்றார்.

திருவாதிரை உற்சவம்

இப்படியாக இரண்டு மூன்று மாதங்கள் கழிந்தன. மடத்தில் பெரிய கோயிலுண்டு. மார்கழி மாதம் திருவாதிரை வந்தது. உற்சவத்திற்காக யாத்ரீகர்களும், பக்தர்களும் நூறு பேருக்குமேல் கூடியிருக்கிறார்கள். பொழுது விடியலாயிற்று. அபிஷேகம் எல்லாம் முடிந்து தீபாராதனைக்கு ஆரம்பித்தாயிற்று. "காராம் பசு தரிசனம், காராம் பசு தரிசனம், காராம் பசு தரிசனம்" என்று மும்முறை திரையைத் தூக்கி மறைத்து, தரிசனம் ஆரம்பித்தது. "கனக சபை தரிசனம்" "கல்யாண தரிசனம்" "சிற்சபேச தரிசனம்" எல்லாம் முறையே நடந்தான பின், கூட்டத்தில் பரபரப்பு ஏற்பட்டது.

என்ன காரணம் என்றால், வழக்கமாகத் "திருவெம்பாவை" சொல்லும் ஓதுவார் வராததுதான். அழைத்து வர ஓர் ஆளை

அனுப்பி விட்டுத் தீபாராதனைகளைச் சற்றுத் தாமதமாகவே நடத்திக் கொண்டிருந்தார். அழைக்கச் சென்றவர் திரும்பி வந்து, "அவர் வேறு கோயிலுக்குச் சென்று விட்டாராம்" என்று கூறவும், கிருஷ்ண சிவனுக்குப் பெரிய ஏமாற்றமாக முடிந்தது. அங்கு அந்தக் காலத்தில் தமிழ்ப் படித்தவர் அதிகம் கிடையாது.

"விசுவநாதா! நடராஜா! இதுவும் உன் சோதனையோ? எத்தனையோ வருஷங்களாக உற்சவாதிகள் நடத்தி வருகிறேன். இதுபோன்ற விக்கினம் இதுவரை ஏற்பட்டதில்லையே! என்ன அபராதம் செய்தேன்? திருவெம்பாவை சொல்லாமல் எப்படித் தீபாராதனை முடிப்பது? என் மருமகளுக்குத் தெரியுமென்றாலும், ஸ்திரீகள் பாடுவது முறையல்லவே" என்று ஸ்ரீ சிவன் வருந்தினார்.

எல்லாரும் பரவச மடைந்தனர்

அவரது மனைவி, "என்ன இவ்வளவு யோசனை? நம்ம சுப்பய்யா இல்லையா, ஓதுவாரைக் காட்டிலும் திருத்தமாகப் பாடுவதற்கு?" என்று சொல்லி, பாரதியின் கிராப்புத் தலை மறைய பட்டுத் தலைப்பாகை கட்டி, விபூதியைப் பட்டை பட்டையாக இட்டு, ருத்ராக்ஷ கண்டியைக் கழுத்திலணிவித்து அழைத்து வந்து பாடச் செய்தார். முறைப்படி தீபாராதனை முடிந்தது.

பின்பு பாரதியும், சுப்புப் பாட்டி என்ற கிழவி யொருத்தியும் சேர்ந்து, "பார்க்கப் பார்க்கத் திகட்டுமோ, உந்தன் பாத தரிசனம்" என்ற நந்தன் சரித்திரக் கீர்த்தனையை உருக்கமாகப் பாடினார்கள். அங்குள்ள பக்தர்களின் மனம் பரவசமடைந்து, நெக்குருகி, மயிர் சிலிர்த்து புளகாங்கித மடைந்தார்கள்.

கடைசியில் ஸ்ரீ கிருஷ்ணா சிவன் பாரதியைத் தழுவிக்கொண்டு "அப்பனே! இவ்வளவு சிறு வயதில் உனக்கு இத்தனை ஞானம் ஏற்பட்டு விட்டது. நாங்கள் வெறும் ஆஷாடபூதிகளே. எங்களுக்குத் தான் குடுமியும் வேதியர் வேஷமும் வேண்டும். உன்னைப்போல் உண்மையான மனதுடையவருக்குக் குடுமியும் வேண்டாம். பூணூலும் வேண்டாம்" என்று புகழ்ந்தார். அன்றிலிருந்து மறுபடியும் பந்தி போஜனம் ஆரம்பமாயிற்று.

ஸ்ரீ முருகேசம் பிள்ளை வீடு

புதுவையில் ஸ்ரீமான் பொன்னு முருகேசம் பிள்ளை யவர்கள் பெரிய கௌரவம் வாய்ந்த குடும்பத்தினர். நல்ல தனவந்தர்.

தயாள சிந்தையுடையவர். “துபாஷ் வீடு” என்று அவ்வூரார் மிக்க மரியாதையோடு அவரது வீட்டைக் குறிப்பிடுவார்கள்.

எத்தனையோ நண்பர்கள். ‘சுதேசி’ யன்பு கொண்டவர்களாயினும், சுதேசிகளிடம் பகலிற் பேசுவதற்கோ, பகிரங்கமாக உதவி செய்வதற்கோ பயப்பட்டார்கள். இரவு 12 மணிக்கு மேல் போலீஸ் ஒற்றர் உறங்கப்போன பின்புதான் நண்பர்கள் பார்க்க வருவது. தனது மகத்தான செல்வாக்கினால் ஸ்ரீ முருகேசம் பிள்ளை மட்டும், கவர்ன்மெண்டுக்குப் பயப்படாமல் ‘சுதேசி’களோடு முக்கியமாகப் பாரதியாரோடு பழகிக் கொண்டிருந்தார். அவருக்கு வாய்த்த மனைவி ஸ்ரீமதி சௌந்தரம்மாள் (பாரதியார் அருமையாக ‘அண்ணியம்மா’ என்று அழைப்பார்) பர்த்தாவுக்கேற்ற உத்தம பத்தினியாவர்.

பிரஞ்சுக்காரர் போல அதிக நாகரிகமுடைய அவர்களுடைய வீடு ஐரோப்பிய முறையில் அலங்காரங்கள் செய்யப்பட்டு ஒரு ஜமீன்தார் மாளிகை போலத் துலங்கும். பிள்ளையவர்களுக்கு இரண்டே புதல்வர்கள்தான் உண்டு. மூத்த குமாரர் ஸ்ரீராஜா பகதூரை இஞ் சினீயர் பரீக்ஷைக்குப் படிக்க பிரான்ஸுக்கு அனுப்பினார்.

ஐரோப்பிய யுத்தம்

துரதிருஷ்ட வசத்தினால் ராஜா பகதூர் படிப்பு முடிந்து திரும்பி வரும் சமயம் ‘மஹா யுத்தம்’ ஆரம்பித்தது. கப்பல்கள் போக்கு வரவு சரியில்லாதபடியினால் பிரான்ஸிலேயே அவர் தங்கும்படியாயிற்று. வீரமுடைய துபாஷ் குடும்பத்தாராதலால் அவர் யுத்தத்தில் சேர்ந்து சேவை செய்தார். ஸ்ரீ பிள்ளை யவர்களுக்கு இச்செய்தி சற்று வருத்தத்தைக் கொடுத்ததானாலும், தாய் நாட்டன்பு கொண்டவராதலால், அதை ஒரு புகழாகவே கருதினார். தினமும் யுத்தச் செய்திகளை ஆவலோடு பத்திரிகைகளை வாசித்துத் தெரிந்து கொள்வதிலேயே பொழுதைக் கழிப்பார். ஒருவாறாக யுத்தம் முடிந்து, ராஜா பகதூரும் புதுவைக்குக் கப்பலேறி விட்டதாகத் தந்தி கொடுத்தார். அன்று அவர்கள் வீட்டை ஒரு கல்யாண வீடு போல அலங்கரித்து ஆரவாரமாக அந்தச் சந்தோஷச் செய்தியைக் கொண்டாடினார்கள்.

தேச பக்தர்கள் அக்ஞாதவாசம்

அந்தோ! அந்த நாள்தான் ஸ்ரீ பிள்ளையவர்களுக்குக் கடைசியான சந்தோஷ நாள். ஐந்தாறு நாளைக்கெல்லாம் அவர் மகன் ஏறிய

கப்பல் சத்ருக்களின் குண்டினால் தாக்கப்பட்டு கவிழ்ந்ததாகப் பத்திரிகையில் படித்து அப்படியே படுக்கையில் படுத்தவர் பின்பு எழுந்திருக்கவில்லை. என்ன மருந்து கொடுத்தும் குணமாகவில்லை. பாரதி, வ.வே.சு. அய்யர் இருவரும் என்னென்னமோ முயற்சிகள் செய்து அவரைத் தேற்றினார்கள். ராஜா பகதூர் தப்பித்துக் கொண்டதாக ஒரு பொய்த் தந்தியைப் பாபு அரவிந்த கோஷ் நேரில் கொணர்ந்து கொடுத்தார்.

ஆனால் பிள்ளையோ, “பாபுஜி! தங்களைப் போன்ற பெரியார்கள் சொல்லும் பொய்யும் மெய்யாகி விடலாம். ஆயினும் என் மனம் சமாதானம் ஆகவில்லையே!” என்றார். பாபு கூடுமானவரை தேறுதல் சொல்லிச் சென்றார். ஒரு போதும் வெளியில் வராத பாபு அரவிந்த கோஷ் புறப்பட்டு வந்தார் என்றால், ஸ்ரீ பிள்ளையவர்களின் குண விசேஷத்தை ஒருவாறு தெரிந்து கொள்ளலாம். மஹாத்மாக்களின் வாயில் பொய் தோன்றாதாகையால், தம் தந்தை இறந்த 27ஆம் நாள் ராஜா பகதூர் கடலிலிருந்து ஒரு கட்டையைப் பிடித்துக்கொண்டு தப்பித்து, ஒரு படகின் உதவியால் எப்படியோ வந்து சேர்ந்தார்.

இப்படிப்பட்ட உண்மையன்பர்களின் கூட்டுறவினால் தான், பாரதியார் புதுச்சேரியில் 10 வருஷம் அக்ஞாத வாசம் செய்ய முடிந்தது.

இன்னா செய்தார்க்கு

ஒரு சமயம் திருவனந்தபுரம் சென்றிருந்தோம். அங்கு எங்களோடு நெருங்கிய நண்பரும், ஒரு வகை பந்துவுமான ஒருவர் வீட்டில் கல்யாணம். சம்பந்தி வீட்டார் பெரிய ஸர்க்கார் உத்யோகத்திலிருப்பவர்கள். “பாரதி வந்திருக்கிறார்” என்றதைக் கேட்டதுமே, “சம்பந்திகள் உத்யோகஸ்தர்கள், ஒரு பக்கா சுதேசியை இந்தச் சமயத்தில் வரவிடக் கூடாது” என்று தீர்மானித்து, பாரதியை நேரில் கண்டும் கூட “விவாஹத்துக்கு வாருங்கள்” என்று அவர் அழைக்கவில்லை.

ஆயினும் அவ்வீட்டு அம்மாளுக்கு மட்டும் பாரதியிடம் உள்ளன்பு உண்டு. நாங்கள் அவ்வீட்டுக்குச் செல்லக்கூடாதென்று பலமுறை வேண்டிக் கொண்டும், கேளாமல் அழையாத வீட்டுக்குள் நுழைந்தார். வீட்டு எசமான் வாவென்று அழைக்கவில்லை. கொஞ்

சங்கூட முகவாட்டமின்றி மடமடவென்று உள்ளே சென்றார். வீட்டு அம்மாளிடம் சென்று, "அம்மா! குழந்தைக்கு விவாஹம் ஆயிற்றா?" என்று பரிவோடு கேட்டார். அந்த அம்மணியின் கண்களில் நீர் துளித்தது. மனது உருகிற்று. பாரதியாரின் கபடமற்ற சுபாவத்தைக் கண்டு, அந்த அம்மையார் தன் கணவனது சுபாவத்தை உள்ளூற வெறுத்தாள்.

உடனே, "பாரதி! என்னை மன்னிக்க வேண்டும். நீர் மாசுமறுவற்றவர். நாங்கள் உத்யோக ஆசையினாலும், பணத் திமிரினாலும், சில சமயங்களில் மெய்ம்மறந்து தங்களைப் போன்ற உத்தமர்களின் சகவாசத்தைக் கைவிடுகிறோம். நேற்று தங்களை நேரில் கண்டும் அழையாதிருந்தோம். அதிலிருந்து என் மனது 'தவறு செய்கிறாய்' என்று வாள்கொண்டறுக்கிறது. எத்தனையோ பெரிய பெரிய மனிதர்கள் வந்து கல்யாணம் விசாரித்துச் சென்றார்கள். ஆயினும் இப்போ, தாங்கள் வந்து விசாரிக்கும் பொழுது எனக்கு ஏற்பட்ட சந்தோஷமும் ஆறுதலும் இதற்கு முன் ஏற்படவில்லை" என்றாள்.

"அம்மா! மனதுக்கு மனமே சாட்சி! நான் வராவிட்டால் உன் மனம் துயரடையும் என்று தெரிந்தே என் வீட்டார் தடுத்தும் நான் இங்கு வந்தேன்" என்று கூறினார்; திருமணத் தம்பதிகளை வரவழைத்து அவர்களைத் தழுவி ஆசீர்வதித்தார்; அந்த அம்மாள் அன்புடன் கொடுத்த சிற்றுண்டியைப் புசித்து, வீடு வந்து சேர்ந்தார்.

"காட்சி - கண்காட்சியே"

சாயங்காலம் மூன்று மணிக்கு, வந்திருந்த விருந்தினரும் கல்யாண வீட்டாரும் காட்சி சாலைக்குச் சென்றனர். அதாவது, மிருகக் காட்சிச் சாலை, அப்பாவும் காட்சி பங்களாவுக்குப் புறப்பட்டார். நாங்களும் சென்றோம். எங்கள் விடுதியிலிருந்து 'காட்சி பங்களா' இரண்டு மைலுக்கு மேலிருக்கும். நடந்தே சென்றோம். மேற்படி கல்யாண வீட்டார் "வண்டியிலேறிக் கொள்ளுங்கள்" என்று மரியாதைக்குக்கூட ஒரு வார்த்தை சொல்லவில்லை. நாங்கள் அவமானத்தினாலும் துயரத்தினாலும் ஒன்றும் பேசாமல் சென்றோம்.

அங்கே சென்றதும் மிருகங்களைப் பார்ப்பதில் சற்று நேரம் கழிந்தது. மறுபடியும் எங்களுக்குக் கஷ்டம் ஆரம்பித்தது. ஏனெனில் அப்பா எல்லா மிருகங்களையும் கையினால் தொட்டுப் பார்க்க ஆரம்பித்தார். குரங்குகள், கரடிகள், காட்டு மனிதன் (ஊராங் உட்டாங்) எல்லாவற்றையும் தொட்டுப் பார்த்துக் கடலை, பழம் கையிலே கொடுத்தார். அந்த மிருகங்கள் நகங்களினால்

கிழித்துப் பிறாண்டிவிடாதிருக்க வேண்டுமே என்று நாங்கள் கவலைப்பட்டோம். அந்த இடத்தில் மிருகங்களுக்குத் தீனிபோடும் வேலைக்காரக் கிழவனொருவன் மிருகங்களைக் கத்தச் சொல்லியும் ஆடச் சொல்லியும் எங்களுக்கு வேடிக்கை காண்பித்து வந்தான். அவன் இவரது போக்கைத் தெரிந்து கொண்டு, "சாமி! புலியையும் சிங்கத்தையும் மட்டும் தொடவேண்டாம். ஏனெனில் அவைகளுக்கு ஒரு சமயம் இருக்கும் புத்தி மற்றொரு சமயம் இராது. அவை கையினால் லேசாக ஒரு தட்டுத் தட்டினால்கூட உங்களால் தாங்க முடியாது" என்று எச்சரிக்கை செய்தான்.

மிருகேந்திரனுடன் சல்லாபம்

அதற்கு, "தம்பீ! நீ பயப்படாதே! என்னை ஒன்றும் செய்யாது. அவற்றைச் சமீபத்தில் கூப்பிடு! நான் தழுவிக் கொண்டால் ஒரு தீங்கும் செய்ய மாட்டா" எனவும், எங்களுக்குப் பயத்தினால் உடம்பு கிடுகிடுவென்று நடுங்க ஆரம்பித்தது. என் தாயார், "சிங்கத்திற்கு நல்ல புத்தி கொடு! பகவானே!" என்று மனதிற்குள் சுவாமி வேங்கடாசலபதியைப் பிரார்த்தித்தார். மெதுவாக அரை மனதோடு கிழவன் சிங்கத்தை அருகில் வரவழைத்தான். உள்ளூற அவனுக்குப் பயமாயிருந்தபடியால், அதன் வாலை மட்டும் பிடித்துக் கொண்டு, "தொடுங்கள் சாமி" என்றான்.

"மிருக ராஜா! கவிராஜ் பாரதி வந்திருக்கிறேன். உனது லாகவ சக்தியையும் வீரத்தையும் எனக்குக் கொடுக்கமாட்டாயா? இவர்கள் எல்லாரும் நீ பொல்லாதவனென்று பயப்படுகிறார்கள். உங்கள் இனந்தான் மனிதரைப்போல உள்ளொன்று வைத்துப் புறமொன்று செய்யும் சுபாவம் இல்லாதது என்பதையும், அன்பு கொண்டோரை வருத்தமாட்டீர்களென்பதையும் இங்கிருப்போர் தெரிந்து கொள்ளும்படி, உன் கர்ஜனையின் மூலம் தெரியப்படுத்து, ராஜா" என்றார் பாரதி.

என்ன ஆச்சரியம்! உடனே சிங்கம் கம்பீரமாகப் பத்து நிமிஷம் கர்ஜித்தது. அவருக்குத் திருப்தியாகும் வரை அரை மணி நேரம் மிருகேந்திரனைப் பிடரி, தலை, காது எல்லாம் தடவி விட்டு, எங்களது தொந்தரவினால் வாயில் மட்டும் கைவிடாமல், அதனிடம் விடை பெற்றுக் கொண்டார்.

இரட்டைக் குதிரை சாரட்டு

நாங்கள் வாயிலில் வந்து வண்டி ஏதேனுமொன்றை அமர்த்திக் கொண்டு வீடு போகவேண்டுமென்று நினைத்திருக்கையில்,

அவ்வூர் பிரமுகரும் பிரபல வக்கீலுமான ஸ்ரீமான் கே.ஜி. சேஷய்யர் தமது இரட்டைக் குதிரை சாரட்டோடு அங்கு வந்து, "பாரதி! நல்ல காரியம் செய்தீர். நடந்து வந்தீராமே! என்னிடம் ஒரு வார்த்தை சொல்லக்கூடாதா? அப்பொழுதே வண்டியனுப்பி யிருப்பேனே? இனிமேல் தாங்கள் இவ்வூரில் இருக்கும் வரை எனது வண்டியையே உபயோகித்துக் கொள்ளுங்கள்" என்று உபசரித்துச் சென்றார். அப்போது எங்களுடன் இருந்த கல்யாண வீட்டார் முகத்தைப் பார்க்க வேண்டுமே!

வீடு சென்று சாப்பாடு முடிந்தது. ஊர்வலம் அந்தத் தெரு வழியே சென்றது. அக் காலத்தில் பிரபல நாதஸ்வர வித்வான் ஸ்ரீ சித்திரை பிரம்மானந்தமாக பைரவி ராக ஆலாபனை செய்தார். அப்பாவும் சென்று ஊர்வலத்தில் கலந்து கொண்டார். நல்ல ரஸிகர் இருந்தால்தான் பாடகருக்கு உற்சாகம் ஏற்படும் அல்லவா? மேலும், மேலும், நாயனத்தில் ஆச்சரியமான வேலைகள் நடந்தது. பாரதி தாளம் போட்டார். மேளக்காரனைச் சுற்றிக் கூட்டம் ரொம்ப அதிகரித்து விட்டது. எள் போட்டால் கீழே விழாது. கூட்டத்திலிருந்து ஒருவர் ஓடி வந்து, ஸ்ரீ சித்திரை கழுத்திலும் பாரதி கழுத்திலும் மாலைகளைப் போட்டார்.

பாரதியாரின் வெற்றி

அவர் யார் என்று நினைக்கிறீர்கள்? மேற்படி கல்யாணத்தின், உயர்ந்த சர்க்கார் உத்தியோகம் வகிக்கும் சம்பந்தி ஐயர்வாள்! "வர வேண்டும்! வர வேண்டும்!" என்று பந்தலுக்கு அழைத்துச் சென்று வேண்டிய மட்டும் உபசரித்தார். வீட்டு எஜமானன் இப்படி நடக்குமென்று எதிர்பார்க்கவில்லை யாகையால், தனது செய்கைக்கு நாணித் தலை குனிந்தார். அப்பா அதைக் கண்டு அன்போடு, "பாண்டிய! கண்ணணப்பா! உனக்கு நல்ல சம்பந்தம் கிடைத்திருக்கிறது. க்ஷேமமாக வாழ வேண்டும்" என்று ஆசீர்வதித்து விட்டு வீடு வந்தார்.

மலைபோன்ற கஷ்டங்கள்

ஒரு நாள் வ.வே.சு. அய்யர் வீட்டிலிருந்து பாரதியாரை உடனே அழைத்து வரும்படி ஆள் வந்தது. என்னமோ, ஏதோ என்று திகிலடைந்து அப்பா அங்கே சென்றார். ஸ்ரீ அய்யர் சாந்தமான புன்னகையுடன் வரவேற்றுப் பின்கட்டிற்கு அழைத்துச் சென்றார்.

"ஐயரே! விஷயத்தை முதலில் சொல்லும்" என்று பாரதி துரிதப்படுத்தினார். "வாருங்கள், சுவாமி, பொறுத்தார் பூமியாள்வார்; அவசரப்படாதேயும். விரோதிகள் அதாவது தேசத்துரோகிகள் – எந்தச் சமயத்திலும் நமது கழுத்திற்குக் கயிறு மாட்டத் தயாராயிருக்கிறார்கள் என்று தெரிகிறது" என்று கூறிக் கொண்டே முற்றத்துக்குச் சென்றார். பாரதியும் கூடவே போனார்.

அய்யரின் மனைவி ஸ்ரீமதி பாக்யலக்ஷ்மி, அப்போதுதான் வெளியில் எடுத்த வாளியில் கால் வாளி ஜலத்தோடும் ஒரு மூடியிட்ட பித்தளைத் தவலையோடும் நின்று கொண்டிருந்தார். அந்தத் தவலை! அதில் என்ன இருக்குமோ என்ற சந்தேகத்தினால், அவ்வூர் பெரிய மனிதர்கள் நான்கு பேரைச் சாக்ஷியாக அழைத்து வந்து, மேற்படி தவலையின் மூடியைத் திறந்து பார்த்தனர்.

பிரஞ்சு அரசாங்க ஆதரவு

அதில் ராஜத்வேஷமான துண்டுப் பிரசுரங்களும், துர்க்கை, மஹிஷாசுர மர்த்தனி முதலிய சக்திப் படங்களும் அடங்கியிருந்தன. அவற்றை எடுத்துக் கொண்டு நேரில் பிரஞ்சு அரசாங்கத்தாரிடம் சென்று அவை கிடைத்த விவரத்தைச் சொன்னார்கள். பிரஞ்சு அரசாங்கம் அதனிடம் அடைக்கலம் புகுந்தோரை, சுதேசிகளை, மிகவும் அன்புடன் நடத்தியது. "சரி. இது உங்கள் விரோதிகளின் செய்கைதான். பயப்படாதீர்கள். நாங்கள் கவனித்துக் கொள்ளுகிறோம்" என்று அதிகாரிகள் கூறினார்கள். இவ் விஷயம் போலீசாருக்குத் தெரியாது.

மறுநாள் பொழுது விடிந்தது. சோதனை செய்வதற்காகப் போலீஸார் ஆரவாரமாக ஐயர் வீட்டில் நுழைந்தனர். "மகாராஜனாகப் பார்த்துக் கொள்ளுங்கள்" என்று ஐயர் கூறினார். போலீஸாரை அழைத்து வந்தவர்கள் வேறு ஒன்றையும் வீட்டில் வைத்து விடாதபடி ஜாக்கிரதையாகக் காவல் புரிந்தார் ஐயர். வீட்டில் சந்து பொந்து எல்லாம் போலீஸார் தேடியும் ஒன்றும் அகப்படவில்லை. சமைத்து வைத்திருந்த சாம்பார், ரஸம் முதலியவற்றில் கூட கையை விட்டுத் துழாவினார்கள்!

போலீஸார் வெட்கமடைந்தனர்

கடைசியாக 'கிணற்றைப் பார்க்க வேண்டாமா?' என்று ஒருவர் கூறவும், ஐயர் மந்தஹாசத்தோடு போலீஸாரை நோக்கி, "ஐயா! நாங்களோ சுதேசிகள். கையிலோ காசு கிடையாது! வெகு நாளாகக்

கிணற்றைத் தூர் எடுக்க வேண்டுமென்று நினைத்திருந்தேன். காசு செலவில்லாமல் அந்த உபகாரமும் செய்தால் இரட்டைச் சந்தோஷம்!" என்றார். அவர்கள் வெட்கத்தோடு, அந்தக் கிணறு அதிக ஆழமில்லாததால், சூரிய வெளிச்சத்தில் நன்றாக உள்ளே கிடக்கும் சாமான்கள் தெரிந்ததால், உற்று நோக்கிவிட்டு, "கிணற்றில் இறங்க நம்மால் முடியாது; ஐயரே, சிரமம் கொடுத்ததற்கு மன்னித்துக் கொள்ளுங்கள்" என்று கூறிச் சென்றனர்.

தினமும் மாலையில் ஐயரும் மனைவியும் காற்று வாங்கச் சமுத்திரக் கரைக்குச் சென்றுவிடுவார்களாகையால் உளவு தெரிந்தவர்கள் அச்சமயம் கூரை ஓட்டு வழியாக ஏறி முற்றத்திலிறங்கி மேற்படி தவலையைக் கிணற்றுக்குள்ளிறக்கி விட்டுச் சென்ற போலீசுக்கும் தகவல் கொடுத்தார்கள். மறுநாள் தெய்வச் செயலாகத் தண்ணீர் எடுக்க வாளியை விட்டதும் அந்தத் தவலையும் வந்துவிட்டது. பின்புதான் மேற்கண்ட விஷயங்கள் நடைபெற்றன. தவலையை வைத்தவர்கள் இப்படி நடக்குமென்று கொஞ்சம்கூட எதிர்பார்க்கவில்லை. கடைசியில் அவமானமடைந்தார்கள். இந்த விதமாக மலைபோல வந்த கஷ்டங்கள் கடவுளருளால் பனிபோல நீங்கின.

நய வஞ்சக நண்பர்

புதுவையில் ஒருநாள் பாரதியும், அவரது நண்பர் ஒருவரும் ரகசியமாக மேன்மாடியிலிருந்த கீற்றுக் கொட்டகையில் உட்கார்ந்து சம்பாஷித்துக் கொண்டிருந்தார்கள். எப்போதும் இடி போன்ற குரலிற் பேசும் சுபாவமுள்ளவர்கள் அன்று மிகச் சன்னமான குரலிற் பேசியது ஆச்சரியத்தை விளைவித்தது.

சிறிது நேரத்திற்கெல்லாம் இடைப் பகல் சிற்றுண்டி யுண்டு, தேநீர் அருந்தி, தாம்பூலந் தரித்து இருவரும் உல்லாசமாக வெளியேறினார்கள். எங்கே சென்றார்களென்று உரைக்கவில்லை. சாதாரணமாகப் பாபு அரவிந்தர் வீட்டிற்குப் போனால்கூட சொல்லிக்கொண்டுதான் போவது வழக்கம். என் தாயார் மிகவும் சாந்தமான சுபாவமுள்ளவராகையால், அப்பாவைக் கேட்பதற்கும் தைரியமில்லை. ஆனால் அவரது மனம் மட்டும் சஞ்சல மடைந்தது. இன்னதென்று விவரிக்க முடியாத வகையில் குழம்பித் தத்தளித்தது.

இரவு சமையலைத் தயாரித்து விளக்கேற்ற, தேவியை நமஸ்கரித்து விட்டு, அப்பாவின் வருகைக்காகக் காத்திருந்தார். மணி 10, 11, 12

ஆயிற்று, வரவில்லை. நிம்மதியின்றி இரவைக் கழித்தார். மறுநாள் மாலையுங்கூட அப்பா வரவில்லை. உடனே வேலைக்காரக் கிழவியை யனுப்பி அரவிந்தர், அய்யர், ஸ்ரீநிவாஸாசாரியார் முதலியவர்களை என் தாயார் விசாரித்து வரச் சொன்னார். நண்பர்களுக்கு இச்செய்தி ஆச்சரியத்தையும் பயத்தையும் ஒருங்கே யளித்தது.

"ஒருகால் அருகிலுள்ள ஊர்களாகிய முத்யால்பேட்டை, மயிலம், வில்லியனூர் முதலிய சிற்றூர்களுக்குச் சென்றிருக்கலாம்" என்று என் தாயாரைச் சமாதானப் படுத்தினார்கள்.

"யாருடன் வெளியில் சென்றார்?" என்று கேட்டனர்.

என் தாயார் மேற்படி நண்பர் பெயரைச் சொன்னதும், திடுக்கிட்டு, "இப்படி ஒரு மனிதருண்டா? மாசற்ற சிறு பிள்ளைகள்போல் இருந்தால், விரோதிகள் படுகுழியில் இறக்கிவிடுவார்களே! அந்த மனிதர் பிரிட்டிஷ் சர்க்காரிடம் கைக்கூலி வாங்கிக்கொண்டு சுதேசிகளைப் பிரஞ்சு எல்லையிலிருந்து ஏமாற்றி யழைத்துச் சென்று, பிரிட்டிஷ் சர்க்காரிடம் பிடித்துக் கொடுக்க ஏற்பாடு செய்து கொண்டிருக்கிறார் என்று எல்லாரும் சொல்கிறார்களே, இந்தச் சமயத்தில் அவரை நம்பி, அவர் கூடச் சென்றால் என்னக் கெடுதி விளையுமோ, தெரியவில்லையே!" என்று கவலைப் பட்டார்கள்.

பாரதியார் காப்பாற்றப்பட்ட கதை

என் தாயாருக்கு அதைக் கேட்டதும் பாதி ஜீவன் போய் விட்டது. தன் தகப்பனாரை உடனே வரும்படி தந்தி யனுப்பி விட்டு, பித்துப் பிடித்தவர் போல் ஏங்கி யிருந்தார். அன்றிரவும் கழிந்து, பொழுது விடிந்தது. காலை ரயிலில், என் பாட்டனார் வந்தார். விஷயத்தைத் தெரிந்து கொண்டு, தன் பெண்ணிடம், "பைத்தியக்காரி, இதற்கா இவ்வளவு பயந்து தந்தி யனுப்பினாய்! பாரதிக்கு ஒரு கெடுதலும் வராது. அவனுக்குத் தீங்கு விளைவிக்க ஒருவராலும் முடியாது. பயத்தை விடு!" என்று தைரியப்படுத்தினார்.

எல்லா நண்பர்களும், ஐந்து நிமிஷத்துக்கொரு தடவை கவலையோடு, "பாரதி வந்து விட்டாரா? வந்து விட்டாரா?" என்று விசாரித்தனர். பகல் மணி 11 இருக்கும். தெருவில் 'பூம் பூம்' என்று மோட்டார் ஹார்ன் சத்தம் கேட்டது. வாயில் வெற்றிலையும் கழுத்தில் புஷ்ப மாலையும், புதிய வேஷ்டி, கோட்டும் தரித்துக் கொண்டு, மாப்பிள்ளைக் கோலத்தோடு பாரதியும் அவரது வக்கீல் நண்பர் ஒருவருமாக உள்ளே வந்தனர்.

மாமனாரைப் பார்த்து, "மாமா எப்போ வந்தீர்கள்?" என்று பாரதி உபய குசலம் விசாரித்தார். அவர் விஷயங்களைக் கூறவும், வக்கீல் நண்பர் "ஸ்ரீமதி செல்லம்மாள் பயந்தது சரிதான். 'உங்களுக்கு வாரண்டு எல்லாம் எடுத்தாயிற்று. சென்னைக்குப் போகலாம்' என்று அந்தத் துரோகி வஞ்சகமாகச் சொல்லியதை இவர் நம்பி மோட்டாரில் ஏறிச் சென்னைக்கு வந்து கொண்டிருந்தார். நான் தற்செயலாகத் திருப்பாதிரிப்புலியூருக்கு அருகில் சந்தித்தேன். எனக்கு அவனது மோசம் ஏற்கெனவே தெரியும். இன்னும் சுதேசிகளுக்கு வாரண்டை எடுக்கவில்லையென்னும் விஷயம் எனக்குச் சந்தேகமறத் தெரியுமானபடியால் மோட்டாரை நிறுத்தி இவரை என் நண்பர் வீட்டிற்கு அழைத்துச் செல்வதாகவும், மற்றொரு சமயம் சென்னைக்குப் போய்க் கொள்ளலாமென்றும் கூறினேன். மேற்படி நண்பருக்கு, இது சம்மதமில்லாதபடியால் ஏதேதோ கூறினார். பாரதி என் சொல்லுக்கு இணங்கிவிட்டபடியால், வேறு வழியின்றி அவர் சென்றார். பின்பு இவரிடம் விஷயங்களைக் கூறி என் நண்பர் வீட்டில் இருக்கும்படி சொல்லிவிட்டு, எனக்கு அங்கு சில அவசர வேலை யிருந்தபடியால், அதையும் முடித்துக்கொண்டு இவரையும் அழைத்துக்கொண்டு வந்து சேர்ந்தேன். நான் மட்டும் அன்று வராவிடில், சிறிது நேரத்துக்குள்ளாகப் பிரஞ்சு எல்லையைத் தாண்டி இதற்குள் பாரதியார் ஜெயிலில் இருந்திருப்பார்" என்று கூறி முடித்தார். எல்லோரும் அவரைப் புகழ்ந்து கொண்டாடினோம்.

"பகைவனுக் கருள்வாய்"

இரண்டு நாளைக்கெல்லாம் ஏமாற்றி யழைத்துச் சென்ற நண்பர் திரும்பி வந்தார். பாரதி அவரிடம் கொஞ்சங்கூட துவேஷம் பாராட்டாமல் வரவேற்று வார்த்தை யாடினார். என் தாயாருக்குக் கோபம் பொறுக்க முடியவில்லை. முகத்தைக் கடுகடுப்பாக வைத்துக் கொண்டார். அதைப் பார்த்து என் தந்தை,

> "புகை நடுவினில் தீயிருப்பதை பூமியிற் கண்டோமே - நெஞ்சே
>
> பகை நடுவினில் அன்புருவான நம் பரமன் வாழ்கின்றான் - நெஞ்சே
>
> தின்ன வரும்புலி தன்னையு மன்பொடு சிந்தையிற் போற்றிடுவாய்
>
> அன்னை பராசக்தி யவ்வுருவாயினள் - அவளைக் கும்பிடுவாய் நெஞ்சே
>
> பகைவனுக் கருள்வாய் நன்னெஞ்சே பகைவனுக் கருள்வாய்"

என்றார்.

மேற்படி மனிதர் எழுந்து என் தந்தையார் காலில் விழுந்து, "நான் அயோக்கியன்! இன்றுதான் எனக்குப் புத்தி வந்தது.

என்னை மன்னிக்கவேண்டும். அம்மணி! தாங்களும் க்ஷமிக்க வேண்டும்" என்று கெஞ்சினார். பாரதியார் அவருக்கு ஆறுதல் மொழிகள் கூறி, அறிவுறுத்தினார்.

பஜனைக் கோஷ்டி

கடையத்தில் ஸ்ரீராம நவமி உற்சவம் மிகச் சிறப்பாக நடை பெற்றது. அச்சமயம் பிரபல ஸங்கீத வித்வான்கள் விஜயஞ் செய்து கச்சேரிகளும் கதா காலக்ஷேபங்களும் நடத்தினார்கள். காயகசிகாமணி முத்தையா பாகவதர், கல்லிடைக்குறிச்சி வேதாந்த பாகவதர், சிவகங்கை தசரத ராம பாகவதர் முதலியவர்கள் கூடியிருந்தனர்.

பாரதியார் அச்சமயம் கடையத்தில் வசித்து வந்தபடியால், அந்த வித்வான்களைச் சந்தித்து அவர்களோடு வார்த்தையாடிக் கொண்டிருந்தார்.

பாரதியை ஏறக்குறையப் பைத்தியம் என்றே மதித்திருந்த அக்ரஹாரத்தினர் அவரைப் பார்க்கும் போது கூட, ஏளனமாகவே பார்ப்பார்கள். காயகசிகாமணி முதலியோர் இவரது வித்வத் திறமையை நன்குணர்ந்தவர்களாகையால், அப்பா பாடிக் காண்பித்த "ஜெய பேரிகை கொட்டடா! கொட்டடா!" என்ற பாட்டை மிகவும் ரஸித்தனர்.

ஒரு பிரபல வித்வான் மிருதங்கம் வாசித்தார். கேட்பதற்குகந்த ரஸிகர் இருந்தபடியால் உற்சாகம் அதிகரித்து, சாரீரமும் மேல் ஸ்தாயிகளையும் தாண்டி, உயர ஸஞ்சாரம் செய்தது. அவரை எப்போதும் பரிகசிக்கும் பாமரரும் கூடத் தலையாட்டி, "அடே, பாடும் விதமாகப் பாடினால், பாரதி பாட்டு எல்லாப் பாட்டுக்களையும் விட நன்றா யிருக்கிறதடா!" என்று மெச்சத் தொடங்கினார்கள்.

ஒண்ணு வைக்க மறந்திட்டான்!

இரவில் தேவகோட்டை வித்வான் ஒருவன் "வள்ளி திருமணம்" காலட்சேபம் செய்தார். அதில் வேடுவர்கள் பயிர்களை மிருகங்கள் அழித்துப் பாழ் செய்வதைத் தடுக்கும்படி, அவர்கள் சாமிக்கும் பூசை போட்டனர். அவர்களில் ஒருவனுக்குச் சாமி ஆவேசம் வந்து பாடும் பாட்டாகிய பாக்கும் வைச்சான், பழமும் வைச்சான், வெத்திலை வைச்சான், போயிலை வைச்சான் ஒண்ணு வைக்க

மகாகவியுடன் கூடி வாழ்ந்தவர்களின் குறிப்புகள் ❁ 173

மறந்திட்டான்; ஒண்ணு வைக்க மறந்திட்டான். சுண்ணாம்பில்லே, சுண்ணாம்பில்லே" என்று பாடினார். பாரதி 'கொல்'லென்று சிரித்தார்.

அருகிலிருந்தவர்கள், "ஏன் சிரிக்கிறீர்?" என்றார்கள். "இந்தப் பாட்டு நமது மக்கள் சிலருக்கும் ஒருவாறு பொருந்தும்" என்றார் பாரதி. "எப்படி?" என்று அவர்கள் திருப்பிக் கேட்டனர். "தமிழ் மக்களுக்குக் கடவுள், நிலமும் வைச்சான், பலமும் வைச்சான், நிகரிலாத செல்வம் வைச்சான். ஒண்ணு வைக்க மறந்திட்டான். புத்தி யில்லே, புத்தி யில்லே" என்றார். நண்பர்கள் விழுந்து விழுந்து சிரித்தார்கள்.

பார்க்கும் மரங்கள் எல்லாம் நந்தலாலா

உற்சவ காலங்களில் தினம் காலையில் ஒரு பாகவதரின் தலைமையில் பஜனைக் கோஷ்டி, 'உஞ்சவிருத்தி' செய்வது வழக்கம். வழக்கமாகப் பாடும் பஜனைப் பாடல்கள் அநேகமாகத் தெலுங்கும், ஸம்ஸ்கிருதமும்தான். இவரும் அவர்களுடன் சுற்றுவதுண்டு. தினமும் பாட்டுச் சொல்லிக் கொடுக்கும் பாடகருக்கு, ஒரு மாதமாகப் பாடித் தொண்டையும் கட்டி விட்டது. பாடிய பாட்டுக்களையே தினந்தோறும் பாடுவதிலும் விரஸம் ஏற்பட்டது.

உடனே பாரதி, "நான் சொல்லிக் கொடுக்கிறேன், புதுப் பாட்டு" என்று "கோவிந்த கிருஷ்ண பாஹி யதுவீரா: ராஜகோபால கிருஷ்ண பாஹி யதுவீரா" என்ற பஜனைப் பாட்டு மெட்டில்,

"பார்க்கும் மரங்கள் எல்லாம் நந்தலாலா – நின்றன்
பச்சை நிறந் தோன்றுதையே நந்தலாலா

கேட்கு மொலியி லெல்லாம் நந்தலாலா – நின்றன்
கீதம் இசைக்குதடா நந்தலாலா

தீக்குள் விரலையிட்டால் நந்தலாலா – உன்னைத்
தீண்டு மின்பந் தோன்றுதையே நந்தலாலா

காக்கைச் சிறகினிலே நந்தலாலா – நின்றன்
கரியநிறந் தோன்றுதையே நந்தலாலா."

என்ற பாட்டை அப்படியே ஆசு கவியாகச் சொல்லவும், கோஷ்டியினர் (தமிழ்ப் பாட்டாகையால்) சந்தோஷத்தோடு, அர்த்தந் தெரிந்து உரக்கப் பாடலாயினர்.

அவர்கள் இரண்டு பர்லாங் தூரத்தில் வரும்போதே பாட்டின் கோஷம் கேட்க ஆரம்பித்தது. "இதென்ன, இன்று புது தினுசா யிருக்கிறதே, பஜனை!" என்று பார்த்ததும், பின்புதான் காரணம் தெரிந்தது. மந்திர சக்தி கொண்ட பாரதி வாக்குக்கு, மனிதர்கள் மனதில் ஊடுருவிப் பாயும் சக்தியும் இருப்பதை அன்று கண்டோம்.

ஏழை படும் துயரம்

கிராமங்களில் ஏழைகளது வீடு காற்றோட்ட மில்லாமலும் வெளிச்சமின்றியும் தான் இருக்கும், சுகாதார வசதிகளே கிடையா. அக்கிரஹாரத்தில் ஒருவருக்குக் காலரா, வைசூரி முதலிய நோய் கண்டால், தொத்து நோய் எல்லா வீடுகளுக்கும் பரவி, மனிதர்களைச் சூறையாடி விட்டு, அதற்கே சலித்துப் போய் நின்றால்தான் நின்றது! அதைத் தடுப்பதற்குச் சுகாதார அதிகாரிகளோ, கிராமத்தவர்களோ முயற்சி யெடுக்க மாட்டார்கள். சுமார் இருபது பேராகிலும் இறந்த பிறகு அவ்வூர் மாரியம்மனுக்குக் 'கொடை' நடத்துவார்கள். அவ்வளவுதான். சமீபத்தில் ஆஸ்பத்திரியும் கிடையாது. அருகிலுள்ள நகரங்களுக்குச் சென்று வைத்திய உதவி பெறுவதற்கு அநேகரிடம் பணமும் இராது. மூட நம்பிக்கைகளுக்கும் அநாகரிக வழக்கங்களுக்கும் மட்டும் குறைவே கிடையாது. தங்களுக்கு தெரியாது; தெரிந்தவர்கள் சொன்னாலும் கேட்கமாட்டார்கள்.

கடையத்தில் 1918ஆம் வருஷம். கார்த்திகை பிறந்தும் அடை மழை நிற்கவில்லை. அமாவாசைக்கு முந்தின தினம் இரவு பன்னிரண்டு மணி இருக்கும். ஒரு வீட்டில் 25 வயதுடைய வாலிபன் மூன்று நாளாக வாந்தி பேதியினால் அவஸ்தைப்பட்டு, எழுந்திருக்கச் சக்தியற்று, இப்பொழுதோ இன்னும் சிறிது நேரத்திலோ உயிர் பிரியும் நிலையில் படுக்கையின்றி ஒரு கிழிந்த வேஷ்டியை விரித்து ஒரு மணைக் கட்டையைத் தலைக்கு வைத்துப் புரண்டு கொண்டிருக்கிறான். அவனது இளம் மனைவி கவலையோடு புருஷனுக்கு வேண்டிய சிசுருஷைகளைச் செய்து வருகிறாள். பத்து மாதக் குழந்தையொன்று தொட்டிலில் கிடக்கிறது. மூலையில் குத்துவிளக்கு முணுக் முணுக்கென்று எரிகின்றது.

அவ்வாலிபன் அடிக்கொரு விசை வாந்தி யெடுப்பதும், மனைவியையும் குழந்தையையும் அன்போடு பார்ப்பதுமாக இருந்தான். வீட்டில் பெரியவர்கள் கவலையோடு ஒரு மூலையில் உட்கார்ந்து இரகசியமாகப் பேசிக் கொண்டும், கொட்டாவி விட்டுக் கொண்டும் உட்கார்ந்திருந்தனர். அப்பாவுக்கு இந்தச் சமாசாரம் அப்பொழுதுதான் எட்டிற்று. அவர் தெருக் கோடியில்

ஒரு வீட்டில் வசித்து வந்தார். உடனே வந்து பார்த்தார். நிலைமை பரிதபிக்கத்தக்க வண்ணம் இருந்தபடியால் வருத்தமும் சினமும் கரை மீறி எழுந்தன.

அவன் விதி அவ்வளவு தான்!

"என்ன மருந்து கொடுத்தீர்கள்?" என்று வீட்டாரிடம் கேட்டார்.

"கிஷாயம் போட்டுக் கொடுத்தோம், வைத்தியன் சொன்னபடி" என்றார்கள்.

"மேற்கொண்டு என்ன செய்யப் போகிறீர்கள்?" என்றார்.

"செய்வதென்ன? அவன் விதி இவ்வளவுதான்!" எனவும், பாரதிக்குக் கோபம் மிஞ்சி விட்டது.

"கிராமத்தோர்களே! வாருங்கள்!" என்று சத்தம் போட்டுக் கூப்பிட்டார். தெருத் திண்ணையில் உறங்கிக் கொண்டிருந்த சிலர் வந்தனர்.

சகோதரர்களே! மூன்று நாளாக வாந்தி பேதியினால் துன்புற்று, சரியான மருந்தும் கொடாமல் மனிதன் அவஸ்தைப் படுகிறான். நீங்கள் யாவரும் அவனுக்குப் பந்துக்கள் என்று மட்டும் பேர் வைத்துக் கொண்டு, ஓர் உதவியும் செய்யாமல் நிம்மதியாகத் தூங்குகிறீர்களே? இது நியாயம்தானா? உடனே யாராவது புறப்பட்டுப் போய் ஒரு புட்டி சாராயம் வாங்கி வந்து, அவனுக்குக் கொடுத்தால் ஒரு வேளை குணமாகலாம்" என்றார் பாரதி.

"இவ்வூரில் சாராயம் அகப்படாதே!" என்றனர் பந்துக்கள்.

"கள்ளுக்கடைக்குப் போய்க் கள்ளாவது வாங்கி வாருங்கள்" என்று பாரதியார் கெஞ்சினார்.

ஒருவரும் இவரது பேச்சைக் கவனிக்கவில்லை. சில கிழவர்கள் ஏளனச் சிரிப்போடு, "போடா போ! உனக்கு வேலையில்லை! ராத்திரி 12 மணிக்குத் தெருவில் வந்து கூப்பாடு போடுகிறான், தூக்கத்தைக் கெடுத்து!" என்று முணு முணுத்துவிட்டுச் சென்றனர்.

உடனே கண்ணில் நீர் பெருக, "பராசக்தி! என்று எனது நாட்டு மக்களுக்கு நல்ல புத்தி வரும்? விதி, விதியென்று முயற்சி யில்லாமல் சோம்பேறிகளாய், மூடர்களாய்க் காலங் கழிக்கின்றார்களே! வியாதிக்கு மருந்து கொடுக்கச் சொன்னால் 'விதியிருந்தால் பிழைப்பான், இல்லாவிட்டால் சாகட்டும்' என்கிறார்களே! என்ன

கொடுமை!" என்று பாரதி அலறி விட்டு, வீடு திரும்பாமல் அந்தக் கொட்டும் மழையில் ராத்திரி 12 மணிக்குப் பத்து மைல் தூரமுள்ள பாபவிநாசத்திற்குக் கால்நடையாக நடந்து சென்றார், மனச் சாந்தி பெறுவதற்காக. அந்தோ! விடியற்காலம் நான்கு மணிக்கு அவ்வாலிபன் உயிர் துறந்தான்.

பெயர் விநோதம்!

எங்கள் வீட்டில் எல்லாருக்கும் இரண்டு மூன்று பெயர்கள் உண்டு. ஜெர்மனி தேசத்தவரின் ஒற்றுமையும் ராஜவிசுவாசமும், வீரமும் நாட்டன்பும் பாரதி மனதைக் கவர்ந்தன. வீரர்களான கெயிஸர், அவரது சேனாதிபதி ஹிண்டன்பர்க் முதலியோரிடம் பாரதியார் அபிமானமும் மதிப்பும் கொண்டார். அதனால் அந்த ஜெர்மனி நாட்டுப் பெயர்களில் கூட மோஹம் உண்டாயிற்று.

"நமது மாப்பிள்ளையின் பெயர் 'கடபுட கடபுட கண்டா' என்றிருக்கும்" என தமாஷாகக் கூறுவார். அதாவது, பெயரைக் கேட்ட அளவிலேயே, சுறுசுறுப்பும் உற்சாகமும் தொனிக்க வேண்டுமென்று. நமது நாட்டு வீரத்தெய்வங்களாகிய கண்ணன், ராமன் என்ற பெயர்களோடு மக்கள் தூங்கு மூஞ்சிகளாகவும் அன்னக் காவடிகளாகவும் அடிமைகளாகவும் இருப்பது அவருக்கு வெட்கத்தையும் அருவருப்பையும் உண்டாக்கியது. எங்கள் வீட்டில் சரீர பலத்தைப் பொறுத்த மட்டில் எங்கள் தாயாருக்குத்தான் முதல் பரிசு கொடுக்க வேண்டும். நாங்கள் எல்லோரும் வாய் வீரர்கள்தான். "உடலைச் சிங்கம்போல வலி யுள்ளதாகச் செய்யவேண்டும். விசையுறு பந்தினைப்போல்" லாகவ சக்தி வேண்டும். ஆனால், எல்லாம் பிரார்த்தனை மட்டில்தான் நின்றது.

ஆயினும் நாங்கள் சில சமயம் தேகப் பயிற்சி செய்வதுண்டு. அந்தச் சமயம் என் பெயர் 'தங்க சிங்!' என் தங்கையைப் 'பாம் பாம்' என்று அழைப்பார். சாதாரணமாக எப்போதும் என்னை 'ராஜா' என்றும், என் தங்கையைப் 'பாப்பாக் கிளி' யென்றும் அழைப்பார். சங்கீதப் பாடம் நடக்கும்போது வேறு பெயர். ஒருநாள் சென்னையிலிருந்து நண்பர்கள் ஏழெட்டுப் பேர் அப்பாவைப் பார்ப்பதற்கு வந்திருந்தார்கள். எங்களது பாட்டுக் கச்சேரிக்கு மிருதங்கம் வாசித்தவர் புதுவை ஆசிரியர் ஸ்ரீ நா. சுப்பிரமணிய அய்யர், அபார வித்வான். அவரது தம்பி கஞ்சிரா வாசிப்பார். தம்பூர் சுருதியுடன் மேற்படி நண்பர்களுக்குப் பாடிக் காண்பிப்பதற்குக் கச்சேரி ஆரம்பமாயிற்று.

சேஷண்ணா! வைத்தி!

"சேஷண்ணா! வைத்தியை அழைத்து வா சீக்கிரம்!" என்றார் அப்பா. நான் சென்று என் தங்கையை அழைத்து வந்தேன். வந்திருந்த நண்பர்கள் சேஷண்ணாவையும் வைத்தியையும் சிறிது நேரம் எதிர்பார்த்தார்கள். ஒன்றும் தெரியாமல் விழிக்கலாயினர். உடனே அப்பா சிரித்துக்கொண்டு, "சுவாமிகளே! என்ன யோசிக்கிறீர்கள்? நமது பெரிய குழந்தைக்குச் சரீரம் சன்னமானது. வீணை சேஷண்ணாவைப்போல குரலில் நயமும் இழைப்புக்களும் கமகங்களும் உண்டு. பாப்பாவுக்குச் சாரீரம் கனம். மஹா வைத்திய நாதய்யரைப் போல் கம்பீரமாகத் தங்கு தடையின்றி மேல் ஸ்தாயியில் கஷ்டமின்றிப் பாடுவாள். அவ்விருவரும்தான் சேஷண்ணாவும் மகா வைத்தியும்" என்றார்.

நண்பர்கள் குலுங்கக் குலுங்க நகைத்தனர். பின்பு அபிநயத்தோடு கச்சேரி நடந்தது. மகா காளியின் ஊழிக் கூத்து. அப்பா அபிநயித்தார். நண்பர்கள் மெய்ம்மறந்து ஆனந்த வாரிதியில் ஆழ்ந்தனர்.

கடவுள் காதலால் கவலை தீரும்

நாமெல்லோரும் அடிக்கடி கஷ்டத்தில் மாட்டிக் கொள்கிறோம். இன்னது சரி, இன்னது தப்பு என்று தெரிந்து கொள்வதே சிரமமாகத்தானிருக்கிறது. நாம் சோர்ந்து, நொந்து, வாழ்நாள் இருண்டு ஒன்றுக்கும் உதவாதென்று நினைக்கிறோம்.

மனக் கவலையைப் பற்றிப் பாரதியார், "வைத்தியர்களின் கண்ணுக்குக் கூடப் புலப்படாத விஷக் கிருமிகளுக்கு உண்டான சக்தியைக் காட்டிலும் அதிக சக்தி படைத்த" தென்று கூறியிருக்கிறார். மன நோயைப் பார்ப்பதற்கு அசிங்கமான சொறி சிறங்குக்கு ஒப்பிடலாம். இந்த வியாதி மனிதருக்கு வருவதன் மூல காரணம், மறுக்கவேண்டிய ஒரு விஷயத்தைப் பற்றி மிதமிஞ்சி நினைப்பதே யாம். சுகதேகிகளும் கூடத் தவிர்க்க முடியாமல் ஒரு விஷயத்தில் தலையிட்டு மூளையை அதிலே ஈடுபடுத்திக் குழப்பி, இப்படிப்பட்ட வேதனையில் அகப்பட்டுக் கொள்கிறார்கள்.

மனத்தின் பலஹீனம் உடம்பைத் தாக்குவதால், நாம் அதிகத் தளர்ச்சியடைகிறோம். வைத்தியர்கள் சரீரத்தின் சில வியாதிக்கு

இட மாறுதல் வேண்டுமென்கிறார்கள். மன வியாதிக்கும் ஒரு முழு மாறுதல் அவசியம். மனத் திடமில்லாதவர்கள் அருகிலுள்ள ஆலயங்களுக்கோ, திடமுள்ளவர்கள் பகவானைத் தியானிப்பதிலோ நினைவை மாற்றினால், அதுவே நோய்க்கு மருந்தாம்.

ஒரு நாள் மாலை 3 மணிக்குப் பாரதியை மேலே சொன்ன நோய் பீடிக்க ஆரம்பித்தது. இந்த நோய் வரும்பொழுது நாம் மற்றவரைச் சிடுசிடுப்பதிலும் எரிந்து விழுவதிலும்தான் சாதாரணமாய் நமது துயரை வெளிக் காண்பிக்கிறோம். ஆனால் பாரதியாரோ, "குழந்தைகளே! எனக்கு உடம்பு சரியில்லை; யார் வந்தாலும் மாடிக்கு வரவிடக்கூடாது. ஹரி ஹர பிரும்மாதிகளானாலும் சரி" என்று உத்தரவிட்டுச் சென்றார்.

ஒரு மணி நேரமாயிற்று. சோதனைபோல் *ஸ்ரீ வ.வே.சு. அய்யர்* வந்து சேர்ந்தார். அவசர அவசரமாக மாடிப் படியேற ஆரம்பித்தார். *ஸ்ரீ மஹா விஷ்ணுவின் ஆக்ஞையினால், ஸனகாதி முனிவர்களை உள்ளேவர விட மறுத்த துவார பாலகர்களின் நிலையை நாங்கள் அடைந்தோம்.* பின் சிறிது தயக்கத்தோடு, "அய்யரே! அப்பாவுக்கு உடம்பு சரியாயில்லை. ஒருவரையும் பார்க்க முடியாதென்று சொல்லி யிருக்கிறார்" என்றோம்.

"அப்படியா? என்னைக் கூடவா?" என்று சிறிது வியப்போடு கேட்டார்.

நாங்கள் என்ன பதில் சொல்வதென்று தெரியாமல் விழித்துக்கொண்டு நின்றோம்.

அதற்குள் கையில் ஒரு காகிதத்தோடும் உற்சாகமான முகத்தோடும் அப்பா வந்து ஐயரை வரவேற்று, அப்போது இயற்றிய கண்ணன் பாட்டைப் பாடிக் காண்பித்தார்:

"தூண்டிற் புழுவினைப்போல் – வெளியே
சுடர் விளக்கினைப் போல்
நீண்ட பொழுதாக – எனது
நெஞ்சந் துடித்த தடி.."

கனவு கண்டதிலே – ஒருநாள்
கண்ணுக்குத் தோன்றாமல்
இனம் விளங்க வில்லை – எவனோ
என்னகந் தொட்டு விட்டான்.

மகாகவியுடன் கூடி வாழ்ந்தவர்களின் குறிப்புகள் ✪ 179

உச்சி குளிர்ந்ததடீ! ஸகியே
உடம்பு நேராச்சு
மச்சிலும் வீடு மெல்லாம் முன்னைப்போல்
மனத்துக் கொத்ததடீ."

நவராத்திரி

மற்றொரு சமயம் என் தாயார் பகவத் கீதை, சியாமளா தண்டகம் முதலியவற்றை மனப்பாடஞ் செய்து கொண்டிருந்தார். அவருக்கு ஸம்ஸ்கிருதம் அர்த்தந் தெரியாதாகையால், உச்சரிப்பு ஸ்பஷ்டமாயில்லை. அப்பா மாடியிலிருந்து இதைக் கவனித்தார். உடனே கீழேயிறங்கி வந்து, "செல்லம்மா! இதைக் கேள். பகவத் கீதையை நீ ஸம்ஸ்கிருதத்தில் பாடஞ் செய்ய வேண்டாம். நான் எழுதிய தமிழ்மொழி பெயர்ப்பு உயர அலமாரியில் இருக்கிறது. அதைப் படித்தால் போதும். பகவானை எந்தப் பாஷையில் வேண்டுமானாலும் ஸ்தோத்தரிக்கலாம். தெரியாத பாஷையில் அனர்த்தத்தோடு கஷ்டப்பட்டுக் கொண்டு திண்டாட வேண்டாம்" என்றார்.

என் தாயாருக்கு இவ்விஷயம் ருசிக்கவில்லை. "நன்றா யிருக்கிறது நீங்கள் சொல்வது! அடுத்தகத்து நாட்டுப் பெண் வரலக்ஷ்மி விருதத்துக்குப் பாடினது போலல்லவா இருக்கும்!" என்றாள்.

"அதென்ன விஷயம்?" என்று அப்பா கேட்டார்.

"மாமியாருக்கு ஸம்பிரதாயங்களில் ரொம்ப நம்பிக்கை. அம்மனை அழைக்க, குறைந்தது இரண்டு டஜன் பாட்டுக்களாவது சொன்னால்தான் திருப்தியடைவாள். புதிதாக வந்த மருமகளைப் பாடச் சொன்னாள். அவள் 'அப்பா பரதேவதே! எங்கள் ஆத்துக்கு வாடியம்மா. எனக்குப் பாடத் தெரியாது' என்று சொல்லி ஹாரத்தி எடுத்தாளாம்! அதுபோல எனக்கென்னவோ வெறும் வார்த்தைகளால் பகவானை ஸ்தோத்தரிப்பது பிடிக்கவில்லை. தவிரவும் பகவத் கீதையாவது தமிழில் இருக்கிறது. சியாமளா தண்டகம் எப்படிச் சொல்வது" என்று என் தாயார் கேட்டாள்.

"சரி. நான் சொல்லிக் காண்பிக்கிறேன். அதுபோல நீயும் பாடம் பண்ணு" என்று கூறி, கேதார கௌள ராகத்தில்,

"ஜய மாதங்க தனயே! ஜய நீலோத்பலத்யுதே! ஜய ஸங்கீத ரஸிகே!
ஜய லீலா சுகப்ரியே! ஜன ஜனனி!"

என்று கடல் மடை திறந்தாற்போல் சுலோகத்தைச் சொல்லி அர்த்தமும் உரைத்தார்.

பாட்டு முடியும் வரை "பாரறியோம் விண்ணறியோம்" என்று தான் கூற வேண்டுமே தவிர வேறு விதத்தில் வர்ணிக்க முடியாது. நாங்கள் யாவரும் மெய் சிலிர்த்துப் புளகாங்கித மடைந்து, "ஞான முளைத்துப் படர்ந்ததோ! அதிலே எழு புட்பச் சுகந்தமோ! மறை நாமகள் வித்தைப் பிரசங்கமோ" என்று சந்தோஷித்தோம். உண்மையில் அந்த அநுபவத்தைக் கூற வேண்டுமானால், என்னால் முடியாது. பின்வரும் உபமானத்தால் ஒருவாறு ஊகித்துக் கொள்ளலாம்.

காந்திஜியின் கிராமபோன் ரிகார்டு

அத்தைப் பாட்டி சுப்பம்மாள் மஹாத்மா காந்தியின் கிராமபோன் ரிகார்டு பேச்சின் அர்த்தத்தை ஒரு நல்ல படித்தவர் மூலம் கேள்வி யுற்றிருந்தாள். தற்செயலாக, ஒருவர் வீட்டில் அந்த ப்ளேட் பேசுவதைக் கேட்டாள். அவளது மனம் மஹாத்மாவின் பக்தி நிறைந்த உருக்கமான குரலில் வசியப்பட்டுவிட்டது. இங்கிலீஷ் ஏ.பி.ஸி.டி. கூட அவளுக்குத் தெரியாது. ஆயினும் பிரஸங்கம் என்னமோ அவளது மனதைக் கரைத்து விட்டது. ஆனால் படித்தவளல்ல வாதலால், தன் மனதிலுள்ளதை மற்றவர்கட்கு விவரிக்கத் தெரியாமல் தவித்தாள்.

அவளது ஸ்நேகிதையான ரங்கம்மாள் எதிர்ப்பட்டாள். அத்தையின் ஆவலை அடக்க முடியவில்லை. "ரங்கம்! காந்தி கிராமபோனில் பேசியிருக்காரே! என்னமாயிருக்கு, தெரியுமோ? அவ்வளவும் தத்துவம்! அதற்கு மேல் எனக்குச் சொல்லத் தெரியாது. ஒவ்வொரு வார்த்தையும் எவ்வளவு அழுத்தந் திருத்தம்!" "குடம்" "செம்பு" "கூஜா" என்றால் நமக்கு எப்படித் தெரிகிறது? அது போல இருக்குடி, அவர் ஸ்வாமியைப் பற்றிச் சொல்லியிருப்பது!" என்றார்.

இது வெறும் கற்பனையல்ல. உண்மையாகவே நடந்த சம்பாஷணைதான்.

அண்ணனும் தம்பியும்

பாரதியார் சிறு வயதில் அவர் தகப்பனாருக்குச் சிராத்தம் நடத்தினார்; பின்னால் அவரது அந்திய காலத்தில் ஓரிரண்டு சிராத்தம் செய்தார். எங்கள் சிறு தந்தை, பாரதியாரின் தம்பி ஸ்ரீமான் விசுவநாதய்யர், பி.ஏ., எல்.டி. படிப்பும் பட்டமும் பெற்றவர். ஆசார சீலர்.

ஒரு சமயம் அவர் சென்னை வந்திருந்தார். அப்போது அவர் தந்தைக்குச் சிராத்தம் வந்தது. சற்று அச்சத்தோடு தயங்கி, "அண்ணா,

நாளைக்கு அப்பாவுக்குச் சிராத்தம். தாங்கள் இருக்கும்போது நான் தனியே செய்வது முறையல்ல. அல்லது .... தங்களால் .... முடியாதென்றால் ... நான் செய்யட்டுமா?" என்று கேட்டார்.

"தம்பி, நானே செய்கிறேன். பயப்படாதே!" என்றார். தம்பியும் உவகையுடன் இருந்தார்.

மறுநாள் காலை வழக்கம்போல் க்ஷவரம் செய்து வைக்க நாவிதன் வந்தான். என் தாயாரும் சித்தப்பாவும் அவனிடம் சென்று, "அப்பா, இன்று திதி. எங்கள் வீட்டுக்குள் வராதே! நீ போய் விடு!" என்று அவனை நல்ல வார்த்தை சொல்லி யனுப்பினர்.

இதைக் கவனித்துக் கொண்டிருந்த பாரதியார், "சிராத்த தினத்தன்று க்ஷவரம் செய்து சுத்தமாயிருந்தால், அதனால் பிதுருக்களுக்குக் கோபம் வருமா, தம்பி! உன் மனதை இந்தச் சின்ன விஷயத்துக்காக வருத்தக் கூடாதென்றுதான் நான் இன்று க்ஷவரம் செய்து கொள்ளவில்லை" என்றார்.

புரோகிதர் கர்வ பங்கம்

பின்பு மணி பத்துக்கெல்லாம் புரோகிதர் வந்தார். மெயில் வண்டி வேகத்தில் மடமடவென்று மந்திரங்களை ஆரம்பித்தார். பாரதி நிதானமாக, ஒவ்வொரு மந்திரத்தையும் ஸ்பஷ்டமாக உச்சரிப்பதைக் கண்டு, புரோகிதருக்கு மனதில் அச்சம் உண்டாயிற்று.

"ஸ்வாமி! தாங்கள் ஓர் அன்னிய மதத்தினரைப் போன்ற வேஷத்தில் இருப்பதால், தங்களுக்கு ஸம்ஸ்கிருதம் தெரியாதென்று நினைத்தேன். தாங்கள் மந்திரங்களை உச்சரிப்பதைப் பார்த்தால் ஸம்ஸ்கிருதத்தில் அபாரமான பாண்டித்யம் தங்களுக்கு உண்டென்று தெரிகிறது" என்றார்.

"உச்சிக் குடுமி வைத்து, தொந்தி வயிறோடு இருப்பவர்களுக்குத்தான் ஸம்ஸ்கிருதம் நன்றாக வருமென்று எண்ணினீர் போலும்! நல்லது. இனிமேலாவது வெளி வேஷத்தைக் கொண்டு மனிதனை மதிப்பிடாதேயும்! கூடுமானவரை, தப்பிதமின்றி மந்திரத்தை அர்த்த புஷ்டியோடு சொல்லும். சாக்ஷாத் பிரஹஸ்பதி பகவான் ஸ்தானத்தை வகித்துக் கொண்டு, படித்தவர்களுக்கு ஒரு வகை, படிக்காதவர்களுக்கு ஒரு வகை என்றெல்லாம் தராதரம் பார்க்காமல், உண்மை ஒழுக்கத்தோடு இரும்" என்று பாரதியார் கூறி, யாவரும் கொடுக்கும் தக்ஷிணையைவிட இரு மடங்கு அதிகம் கொடுத்து அனுப்பினார். புரோகிதரும் மகிழ்ச்சியோடு சென்றார்.

சக்தி விசேஷம்

ஓர் நாள் ஒரு நண்பர் தந்தையாரைப் பார்க்க வந்தார். "ஸ்வாமி எத்தனையோ மதங்கள் இருக்கின்றன, ஒவ்வொரு மதத்திலும் எத்தனையோ பெயர்கொண்ட தெய்வங்கள் உண்டு. ஆனால் தாங்கள் சாக்த மதம் என்று கேள்விப்பட்டிருக்கிறேன். என்ன காரணத்திற்காகத் தாம் சக்தியை அதிகமாகத் தமது பாடல்களில் புகழ்ந்திருக்கிறீர்கள்" என்று கேட்டார்.

தந்தை நகைத்தார். 'நண்பரே தாங்கள் கேட்கும் கேள்வி நல்ல கேள்விதான். ஆனால் பதில் சொல்லி உம்மைச் சமாதான முறச் செய்ய அதிக நேரம் ஆகும். சம்மதமானால் கூறுகிறேன்.'

நண்பர்: எத்தனை நேரமானாலும் சரி. சம்சயம் தீர்ந்தால் அதுவே போதும் என்றார்.

தந்தை: ஸ்வாமி, முதலில் ஒரு கேள்வி. தாங்கள் நமது ஹிந்து தர்மத்தை ஆதரிக்கிறீர்களல்லவா?

நண்பர்: ஆம்.

தந்தை: சரி. நமது நாட்டில் தெய்வத்தைப் பரம்பொருளைப் பலவித வடிவங்களில் வணங்கினார்கள், ஆதிகாலத்து முனிவர்கள். அறிவுத் தெளிவைப் பெற்றவர்கள் அக்காலத்தவர்கள். அதனால் அவர்களுக்கு நல்ல அழகிய தோற்றமும், அழகிய குணங்களும் தான் புலப்படும். அவர்களுக்கு அகமும் புறமும் ஒன்றுதான். ஒரு ரிஷி சரஸ்வதியைத் தம்முன் கண்டு வணங்குவார். மற்றவர் அழகுத் தெய்வத்தை தமது மனத்தினுள் நிறுத்தி வழிபடுவார்; இன்னொருவர் சக்தியை வணங்குவார். எந்தத் தெய்வத்தை வணங்கினாலும் பொருள் ஒன்றுதான். ஈசா வாஸ்யோப நிஷத்தில் "எல்லா நிகழ்ச்சியிலும் கடவுள் இருக்கிறார்", "எதுவும் கடவுள்" என்று கூறுகிறது. ஆதலால் கடவுளை மலையிலும் வணங்கலாம், சிலையிலும் வணங்கலாம் இந்தப் பரம்பொருளை உனக்குள்ளேயே பார்க்கலாம். சத்யத்தில் நாட்டமுள்ளவனுக்கு சரஸ்வதி அதிதேவதை; காணுமிடந்தோறும் கலையழகைப் பெருக்கும் லக்ஷ்மியும், இந்த அகில உலகத்திலுமுள்ள அத்தனைகோடி பொருளினுள்ளே நின்று (வில்லையசைக்கும்) அவற்றையியக்கும் தன்மைகொண்ட ஒரு தெய்வத்தைச் சக்தி என்று வணங்குகிறோம். இப்பொழுது நம்மில் அநேகர் தெய்வத்தை பார்க்கக் கூடாத பொருள் என்றும் அறியமுடியாத வஸ்து வென்றும், தீண்டத்தகாத ஒரு சக்தி என்றும் நினைத்திருக்கிறார்கள்.

‘உள்ளத் தூய்மை’ என்ற பொருள் கொண்ட சரஸ்வதியை வீணை வாசிக்கும் பெண் என்றும், லக்ஷ்மி மலர்மேல் வசிக்கும் பெண் என்றும் பார்வதி மலை மகளான வேடப்பெண் என்றும் கருதி நம்மவர்கள் வாது பேசி தெய்வ வணக்கத்தை சண்டைக்குக் காரணமாக ஆக்கிவிடுகிறார்கள். போக மூர்த்தி யாகிய கண்ணனும் யோகநாதனாகிய சிவனும் துஷ்ட சம்ஹாரம் செய்யும் துர்க்கையும் ஒரே தெய்வம்தான். எனக்கு சக்தி என்ற பதத்தில் மோகம் அதிகம். அதைச் சொன்ன மாத்திரத்திலேயே உடலில் சக்தி ஏறும். மனம் சக்தியுறும். மதி வலிமையுறும். நானறியாமலேயே நான் பாடும் பாட்டுக்களை சக்தி தனக்கென்று ஆக்கிக் கொள்வாள். இதுதான் ரகசியம். நான் பரம் பொருளை சக்தி என்று வணங்குவதற்கு வேறு காரணம் இல்லை.

நண்பர்: ஸ்வாமி, தாங்களே சக்தி ஸ்வரூபம். பாரத சக்தியே பாரதி! என்று வணங்கிச் சென்றார்.

“நந்தலாலா”

புதுவையில் ஒரு நாள் நல்ல மழை. அடை மழை. நாங்கள் இருந்த வீடு நல்ல பெரிய வீடுதான். என்றாலும், அங்குள்ள வெள்ளைக்காரர், பிரஞ்சுக்காரர் முதலியோர் வசிக்கும் வீதிகளில் உள்ள அழகும் சுத்தமும் நமது வீதிகளில் இரா. சாக்கடைத் தண்ணீர் வீதிகளில் வழியும் போதும், நமது இளங் குழந்தைகள் அதன் மேலேயே நின்று கொண்டு விளையாடும்போதும் தந்தையாருக்கு மனம் வேதனையுறும். “தமிழர், அந்நாளில் உயர்ந்த கலைகளில் வெள்ளைக்காரருக்கும் மிஞ்சியிருந்த தமிழர் இன்று சிறிய வீடு கட்டிக் கொண்டு (வசிப்பதற்குக் கொஞ்சமும் வசதியில்லாத) எருமைகளைப் போல் ஈரத்திலேயே வாடுகிறார்கள். ஐயோ, ஈரத்திலேயே மனிதர் நின்று, படுத்து, உறங்கி, ஈரத்தின் விஷத்தினால் ஜுரமுண்டாகி மடிகிறார்களே” என்று நினைத்தவுடன் அவருக்கு உள்ளம் கொதிக்க ஆரம்பித்தது. எங்கள் வீடும் மழைக்காலத்தில் வருணனின் தாக்குதலுக்கு உள்ளான வீடுதான். பாப்பாவுக்கு அதனால் எப்போதும் ஜலதோஷம்தான். நாட்டின் நிலையும், வீட்டின் நிலையும் இருப்பதைக் கண்டு தந்தையாருக்குக் கடும் கோபம் உண்டாயிற்று. ஆனால், யாரிடம் கோபித்துக் கொள்வது? “கதைக்குக் கால் கிடையாது” என்பார்கள். அதேபோல் கோபத்திற்கும்

இடம், காலம் ஒன்றையும் கவனியாமல் தனது தாக்குதலைச் செய்யும் சுபாவம் உண்டு. தந்தையார், செல்லம்மா என்றழைத்தார். "ஏன்" என்று ஓடோடியும் வந்தார் தாயார். "இந்த வீடு மிகவும் ஈரமாயிருக்கிறது. வேறு வீடு வெள்ளைக்காரத் தெருவில் பார்க்க வேண்டும்; பணம் வேண்டும்" தாயார் திடுக்கிட்டுப் போனார். பின்பு சிறிது சமாளித்துக்கொண்டு, "எப்படி முடியும்? அந்தத் தெருக்களில் வீட்டு வாடகை அதிகமாயிருக்குமே." தந்தையார் மெய் மறந்த நிலையில் "அந்தக் கவலை உனக்கு வேண்டாம்" தாயார், "சரி ஒரு மாதம் அந்தத் தெருவில் குடியிருந்தால் போதுமா." தந்தை, "போதும்." தாயார் மனம் இதைக் கேட்டுச் சொல்லொணாத் துயரம் அடைந்தது. இடிக்கும் அஞ்சாத நெஞ்சமும் தளரும்படியான நிலைமை ஏற்பட்டு விட்டதே என்று உடனே மறு வார்த்தையின்றித் தன் கைக் காப்புக்கள் இரண்டு பவுன் நிறையுள்ளது கழற்றிக் கையில் கொடுத்தார். தந்தையார் பேசாமல் வாங்கிக் கொண்டு சென்றார். முருகேச பிள்ளையின் வீடு சென்றார். ஸ்ரீ ராஜாபகதூரும், அவர் தாயார் அண்ணி அம்மாளும் இருந்தார்கள். தந்தையார் சொல்லிய விஷயத்தைக் கேட்டு இருவரும் துயருற்றார்கள். தந்தையார் கேட்டபடி வெள்ளைக்காரத் தெருவில் வீடு பார்த்துக் கொடுக்கவும் அவர்களுக்கு அந்தச் சமயம் சவுகரியமற்றதாயிருந்தது. ஆனாலும் வீடு பார்க்கிறோம் என்று சொல்லித் தந்தையாரை அனுப்பி விட்டனர். தந்தையாருக்கும் கோபம் தணிந்து விட்டது. வீட்டுக்கு வந்ததும்,

"சுடுதலும் குளிரும்
உயிர்க்கில்லை
சோர்வு வீழ்ச்சிகள்
தொண்டருக்கில்லை"

என்று பாடிக்கொண்டிருந்தார். ராஜாபகதூரும் அம்மாவின் காப்பைத் திருப்பியனுப்பி விட்டார். தாயாரின் அன்பு தந்தையை மனம் குளிரப் பண்ணி விட்டது.

"வாழ்க மனைவியாங்
கவிதைத் தலைவி!
தினமு மிவ்வுலகில்
சிதறியே நிகழும்
பல பல பொருளிலாப்
பாழ்படு செய்தியை
வாழ்க்கைப் பாலையில்
வளர் பல முட்கள் போல்

பேதை யுலகைப்
  பேதைமைப் படுத்தும்
வெறுங்கதைத் திரளை
  வெள்ளறிவுடைய
மாயா சக்தியின்
  மகனே, மனைக் கண்
வாழ்வினை வகுப்பாய்
  வருடம் பலவினும்
ஓர் நாட் போல்
  மற்றோர் நாள் தோன்றாது
பலவித வண்ணம்
  வீட்டிடைப் பரவ
நடத்திடுஞ் சக்தி நிலையமே
  நன்மனைத் தலைவீ!"
என்று புகழ்ந்தார்.

"காயிலே புளிப்பதென்னே?
  கண்ணபெருமானே நீ
கனியிலே யினிப்பதென்னே?
  கண்ணபெருமானே."

இந்தப் பாட்டு பல இளைஞர்களின் மனத்தைக் கவர்ந்திருப்பதாகத் தெரிகிறது. இதேபோல "நந்தலாலாப்" பாட்டும் பலரது கவனத்தைத் தன்னிடம் இழுத்துக் கொண்டிருக்கிறது. பாரதி பாட்டில் எதை எடுத்துக் கொண்டாலும் பார்க்கப் பார்க்கச் சொல்லச் சொல்லக் கேட்கக் கேட்க புதுப் புதுக் கருத்துக்களும், அற்புதக் காட்சிகளும் தோன்றும். அவற்றில் உள்ள சக்தி, வேகம், பாவம் யாவும் படிப்பவர் உள்ளத்தை இன்ப வெறி கொள்ளச் செய்யும் தன்மை வாய்ந்தவை என்றால் மிகையாகாது. மேலே சொன்ன இரண்டு பாடல்களின் உட்பொருள் என்ன; அந்தப் பாடல்கள் எந்தச் சந்தர்ப்பத்தில் பாடப் பட்டவை என்று கேட்டுப் பலர் எழுதுகிறார்கள். எனவே அது பற்றி இந்தக் கட்டுரையிலேயே எழுதலாமென்று நினைக்கிறேன்.

"காற்றிலே குளிர்ந்த தென்னே
  கண்ணபெருமானே
கனலிலே சுடுவதென்னே
  கண்ணபெருமானே"

என்று பாடியது புதுவையில். ஆனால், "காயிலே புளிப்பதென்னே, கனியிலே யினிப்பதென்னே" என்ற அடிகள் கடையத்தில் இணைத்தவை என்று நினைக்கிறேன். இந்தப் பாட்டுக்கள் விஷயமாக முன்னொரு முறை எழுதியிருப்பதாக ஞாபகம். இருந்தாலும் சுருக்கமாகக் கூறுகிறேன்.

பள்ளிக்கூடப் பாடங்களுக்குக் கூட வைத்தியம், ஸயன்ஸ் சங்கீதம் முதலியவைகளுக்கும் பிராக்டிகல் என்று வைத்து அனுபவக் கல்வி அளிக்கிறார்களல்லவா? அதேபோல் வாழ்விலும், இன்பம், துன்பம், சூடு, குளிர், அழகு, விகாரம் இவைகளை அநுபவித்துப் பார்த்தால்தான் தெரியும் என்ற கொள்கை யுடையவர் தந்தையார். ஏழைகளின் துயரைக் கற்பனை செய்வதனால் மட்டும் கண்டுவிட முடியாது. ஹல்வாவும், மைசூர்பாகும் தின்றுவிட்டு, புளித்த கஞ்சி அரை வயிறு குடிப்பவன் நிலையை எப்படி உணர முடியும் என்று யோசித்துப் பல சோதனைகள் நடத்தியிருக்கிறார். அதற்காகவே அவர் பிரியமாய்ப்போட்டுக் கொள்ளும் 'லங்கோட்டையும், ஜரிகைத் தலைப்பாவையும் அவிழ்த்து விட்டு, சிறு நாலுமுழத் துண்டை உடுத்திக் கொண்டு வீதியில் நடப்பார். அழகிய குங்குமப் பொட்டை அழித்துவிட்டுப் பட்டை நாமம் போட்டுக் கொள்வார். பொரிக்கும் வெய்யலில் மொட்டை மாடியில் உலவுவார். பட்டினி கிடப்பார். கடையத்தில் நாங்கள் குடியிருந்த வீட்டில் ஒரு வேப்பமரம் உண்டு. அதன் பழங்களைத் தீண்டாத வகுப்புப் பிள்ளைகளும் மற்றும் ஏழைக் குழந்தைகளும் தினம் அதிகாலையில் வந்து பொறுக்குவார்கள். அவர்கள் வேப்பங் கொட்டையை எண்ணெய்க்கும், பழத்தைத் தின்னவும் உபயோகிப்பார்கள். வேப்பங் கொட்டை பொறுக்குவதிலும் அவர்கள் போட்டியிடுவார்கள். பலமற்ற சிறுவர்கள் ஏமாறிபோய் நிற்பார்கள். அவர்கள் கீழே கிடக்கும் காய்களையும் வாயில் போட்டு மெல்லுவார்கள். இதைக் கண்டு தந்தையாருக்கும் அந்தக் காயைத் தின்று பார்க்க ஆவலுண்டாயிற்று. தின்று பார்த்து அனுபவித்த ஆனந்தமே மேற்படி 'காயிலே புளிப்பதென்னே' என்ற அடிகளாக வெளி வந்தது. இனி நந்தலாலாப் பாட்டு. ஸ்ரீ ராமநவமி உற்சவத்திற்காகக் கடையத்தில் எல்லோரும் பஜனை செய்து வீதி வலம் வருவார்கள். அப்போது தினமும் பாட்டுச் சொல்லிக் கொடுக்கும் தொண்டருக்குத் தொண்டை கட்டி விட்டது. பஜனை அதனால் ரஸம் குறைந்திருந்தது. தந்தையார் அதற்காகப் பஜனை பாட்டு மெட்டிலேயே பார்க்குமிடந்தோறும் விளங்கும் பரம் பொருளைப் புகழ்ந்து பாடிய பாட்டு, அப்போது அவர் கண்ணில் பட்ட மரம், காக்கை, தீ, ஒலி முதலியவைகளையே நாராயணனாகக் கண்ட பாட்டு. அந்தப் பாட்டு அவர் பாடியதைக்

கேட்டவர் மெய் மறந்து புளகாங்கித முற்றனர். ஒரு மாதம் வரை எல்லாருடைய செவிகளிலும் "காக்கைச் சிறகினிலே நந்தலாலா" என்ற ரீங்காரம்தான்.

உண்மை சம்பவம்

1920ஆம் வருஷம் என்று நினைக்கிறேன். சென்னை துளசிங்கப் பெருமாள் கோவில் தெருவிலுள்ள பெரிய மாடி வீட்டில் வாயிற் புறமுள்ள அறையில் படுத்திருந்தேன். ஆறு மணியிருக்கும். என் புடவையின் மேல் தலைப்பை யாரோ பிடித்திழுத்ததுபோல் தோன்றியது. திடுக்கிட்டுக் கண் விழித்தேன். யாரோ ஈசலைப்போல் கேமாய்ப் பறந்து என் அறையிலிருந்து வெளியே போனாப் போலிருந்தது. உடனே எழுந்து வெளியில் வந்தேன். கூடத்தில் தந்தை உலாவிக் கொண்டிருந்தார். "அப்பா என்னை எழுப்பினீர்களா?" என்றேன்.

"இல்லையே" என்றார். சரியென்று பின் கட்டுக்குச் சென்று பார்த்தேன். வீட்டில் புருஷர்கள், குழந்தைகள், ஒருவரும் விழித்துக் கொள்ளவில்லையென்று தெரிந்தது. அந்த வீட்டில் நான்கு, குடித்தனக்காரர்கள் இருந்தார்கள். பெரிய ஸ்திரீகள் மட்டும் எழுந்து காப்பிக்காக அடுப்பு மூட்டிக் கொண்டிருந்தார்கள். தாயாரிடமும் கேட்டேன். அவரும் திடுக்கிட்டு நான் எழுப்பவில்லையே என்றார். என் மனம் என்னைச் சித்திரவதை செய்ய ஆரம்பித்தது. யார் இவ்விதம் செய்திருப்பார்கள்? அல்லது விழி துயிலின்போது ஏற்பட்ட மதிமயக்கமா, நமது வீட்டில் இருக்கும் ஆட்களும், நமது நண்பர்களும் இவ்விதமான இழி செயலைக் கனவிலும் நினையாதவர்களல்லவா? இப்படி இன்று நமக்குத் திடீரென்று ஏற்பட்ட அநுபவம் எதற்காகவிருக்கலாம்" என்று என் மனம் எண்ணமிட ஆரம்பித்தது. மனம் என்னும் பெண் சிறிது கலக்கம் கொண்டால் அவள் வைக்கும் ஒப்பாரிக்குத்தான் எல்லையுண்டா? இல்லாததும், பொல்லாததும், நடக்காததும், நடக்க முடியாததும் ஒப்பாரியாக வெளிவரும். இவ்விதம் குழப்பமுற்றதால் எனக்குக் காலை ஆகாரமும் பிடிக்கவில்லை. தந்தையாரும் எனக்காக நான் கவலைப்படாமலிருப்பதற்காக, சமாதானமாக, ஒருவரும் வரவில்லை. "நான்தான் கூடத்தில் காவலாயிருக்கிறேன்" பேயும், பிசாசும் அக்கள்ளருமென்றன் பெயரினைக் கேட்டவுடன் வாயுங்

கையுங் கட்டி அஞ்சி நடக்க ஆரம்பிப்பார்கள்," என்றெல்லாம் சொன்னாலும் அவருக்கு உள்ளூற யோசனைதான் என்பது அவர் முகத்திலிருந்து தெரிந்தது.

சிறிது நேரத்திற்கெல்லாம் வீதியில் கூக்குரல் உண்டாயிற்று. ஒருவனைப் பிடித்துக் கட்டினார்கள். நமது வீட்டுக்கே கொண்டு வந்தார்கள் அவனை. கூட்டமும் கூடி விட்டது. எங்கள் வீட்டில் குடியிருந்த ஒரு ராயருடைய போர்வை இன்று விடியற்காலம் திருட்டுப் போய்விட்டது என்று தெரிந்தது. அவர் போர்வையைக் கால்மாட்டில் போட்டுக் கொண்டு படுத்திருக்கிறார். வந்தவன் கதவுத் தாழ்ப்பாளை விலக்கிவிட்டு, என் அறையிலும் வந்து என் தூக்கத்தைச் சோதித்துவிட்டு, 'அகப்பட்டதைச் சுருட்டு' என்று ராயரின் போர்வையுடன் ஓடியிருக்கிறான் என்று நாங்கள் எல்லோரும் ஊகித்தோம். தந்தையாருக்கு இதைக்கண்டு மிகவும் வருத்தம் உண்டாயிற்று. என்னிடம் "அம்மா குற்றமில்லாதவன் உன் சாட்சியத்தினால் குற்றவாளியாகி விட்டால் நமக்குப் பெருந்துன்பம் நேர்ந்துவிடும் ஏழையின் கண்ணீர். கூரிய வாளைக் காட்டிலும் கொடுமை வாய்ந்தது. ஜாக்கிரதை. இவன் தானா உன் அறையில் தோன்றியவன் என்பதை நன்றாக யோசித்துச் சொல்" என்றார். நானும் தந்தையின் மொழிகளால் கலங்கினேன். "அப்பா அவன் திருடியிருக்க இப்போது நானல்லவா குற்றவாளியின் நிலையில் இருக்கிறேன்" என்றேன். தந்தை சிரித்தார். "ஆம், உண்மை பேசுவது கத்தி முனையில் நடப்பதற்கு சமானம்" என்றார். என் நிலை பெரிய தர்ம சங்கடமாகிவிட்டது. தந்தையார் ஒரு புறம் "யோசித்துச் சொல்" என்று கட்டளையிடுகிறார். போலீஸார் ஒரு புறம் இன்று காலையில் உன் அறைக்குள் வந்தவன் இவள்தானா என்று கேள்விமேல் கேள்வி போடுகிறார்கள். என் மனச்சாட்சி ஒருபுறம் என்னை வதைக்கிறது. கடைசியில் நான் ஒருவாறு துணிந்து 'ஐயா இன்று காலை, தூக்க மயக்கத்தில் நான் பார்த்தது இந்த ஆளைத்தான் என்று நினைக்கிறேன். ஆயினும் எனக்காகத் தாங்கள் ஒரு காரியம் செய்யவேண்டும். இவனை போலீஸ் ஸ்டேஷனுக்குக் கொண்டு போகுமுன், இவன் வீட்டை சோதித்துவிட்டால் நமக்குச் சந்தேகம் தீர்ந்துவிடும். இவனோ சமீபத்திலேயே தன் வீடு இருப்பதாகச் சொல்கிறான் எனவும் அவர்கள் சந்தேகத்தோடு திருடினவன் வீட்டில் போர்வையை வைத்திருப்பானா என்றனர். இருந்தாலும் பார்த்து விடுங்கள் என்று நான் வேண்டிக் கொண்டேன். அவர்கள் அரைமனத்தோடு போய்ச் சோதனையிடவும் ராயரின் போர்வை அகப்பட்டது. மற்றும் சில ஜரிகை அங்க வஸ்திரங்களும் அகப்பட்டன. அவன் புதிதாகத் திருட வந்தவனில்லை, பல நாளையத் திருடன்தான் என்பது

ஸ்திரமாயிற்று. அதைக் கேள்விப் பட்ட பின்புதான் எனக்கும் தந்தையாருக்கும் மனம் சாந்தியடைந்தது.

மாலைக் காட்சி

நான் காசியிலிருக்கும் போது ஒரு புஸ்தகப் பார்ஸல் வந்தது தந்தையாரிடமிருந்து. 'பாஞ்சாலி சபதம்' முதற்பாகம் மூன்று புஸ்தகங்கள் இருந்தன! எனக்கு, பெரியம்மாவுக்கு, அத்தைக்கு ஆக மூன்று புஸ்தகங்களைப் பிரித்தோம். நன்றாகப் பொருள் விளங்கவில்லை. மேலெழுந்தவாரியாகப் பார்த்தேன். அப்போதெல்லாம் பாட்டுக்கள்தான் அதிகம் பாடுவார்கள் பெண்கள். கவிதையில் அவர்களுக்கு மோகம் கிடையாது. நான் புஸ்தக முழுவதும் திருப்பினேன். எல்லாப் பாட்டுக்களும் 'நொண்டிச் சிந்து' வர்ண மெட்டிலேயே இருந்தன. எத்தனை நேரம் ஒரே ராகத்தில் பாடிக்கொண்டிருப்பது என்று சலிப்புத் தட்டியது. தொலையாத தூரத்திற்கு கட்டைவண்டியில் செல்வது போன்ற உணர்ச்சி தோன்றியது என் மனதில். அதனால் தந்தையார் அந்தப் பாடல்களுக்குப் பின்னால் எழுதியுள்ள, கருத்துக்களைக் கவனிக்கலானேன். 'பாஞ்சாலி சபதம்' என் அகக் கண்களுக்கு தருமரின் ராஜசூய யாகத்தின் சிறப்பையும், பொறாமை மனங்கொண்ட துரியோதனனையும், சதிகாரனான சகுனியின் தந்திரங்களையும், காட்டிற்று. மேலே கூறிய விஷயங்களினால் என் மனம் குழம்பித் தத்தளித்தது. ஆனால் திருதராஷ்டிரனின் வேண்டுகோளுக்கிணங்கிப் பாண்டவர்கள் அஸ்தினாபுரம் செல்லும் வழியில் அர்ஜுனனும், துரோபதையும் ஒரு தோட்டத்திலமர்ந்து களைப்பாறும் கட்டத்தில் என் மனமும் மிகவும் லயித்து விட்டது. அவ்விருவரும் ஒன்றாக அநுபவித்த மாலைக் காட்சி, வான ஸௌந்தரியம் என் மனத்தை விட்டகலவில்லை. ஓர் நாள் நித்திரையில் கனவு. நான் பிதற்றியிருக்கிறேன். "நீல ஏரிகள்! கரும்பூதங்கள்! எத்தனை தீப்பட்டெரிவன! எரிந்துடும் தங்கத் தீவுகள்! எத்தனை செம்மை! எத்தனை கருமை! தங்கத் திமிங்கிலம்! இருட் கடல்! ஒளித்திரள்! கருஞ் சிகரம்!" என்றெல்லாம். பெரியம்மா விரைவாகத் தட்டி என்னை எழுப்பினாள். "என்னடி உளறுகிறாய்? என்ன தீவு? ஏது பூதம்? எங்காவது பயந்து கொண்டாயா?" என்று கேட்டு விட்டு விபூதி எடுத்து நெற்றியிலிட்டாள். எனக்குச் சிரிப்பும் பயமும் சேர்ந்து வந்தன. பெரியம்மாவின் பயத்தைக் கண்டு சிரிப்பு.

அவள் கோபிப்பாளென்று பயம். பின்பு மெதுவாகச் சொன்னேன். "பூதம் ஒன்றுமில்லையம்மா. 'பாஞ்சாலி சபத'த்தில் வானத்தின் வர்ணனை வருகிறது பார். அது என் மனதிற்குப் பிடித்திருந்தது. ஆனால் கனவிலும் அதையே புலம்பியிருக்கிறேன்." என்றேன்.

காசியில் வீட்டில் அநேக நாகடங்களும், கதைகளும் நாவல்களும் இருந்தன. எல்லாப் புஸ்தகங்களையும் வாசித்திருக்கிறேன். அதில் வரும் கதா நாயகன், நாயகி, சம்பாஷணைகளும், செய்கைகளும் என் மனத்தில் அருவருப்பையும், பயத்தையும் தான் கொடுக்கும். ஆனால் 'பாஞ்சாலி சபதம்' என் குழந்தை மனத்திற்கு எவ்விதம் தோன்றியது என்பதை ஒரு காட்சியாகச் சித்தரித்துக் கூறுகிறேன்.

மாலை அஸ்தினாபுரத்தையடுத்த சோலை. காதலருக்குள் ஏதோ சம்பாஷணை நடக்கிறதே! அர்ஜுனன் துரோபதியிடம் கண்ணே, முத்தே, மானே, மயிலே, என்று பிதற்றவில்லை. அவளுடன் சேர்ந்து பிரகிருதி தேவியின் அற்புத ஸௌந்தர்யத்தை அநுபவித்து மகிழ்கிறான். அவனது கண்களுக்கு சூரியனும், மேகங்களும், எவ்வண்ணம் காட்சியளிக்கின்றன.

அருச்சுனன்: அன்பே, இது வரை வழியில் வந்த களைப்புக்கள் யாவையும், இந்த மாலை வேளையும், மந்த மாருதமும் போக்கிவிட்டன. இந்த உலகத்தேவியின் வனப்பை என்னால் அளவிட முடியாது. கண் கொள்ளாக் காட்சி. மேலே பார் வானத்தை.

பாஞ்சாலி: ஸ்வாமி, வானத்தில் மேகங்கள் தானே வர்ணங்களைப் போர்த்து உலாவுகின்றன. தங்களுக்கு அவைகள்பால் ஏன் இத்தனை மோகம்?

அரு : கண்ணே, போர்வையா அது. பராசக்தியின் ஜகன்மாதாவின் சித்திர விளையாட்டு. அழகின் குவியல் அந்தத்தின் அரும் பொருள்கள்!

பாஞ்சாலி: நாதா, தங்கள் கலைக் கண்களுக்கு வானில் தோன்றும் மேகங்களும் புது மாதிரியாகத் தோன்றுகின்றன போலும்! எங்கே, அவை உங்களுக்குத் தோன்றும் காட்சிகளை ஒன்று சேர்த்துக் கூறுங்கள்.

அரு: பெண்ணே, நீ கேட்பது சரி. இந்த வர்ணக் காட்சிகளைச் செய்ய, நாம் எத்தனை ஐசுவரியம் செலவழித்தாலும் இதுபோல் அமைக்க முடியுமா? இலவசமாகப் பார்த்து மகிழும் படி நமக்கு

இயற்கையன்னை அருளிய காட்சிச் செல்வங்கள் இவை. அவன் ஒரு பெரிய கலைக் கடல். அழகுத் தெய்வம்.

பாஞ்: நாதா! தங்களுக்குக் காணப்பட்ட காட்சிகளை எனக்கும் விவரமாகக் கூற வேண்டும்.

அரு: நன்று. பாடுகிறான்.

"கோபமும் குணமும்"

தந்தையார் கோபத்தில் ருத்ரன். ஸம்ஹார மூர்த்தியைப் போல் விளங்குவார். "எந்தையும் தாயும் மகிழ்ந்துகுலாவிய" எட்டயபுரத்தில் தந்தையார் வசித்த வீடு பெருமாள் கோவில் தெருவிலுள்ள சிறுவீடு. அரண்மனையில் தினந்தோறும் இரவு நேரத்தில் தந்தையார் அதிக நேரம் தங்கி விடுவார். வீடு வர ஒரு மணியாகும். தாயாருக்குச் சிறு வயது. பிறந்தகத்தில் செல்லப் பெண். அதனால் தந்தையார் வரும் வரை விழித்திருக்க இயலாது. தூங்கி விடுவார். தாம் வரும் சமயத்தில் எதிர்பார்த்து வரவேற்கவில்லையென்று தந்தையார் கோபமுறுவார். ஒரு நாள் தந்தையார் கதவை இடித்துப் பார்த்ததும் கதவு திறக்கவில்லை. கையும் வலித்தது. அவருடன் கூட வந்த நண்பர்கள் கேலிசெய்தனர். 'நீயோ கவி தானே. தாள் திறக்க பாடல் பாடு' என்றனர். திடீரென்று கண் விழித்தார் தாயார். வாயிலில் பேச்சுச் சத்தம் கேட்டது. பயம் நெஞ்சை அடைத்தது. உடம்பு வெட வெட வென்று உதறலெடுத்தது. ஓடிச் சென்று தாழ்ப்பாளை விலக்கினார். நண்பர்கள் நகைத்துக் கொண்டே வீடு சென்றனர். தாயார் எவ்விதத் தாக்குதலையும் எதிர்பார்த்து நின்றார். தந்தை இடி நகை நகைத்தார். திரும்பி முற்றத்தைப் பார்த்தார். மண் முற்றமானதாலும், இலேசாக நனைந்திருந்ததாலும் காலடிச் சுவடுகள் நிறைய இருந்தன. 'யார் வந்திருந்தார்கள் இங்கு?' என்றார். 'ஒருவரும் வர வில்லையே' உன் ஸ்நேகிதைகளின் அடிகளா? பின் ஏன் இத்தனை அடிச்சுவடுகள்? தாயாருக்கும் கோபமும், ரோஸமும் பொத்துக் கொண்டு வந்தன! அதிக புத்திசாலியாயிருப்பதும் மற்றவர்களுக்கு ஹிம்சை தான்! என்று மனதில் எண்ணினார். ஆனால் எப்படிச் சொல்வது? தாயாரை அழைத்து ஒவ்வொரு அடியிலும் கால்வைக்கச் செய்து பார்த்தார். அவர் மனம் சமாதானம் அடைந்தது. சந்தேகமும் தீர்ந்தது. போஜனம் செய்து கண்ணயர்ந்தார். மறுநாள் காலையில் நண்பர்கள் வந்தார்கள். இவரது சுபாவத்தை நன்குணர்ந்தவர்கள்; ஆகையினால்

'நேற்று இரவு புயலும் மழையும் ரொம்ப அதிகமாயிற்றோ? அல்லது எரிமலையும் அக்கினிக் குழம்பைக் கக்கிற்றா? என்று சங்கேதமாக தந்தையர் கோபத்தைப் பற்றி விசாரித்தார்கள். தந்தை நகைத்துக்கொண்டே "நான் கும்பமுனி யென்பது உங்களுக்குத் தெரியாதா?" என்றார். நண்பர்கள் "புதுத் தமிழ் கண்ட அகத்தியன் நீ யென்பது தெரியும். ஆனால்...."

தந்தை "நம் வீட்டில் தினம் வாதாபி வதம் நடக்கும் எனவும், நண்பர்கள் விழித்து, "அது என்ன விஷயம் விளங்கச் சொல்" என்றார்கள்.

"இது தெரியவில்லையா? கந்த புராணக் கதையிலுள்ளது. வில்வலனும், வாதாபியும் சகோதர அரக்கர்கள். அகஸ்திய முனியை வஞ்சித்துக் கொல்ல எண்ணிய அரக்கர் சரியான சதி செய்தனர். வில்லவன் ஒரு முனிவராக மாறினான். வாதாபி ஆடாக மாறினான். அகஸ்தியர் செல்லும் பாதையில் ஒரு பர்ண சாலையும் தோன்றியது. சூதறியா முனிவர் அங்கு வந்தார். அர்க்ய பாத்யங்கள் உபசரித்து அளித்தான் அரக்கன். அறுசுவையுடன் கூடிய உணவளிப்பேன் தேவரீர் கருணை புரிய வேண்டும் என்று வேண்டிக் கொண்டான். வாதாபியை வெட்டிக் கறி செய்து சமைத்தான். வாதாபி ஜீர்ணமாகி விட்டான். சகோதரன் வெளி வராததைக் கண்டு கோபமுற்ற வில்லவன் அகஸ்தியரைக் கொல்லவந்தான். அவனையும் அதம் செய்து வழியே சென்றார். அகஸ்தியர் தேவர்கள் மகிழ்ந்தனர்.

நானும் வில்வலனாகவும், அகஸ்தியனாகவும் இருப்பேன்; என் கோபம் தாங்காமல் என் மனைவி மடிந்தவள்போல் ஆகிவிடுவாள். உடனே எனது அன்பு மொழிகள் அவளை புத்துயிர் பெறச் செய்யும்; கோபம் கோர உருவம் கொண்டு எழும் சமயம் அந்த முனிவரைப்போல் அதை ஜீரணிக்கும் சக்தி மட்டும் எனக்கு இல்லை என்றார்.

கவிஞனும் கவிதையும்

இன்று நாடு சுதந்திரம் அடைந்து விட்டது. நாம் அதைப்பார்த்துப் புளகாங்கிதமுறுகிறோம். நமது கண்கள், ஆனந்தக் கண்ணீர் சொரிகின்றன. "செந்தமிழ் நாடென்ற போதினிலே இன்பத்தேன் வந்துபாயுது" என்ற உணர்ச்சி எல்லாருக்கும் ஏற்பட்டுவிட்டது.

"சுதந்திரம் வேண்டும்" என்று தீர்மானித்து, அதை யடைவதற்கு அரும்பாடு பட்ட தியாகிகள் நமது நாட்டில் எத்தனை பேர்? எத்தனை குடும்பத்தார்? எங்கள் வீட்டில், சுதந்திரச் சங்கம், முன்பே ஊதிவிட்டது. பாரத மாதாவிற்கு, ஹிருதய சிம்மாதனத்தில் இடமளித்து, "சுதந்திரக் கொடியேற்றி அந்தத் தாயின் மணிக்கொடி அசைந்தாடும் காட்சியை அற்புதக் கவி பாடி நாங்கள் விழாக் கொண்டாடினோம். பகிரங்கமாக யாவரும், தாயின் மணிக்கொடி வணக்கம் செய்யும் நாள்; இன்று உண்மையாகவே வந்துவிட்டது. அடிமையான சூழ்நிலையில், ஒரு சுதந்திரவீரன், எப்படியிருந்திருப்பான் என்பதை ஊகித்துப் பார்த்தால் தெரிந்து கொள்ளலாம். நகைபுரிந்து, இடர்களையெல்லாம் லட்சியம் செய்யாமல் சென்றவர் கவி பாரதி. தியாகம் செய்த, நாடு சுதந்திரம் அடையச் செய்த கவியின் மனோரதம் பூர்த்தியாகிவிட்டது. கவியின் வாழ்க்கை சம்பந்தமான சில ஞாபகங்களே இந்தக் கட்டுரை.

எங்கள் தந்தையார் அதிகநாள் எங்களுடன் இருக்கப் பாக்கியம் பெறாதவர்கள் நாங்கள். ஆனால், நான் சிறுவயதில், அவருடன், வாழ்ந்த சில நாட்கள் – என் மனதில் அப்படியே பதிந்து நிற்கின்றன. "இன்பமெனச் சில கதைகள். எனக்கேற்றமென்றும் வெற்றியென்றும் சில கதைகள் – துன்பமெனச் சில கதைகள், கெட்ட தோல்வியென்றும் வீழ்ச்சி யென்றும் சில கதைகள் – என் பருவம் என்றன் விருப்பம், எனும் இவற்றினுக்கிணங்க என்னுள்ள மறிந்தே–" அன்புடன் சொல்வார் தந்தை. அதனால் அற்புதமுண்டாய்ப் பரவசமடைவேன். அவ்வப்பொழுது தோன்றும் கவியமுதத்தை அள்ளிப் பருகும், பாக்கியம் பெற்றேன். கவிஞனின் குணாதிசயங்களையும், கவிதை எழுந்த சந்தர்ப்பத்தையும் கூறும் படி பல நண்பர்கள் என்னைக் கேட்கிறார்கள். நான் இழந்த நாட்களை யெண்ணிப் பார்க்கும் பொழுது பெரிய ஆச்சர்யமாகத் தோன்றுகிறது. கவிஞனுக்கு நல்ல உலகைப் பெருக்கில் தோன்றும் கவிதைகள் உயர்ந்தனவா? சோகத்தில் தோன்றும் கவிதைகள் உயர்ந்தனவா? என்றும் கேட்கிறார்கள்.

எனக்குத் தோன்றுகிறது. "சோகமே மிகச் சிறந்த காவியங்களை உலகிலே பண்ணக்கூடும்" என்று. உதாரணமாக வால்மீகி முனிவரையே எடுத்துக்கொள்ளலாம். தமஸா நதிக்கரையில் வேடனால் அடிபட்ட பறவைகளைக் கண்ட வால்மீகியின் மனம் துன்புற்றது. ராமாயணம் என்னும் மகா காவியத்தை இயற்றினார். இதைச் சொல்லும்போது ஒரு கதை ஞாபகம் வருகிறது. ஜப்பான் தேசத்தில் – இரண்டு கவிஞர்கள். அவர்கள் அண்ணனும் தம்பியும். புலவர்களுக்கு

ஏற்பட்ட சாபமான வறுமை அவர்களைத் தொடர்ந்தது, வெகு தினங்களாக உணவில்லை. உடுக்கத் துணியில்லை. ஓர் நள்ளிரவு. குளிர் காலம் பனி கொட்டுகிறது. அவர்கள் ஒருவரையொருவர் அணைத்துப் படுத்திருந்தனர்.

தம்பி: அண்ணா என்றான்.

அண்ணன்: என்ன சமாசாரம் அப்பா.

தம்பி: அண்ணே, விடிவு காலம் வந்து விட்டது.

அண்ணன்: (வறண்டுபோன குரலில்) என்ன விடிவு?

தம்பி: அண்ணே, சாவு வந்து விட்டது. உனக்குச் சந்தோஷம் தானே.

அண்ணன்: தம்பி, இதோ இந்த ஆகாயத்தைப் பார். வெண்பனிக் கூட்டத்தைப்பார். இந்த இருளில் இவை எத்தனை மகிழ்ச்சியுடன் உலவுகின்றன. இதனுடைய ஆட்சியெல்லாம் இன்னும் சில மாதங்களே. வசந்த காலம் வரும். இன்று நம்மை உலகத்தையே வெறுக்கப் பண்ணும் இந்தக் குளிர் காற்று அப்பொழுது நமக்கு இன்பத்தை யள்ளி யள்ளி வீசும், தென்றலாக மாறிவிடும். பனியோ பொய்யர்களின் புகழைப் போல் இருந்த விடந் தெரியாமல் மறைந்துவிடும். பனியால் வாடிய – உயிரினங்கள் புத்துயிர் பெற்று விடும். எங்கும் இனிய தோற்றம். இன்ப வெள்ளம் – தம்பி, சாவை நான் வரவேற்கவில்லை.

தம்பி: அண்ணா நீதான் கவிஞன். இத்தனை இடர் மிகுந்த சமயத்திலும் உன் மனம் இன்பக் கற்பனை செய்கிறது.

அண்ணன்: தம்பி, நீயே கவிஞன். உண்மையின் தன்மையை உணர்ந்து போற்றும் நீ தான் உண்மையான கவிஞன் என்றானாம்.

கவிகளின் வாழ்க்கை வரலாறே அநேகமாக சோகரஸத்தில் தோய்ந்திருப்பதைப் பார்க்கலாம். – தந்தையாரும், சாவின் நடுவிலும் இன்பத்தைக் கண்ட மேலே சொன்ன ஜப்பானியக் கவிஞர்களைப் போல துன்பத்தின் முடிவில் இன்பத்தைக் கண்டவர். அவர் கவிதை உயர்ந்த கவிதையாக இருப்பதற்கு இதுவேதான் காரணம்.

சாதாரண மனிதர்களாகிய நமக்கு துன்பத்தின் நடுவே இன்பத்தைக் காணுதலும், எந்த நிலையிலும் தடுமாற்றமில்லாமல் போகவும் முடிவதில்லை. பாரதியார் கவி மட்டுமல்ல. தத்துவஞான....

உள்ளும் புறமுமாய் ... தெல்லாம் தானாகும் ... மொன்றுண்டாமதனை ....மென்பார் வேதியரே.

என்று பாடியிருக்கிறார். இதில் ஞான ஒளி பளிச்சிடுகிறது. ஆனால் இன்னொரு பாட்டில் சிந்து நதியின் மிசை நிலவினிலே – சேர நன்னாட்டிளம் பெண்களுடனே – சுந்தரத் தெலுங்கினில் பாட்டிசைத்துத் தோணிகளோட்டி விளையாடி வருவோம்" என்றும் – எடுத்த காரியம் யாவருக்கும் வெற்றியளிக்கும்படிக்கும் பாடியிருக்கிறார். வேதாந்திகள், இந்த உலகின்பத்தைத் தேடும் பாரதீயை – ஞானியென்று ஒப்புக் கொள்வார்களா? சில நண்பர்கள் பாரதியாருக்கு ஸ்திரீ மோகமதிகம் இல்லாவிட்டால் இப்படிக் காதல் பாட்டாகப் பாடிக் குவித்திருப்பாரா என்று ஐயுறுகிறார்கள். இது வெறும் பிசகான எண்ணம். பரமாத்மாவோடு ஒன்றுறக் கலந்து நிற்பதே ஞானிகளின் தன்மை. "புலன்களை கடிவாளமிழந்த குதிரையைப் போல் விடாமல் ஒருமைப்படுத்தி வைத்தால் அவை .... விடுதலை பெறலாம்" ..... பாரதியார் நம்பிக்கை. .... தெய்வமின்றிப் .... ஊர்வனவும், ... நேரே தெய்வம். .... முயிர் வகை மட்டுமின்றி இங்கு பார்க்கின்றபொரு ளல்லாந் தெய்வங் கண்டீர். வெயிலளிக்கு மிரவி – மதிவிண்மீன் மேகம் மேலுமிங்கு பலபலவாந் தோற்றங் கொண்டே இயலுகின்ற ஜடப் பொருள்களைத் தெய்வம் எழுதுகோல் தெய்வமிந்த எழுத்துந் தெய்வம்."

இந்த மாதிரி எல்லாப் பொருளிடத்தும் பரமாத்மா தரிசனம் கண்டவர். அந்தக் காலத்து ஞானிகள் உடம்பை வெறுத்து, மனைவி மக்களை வெறுத்து காடு செல்வதையே – முக்தி மார்க்கமாகக் கொண்டிருந்தனர். தந்தையரோ ஈசாவர்ஸ்யோப நிஷத்தில் உள்ளபடி – எல்லாவற்றையும் தானாகக் காண்பது – எல்லாவற்றிலும் இனிமையைக் காண்பது – அவரது சொற்சித்திரத்தைப் பாருங்கள்.

மனிதர் இனியர் – ஆண் நன்று. பெண் இனிது, குழந்தை இன்பர். இளமை இனிது. முதுமை நன்று. உயிர் நன்று. சாதல் இனிது.

இப்படியிருந்தால் கடவுளைக் காண முடியுமா? முடியும் என்பது அவர் துணிபு.

உண்மைப் பொருளைக் காண வேண்டி, கரை கடந்த வேட்கையுடன் தவித்தார். அல்லும் பகலும் இவை யத்தனை கோடி பொருளினுள்ளே நின்று வில்லை யசைக்கும் காளியை – கண்டார் எப்படி?

பார்க்கும் மரங்களில் அவள் பச்சை நிறத்தைக் கண்டார். காக்கைச் சிறகினிலே – எரியும் தீயினுள் – கேட்கும் ஒலியில் – பரம் பொருளைக் கண்டார்.

ஆண், பெண், பாம்பு – பறவை, காற்று, கடல், ஞாயிறு வீட்டுச் சுவர் ஈ, மலையருவி – குழல் – கோமேதகம் வண்ணான் – குருவி – மின்னல் – பருத்தி – மூடன் – புலவன் இரும்பு – வெட்டுக்கிளி இவை போன்ற, நாம் தினம் பழகும் ஒவ்வொரு பொருளினிடத்தேயும் சென்று அவற்றை அறிந்து – அன்பு செலுத்தி – அவற்றுடன் கலத்தல். இது சுலபமான வழியாகத் தோன்றியது அவருக்கு. அதனால்தான் கடவுளைக் காண்பதற்கு:–

“காவித் துணி வேண்டாம்
கற்றைச் சடை வேண்டாம்
பாவித்தால் போதும்
பரம நிலை யெய்துதற்கே.”

கையாலாகாதவன் கோபம்

அயர்ந்த நித்திரையிலிருந்தார் தந்தையார். நித்திரை செய்யும் சமயம் ஒரு சிறு சத்தம் கேட்டாலும் விழித்துக் கொள்வார். மத்தியான வேளைகளில் தினம் அவர் விழித்தெழும் வரை வீட்டில் எல்லோரும் வாய்மூடி மௌனிகளாகவே யிருப்போம். இருந்த போதிலும் இளமையின் பேரார்வம் காரணமாக அன்று சற்று இரைந்து பேசிக்கொண்டிருந்தோம். அப்பொழுது பெண்களின் முன்னேற்ற சம்பந்தமாக எங்களுள் சம்பாஷணைகள் நடைபெற்றன. அடிமைப்படுத்தி வைத்திருக்கும் ஆண்களை நினைக்குந்தோறும் ஆத்திரம் பொங்கிக் கொண்டு வரும். மனத்தில் இருக்கும் கொதிப்பு வாக்கிலும் ஜ்வாலை வீசுமல்லவா? கசுமுசுவென்று ஆரம்பித்த எங்கள் பேச்சு மேடைப் பிரசங்கமாக மாறி, கடைசியில் சந்தைக் கூக்குரல் ஸ்தாயியில் வந்து நின்றது. அப்பொழுது நாங்கள் உணர்ச்சி வசத்திலிருந்ததால், சத்தத்தைக் கவனிக்க முடியவில்லை. “தடதட” என்று திடீரென்று சத்தம் கேட்டது. இரண்டு நிமிஷம் பொறுத்து மறுபடியும் அதே சத்தம். விஷயம் தெரியாமல் விழிக்கலானோம். மறுபடியும் “படீர், படீர், படீர்” என்ற பெருஞ் சத்தம் எழுந்தது. நான் பயத்தினால் நடுங்கியே

போனேன். ஏனெனில், அந்தச் சத்தம் தந்தையார் படுத்திருந்த அறையின் கதவுகளைப் "படீர்" என்று அறைந்ததால் என்பது தெரிந்ததனால். "இடியோசை கேட்ட நாகம்" என்பார்களே அந்த நிலையிலிருந்தேன். ஐயோ, என்ன தவறு செய்தோம். தந்தையாருக்கு அபராதம் இழைத்து விட்டோமே என்ற பச்சாதாபம் வேறு என்னை வதைக்கலாயிற்று. என் தாயார் நான் படும் அவஸ்தையைக் கண்டும், சிறிது கோபத்தோடு, "கையாலாகாதவன் கோபம் கதவோடே" என்பார்கள் அதுபோலிருக்கிறதே உங்கள் அப்பாவின் செய்கை என்றார். இதைக் கேட்டுக்கொண்டே நாங்கள் இருந்த கூடத்திற்கு வந்துவிட்டார் தந்தை. "நலங் கூறி இடித்துரைக்க உங்கள் தாயாரைப் போல் ஒருவருக்கும் தெரியாது" என்றார். நான் தடுமாறி 'என்ன' என்றேன். எனது பதற்றத்தைக் கண்டு தந்தையார் "என்னம்மா இத்தனை பயம்? தைரியமாயிரு" என்று முதுகில் தட்டிக் கொடுத்தார். அசாத்ய முன் கோபம் இருந்தாலும் அடுத்த க்ஷணமே கோபம் முழுதும் சாந்தமாக மாறி அருள்புரியும் ஆற்றல் தந்தையாரிடம் அதிகம். தன் பிழைகளை ஒவ்வொரு கணமும் திருத்திக் கொள்பவரல்லவா? தான் நித்திரை செய்து கொண்டிருந்த பொழுது நாங்கள் பேசியது அவர் செவிகளுக்கு எவ்வண்ணம் இன்பம் அளித்தது என்பதை எங்களுக்கு உணர்த்துவதற்காகவே கதவுகளை இவ்விதம் இடித்துக் காண்பித்ததாகச் சொல்லி, சிரித்தார். நான்,

"விற்பிடித்து நீர்கிழிய வெய்த
வடுப்போலே மாறுமே
சீரொழுகு சான்றோர் சினம்"

என்றேன்.

தந்தையார்,

"குற்றம் மறந்து குணத்தை
போற்றல் அறிவுடமை"

என்றார்.

ஒரு சமயம் ஒரு பொதுக் கூட்டத்திற்கு எல்லோரும் போய்க் கொண்டிருந்தோம். மாலை வேளை. எங்களோடு தந்தையாரின் சிஷ்யகோடிகளும் வந்து கொண்டிருந்தார்கள். தந்தையார் எப்பொழுதும் விழிப்பாகவே யிருப்பார். போகும் வழி குறுகலாயிருந்தது. முதலில் தந்தையாரும், சீடர்களும், பின்னால் தாயாரும், அவர் பின்னே நானும் சென்றோம். எனக்குப் பின்னால்

ஒரு இளைஞர் வந்து கொண்டிருந்தார். எனக்குப் பகீர் என்றது, தந்தை யாருக்கு இந்த விஷயம் பிடிக்காது என்று. நண்பரோ இதைச் சிறிதும் கவனிக்கவில்லை. ஏதோ பேசவும் ஆரம்பித்தார். நாங்கள் பொதுக் கூட்டம் சென்று திரும்பும்போது தந்தையார் திடீரென்று திரும்பி என்னிடம் "என்னம்மா காலில் முள்தைத்து விட்டதா" என்றார். நான் மறுமொழியே சொல்ல வில்லை. திருவள்ளுவர் தம் மனைவியிடம் மத்யானத்தில் விளக்கேற்றச் சொன்னதாகவும், பழைய சோற்றை விசிறி கொண்டு வீசச் சொன்னதாகவும் கதை வாசிக்கிறோம். அதேபோல சில சமயம் விசித்திரமான கட்டளைகள் இடுவார் தந்தை. பின்னால் நடந்து வருவது தவறு என்று சுட்டிக் காண்பிப்பதற்காகவே முள் தைத்துவிட்டதா? என்றார். நான் மடமடவென்று முன்னால் நடந்துவிட்டேன்; மேற்படி இளைஞர் வெட்கமடைந்தார்.

"யாருக்கும் தோழன்"

தந்தையாரைப் பற்றி அறிந்தவர்கள் அவர் சகாக்களையும் சற்று தெரிந்துகொள்வது அவசியம் என்று நினைக்கிறேன். ஸ்ரீ வ.ரா., நாகசாமி இவர்களைப் போன்ற இளைஞர்கள் எப்போதும் தந்தையாருடன் இருப்பார்கள். தற்காலத்தில் "பாரதிதாசன்" என்று புகழ்படும் கனக சுப்புரத்னம் விகடமாகப் பேசுவார். முன்னேற்றத்தில் ஆர்வம் கொண்ட நா. சுப்பிரமணிய அய்யர், சங்கீத சிகாமணி சாமிநாதய்யர் (மேற்படியார் தம்பி), அன்புப் பணி செய்யும் அம்மாக்கண்ணுவிலிருந்து ஆத்ம விசாரணை செய்யும் அரவிந்தர் வரை எல்லாரும் தந்தையாரின் தோழர்தாம். மிளகாய் பழச்சாமி (இவர் சந்யாஸி), குள்ளச்சாமி, கோவிந்தசாமி, கடோற்கசன், முத்து கிருஷ்ணன், இவர்களைத் தவிர கடித மூலமாகப் பேசும் நண்பர்கள் பலர். அறிஞர் வ.உ. சிதம்பரம் பிள்ளை, ஆங்கில அறிஞர் கஸின்ஸ், அனிபெஸண்ட், மகாமகோபாத்யாய உ.வே. சாமிநாதய்யர் அவர்கள், சோமசுந்தர பாரதியார், பிரதம மந்திரி மாக்டனால்ட் முதலியவர்கள் குறிப்பிடக் கூடியவர்கள். எதனால் இந்த நண்பர்களைப் பற்றிய ஞாபகம் ஏற்பட்டதென்றால், புதிய நண்பர் ஒருவர் என்னிடம் வந்து பின் வரும் கேள்விகளைக் கேட்டார்: – "ராஜாஜி புதுவைக்கு வந்து உங்கள் வீட்டில் விருந்துண்டதாக சென்ற வருஷம் எட்டயபுரத்தில் பாரதி ஞாபகார்த்த அஸ்திவார

விழாவன்று பேசினாரே, பாரதி உணவில்லாமல் அநேக நாட்கள் பட்டினியிருந்தார் என்று கேள்விப்பட்டிருக்கிறேனே, ராஜாஜி சொல்லிய விஷயம் வாஸ்தவமான செய்திதானா?" மற்றும் பாரதி சந்திரனைப்போல் இருந்தார் என்றார். நாங்கள் பாரதியென்றால் வறுமையால் வாடி மெலிந்த எலும்புக்கூடு போன்ற உருவம் என்று எண்ணியிருந்தோம். தற்போது பத்திரிகையில் காணப்படும் திருவுருவப்படமும் எங்கள் அபிப்ராயத்தையே ஊர்ஜிதப்படுத்துகிறது என்றார். நான் நண்பரே, "தந்தையாரைப் பார்ப்பதற்கென சென்னையிலிருந்தும், வெளியூர்களிலிருந்தும் நண்பர்கள் திரள் திரளாக வருவார்கள். எனக்கு அப்போது சிறு வயது. ராஜாஜியும் வந்து விருந்துண்டிருக்கலாம். எங்கள் வீட்டில் எப்போதுமே வறுமைத் தாண்டவம் நடமாடாது. தந்தையார் பிராமண தருமத்தை உள்ளபடி அநுஷ்டித்து வந்தபடியால் சில சமயம் அரிசித் தட்டு ஏற்படும். ஆனால், என் தாயாரின் முழு உழைப்பினால் அந்த சிரமங்களைச் சமாளித்துக் கொள்வோம். ராஜாஜி அவரைச் "சந்திரன்" என்று கூறியது மிகவும் உண்மை. இளமைப் பருவத்தில் சாமுத்திரிகா லக்ஷணத்தில் வகுத்திருக்கும் வண்ணம் அமைந்திருந்தது அவர் உருவம். கொடிய கஷ்டங்களினால் பின்னர், அவர் சரீரம் இளைத்துக் கறுத்தது. அதனால்தான் தாம் கூறுவது போல் தற்சமயம் போட்டோக்களில், நைந்த உருவம் பார்க்கிறோம்" என்றேன். நண்பர் சென்றார். நானும் தந்தையார் நண்பர்களைப் பற்றி எண்ணமிடலானேன். எல்லோரும் தந்தையாரிடம் அளவற்ற அன்பு பூண்டவர்கள். ஒரு சமயம் ஸ்ரீ.வ.உ. சிதம்பரம் பிள்ளையவர்கள் தந்தையாரைப் பலமாகக் கண்டித்திருந்தார். ஒரு கடிதத்தில், விஷயம் வேறொன்றுமில்லை. "நவதந்திரக் கதையில் மனிதர்களைக் கதையில் புகுத்துவதை விட்டுவிட்டு, மிருகங்களைப் புகுத்தியிருக்கிறாயே. இது நன்றா யிருக்கிறதா? ஹாஸ்யமும் வரை கடந்தால் உதவாது. நீ இவ்விதம் மென்மேலும் எழுதி வந்தால் தமிழ் நாட்டாரின் மதிப்பை இழப்பதோடு, பரிகாசத்திற்கும் இடமாவாய்" என்ற தோரணையில் இருந்தது அக்கடிதம். எங்களுக்கெல்லாம் அந்தக் கடிதம் மிகுந்த வருத்தத்தைக் கொடுத்தது. தந்தையார் 'ஞான ரதம்' எழுதியவுடன் மண்ணுலகம் ஒன்றுக்கு இணை உலகத்திலேயே கிடையாது என்றெல்லாம் எழுதிய உற்சாகமளித்த அன்பர் இப்படி எழுதியிருக்கிறாரோ என்று. தந்தையாரோ மற்றவர்களுக்காகக் கொள்கையை விடமாட்டார்.

"ஆருயிர் நண்ப,

நலங்கூறி இடித்துரைக்கும் உங்கள் வார்த்தைகள் என் காதில் தேன் போல பாய்ந்துவிட்டன. இத்துணை அறிவாளியான

தங்களுக்கு மிருகங்களின் மேல் ஏன் இத்துணை பகைமை? அவைகளும் நம்மைப் போல் காரியாம்சத்தில் இறங்கி விட்டால் நமது ஜனங்கள் அவைகளுக்கும் பின்னால் தங்கி விடுவார்களோ என்ற வருத்தத்தினாலேயே இவ்வண்ணம் எழுதியிருக்கிறீர்கள் போலும்!"

என்றவாறு பதில் எழுதினார். அதற்கு ஸ்ரீ பிள்ளையவர்கள்

"அன்புள்ள மாமா,

உன் கலைச் சுவையை அறிந்து கொள்ளாமல் எழுதினேன். மன்னிக்கவும்" என்று எழுதினார். பாரதியாரை அனைவரும் போற்றுகிறார்கள். தமிழ் நாட்டில் எத்தனையோ அபிப்பிராய பேதங்கள் தோன்றி மறைந்து விட்டன. ஆனால், பாரதியை மட்டும் எல்லோரும் ஒன்று போல் அன்பு செலுத்துகிறார்கள்.

"நினைப்பதும் நடப்பதும்"

அன்று தைப் பொங்கல். ஊரெங்கும் மகர தோரணங்களாலும், மஞ்சக் குலைகளாலும் அலங்கரிக்கப்பட்டிருந்தது. எங்கு நோக்கினும் மஞ்சக் கொத்துகளும், கரும்புக் கழிகளுமே காட்சியளித்தன. வீடுதோறும் பால் பொங்குகின்ற அந்த நாளன்று, என் வீட்டிலும் பால் பொங்கிற்று. என் கணவரும், விருந்தை முடித்துக்கொண்டு, வெளியே புறப்பட்டார். கணவர் வெளியே சென்றதும் வாசற் கதவை படீரென்று சாத்திவிட்டு கூடத்திலுள்ள ஈஸிசேரில் குப்புற விழுந்தேன். என்னை அறியாது என் கண்களினின்றும், கண்ணீர் தாரை தாரையாக வழிந்தோடியது. என் உள்ளத்தில் ஏனோ, அன்று துக்கம் பொங்கியது. விம்மி அழவுந் திறங்கெட்டுப் போன என் நெஞ்சம் குமுறியது. ஈஸிசேரில் சாய்ந்த வண்ணம் எதையோ உற்று நோக்கிக் கொண்டிருந்தேன். என் கலங்கிய கண்களுக்கு, மேஜை மீதிருந்த சில கடிதங்கள் தான் காட்சியளித்தன. எனது கண்ணின் நீர்த் திவலைகளுக்கு நடுவே, அக்கடிதங்கள் மாறி மாறித் தோன்றி என்னை வதைத்தன. அக்கடிதங்களின் ஒவ்வொரு நயவஞ்சக எழுத்தும், என்னை ஏமாற்றிவிட்டதை நினைத்து, எள்ளி நகையாடின. ஏளனம் புரிந்தன. கட்டுக் கடிதங்களினின்றும் ஒரு கடிதத்தை உருவி, பிரித்துப் பார்த்தேன். "கண்ணே! உன் அன்பை நாடித் தவிக்கின்றேன். இல்லையெனில் சாதலை வேண்டுகின்றேன்.

நீ இல்லையெனில் எனக்கு இவ்வுலகம் இல்லை. உனது லட்சியம், உனது ஆவல் பூர்த்தி பெற முயற்சி செய்வேன். அதற்காகப் பாடுபடுவேன். ஆதலின் தாமதியாது, உடனே புறப்பட்டு வா.” மேற்கண்ட கடிதத்தைப் பார்த்து, பொய்யும், ஏமாற்றும் நிறைந்த இவ்வுலகத்தை நினைத்து மறுபடி என் நெஞ்சினின்று ஒரு பெருமூச்சு, சோகக் குரல் எழும்பியது.

“பெண்ணென்று சொல்லிடிலோ ஒரு
பேயு மிரங்குமென்பார் தெய்வமே நின
தெண்ண மிரங்காதோ துன்பக்
கேணியிலே.... எங்கள் பெண்கள் அழுத சொல்
மீட்டு முறையாயோ அவர்
விம்மி அழவுந் திறங் கெட்டுப் போயினர்”

என்ற பாரதி பாட்டின் அடிகள், எனது சோகக் குமுறலில், – தீன குரலில் எழும்பியது.

சிந்தனை அலைகள் என் மனக் கடலில் நர்த்தனம் புரிந்தன. என் இதழ்க்கடையில், ஏளனம் கலந்த, புன்னகை ரேகை நெளிந்தோடியது. அன்றொரு நாள் பால பருவம். சின்னஞ் சிறு கிளியாய், சிட்டுக் குருவியாய் – சுதந்திர வானில் – சிட்டாய்ப் பறந்த நன்னாள். கேட்கும் பொருளெல்லாம் கிடைத்து விடும் எனக்கு, பள்ளித் தோழிகளின் நட்பும் பெற்றோரின் பணி விடைகளும் இன்பத்தைத் தந்தன. துக்கம் என்ன என்பதையே அறியேன். இன்பச் சிகரத்தில் ஏறிக் களி நடனம் புரிந்து கொண்டிருந்த என்னை, துன்பக் கேணிக்கு அழைத்து வந்துவிட்டாள் அந்தயௌவன குமாரி. பதினாறாம் பிராயம் அடைந்துகொண்டிருந்த என்னை, யௌவனத்தின் பூர்ண சௌந்தரியமும் தழுவிக் கொண்டது. வாலிப பருவத்தின் செருக்கும், கர்வமும் படைத்த நான், எனது பருவத்தை எண்ணி இறுமாந்திருந்தேன். வாழ்க்கைக் கடலில் வரப் போகின்ற அந்தத் துன்ப அலைகளை யறியாது, என் இன்பத் தோணி அதன் மீது உல்லாசமாக மிதந்து சென்று கொண்டிருந்தது. அந்தச் சமயத்தில்தான் என் வரன் தேடு படலம் ஆரம்பமாயிற்று. என் தந்தை வரனுக்காக அலைந்து திரிந்தார். செல்லக் குழந்தையாக ஒரே அருமைப் பெண்ணாக வளர்ந்த எனக்கு, தகுந்த வரன் கண்டுபிடிப்பதில் அவர் மிகவும் சிரமப்பட்டார். கடைசியாகப் புலன் விசாரித்ததில் ஒரு வரன் – செல்வத்திலும், அழகிலும் தேர்ந்தவனாக இருப்பதாகத் தெரிய வந்தது. உடன், என் தந்தை வரனின் படிப்பு, அந்தஸ்து முதலியவற்றை விசாரித்து, பையனையே பெண் பார்க்க அழைத்துக் கொண்டு வந்து விட்டார். என் மனம் துள்ளி விளையாடியது. வரப்

போகும் மணாளனைப் பார்க்கப் போகிறோம் என்ற ஆசையினால் என் வாய் ஒரு பாட்டின் அடியை முணுமுணுத்தது. கூடத்திலிருந்து என் தந்தை "உஷா" என்று கூப்பிட்டதும், சடக்கென்று ஏதோ யோசித்தவளாய், கண்ணாடியை எடுத்து முகத்தைப் பார்த்தேன். பூசியிருந்த பவுடரை சரிபண்ணிக்கொண்டு, கால் சதங்கை ஒலிக்க, கூடத்திற்கு வந்தேன். தலை நிமிர்ந்து பாயின்மீது அமர்ந்திருக்கும் வாலிபரை நோக்கினேன். அவரது நேர்கொண்ட பார்வை என்னை ஒருகணம் உலுக்கியது. அவரது இதழ்க் கடையில், ஒரு புன்னகை தோன்றி மறைந்தது. இருவர் கண்களும் ஒரு நிமிடம் சந்தித்தன. அவ்வளவுதான். என் உள்ளத்தை அவர் கொள்ளை கொண்டு விட்டார். என் சங்கீதத்தைக் கேட்டு அகமகிழ்ந்தார். எனக்கு நாட்டியமாடத் தெரியும் என்பதை அறிந்து, எனது நடனத்தையும் கண்டு களிக்க அவர் விரும்பியதும், என் மனம் எல்லையற்ற மகிழ்ச்சி அடைந்தது. கால்கள் "ஜல்-ஜல்" என்ற சதங்கை சப்தம் ஒலிக்க, தாமாகவே களி நடனம் புரியவும், எனது வட்டக்கரிய விழிகள் நாலுபுறமும், வட்டமிடவும் தொடங்கிவிட்டன. 'சொல்ல வல்லாயோ', என்ற பாட்டிற்கு நான் அபிநயம் பிடித்த போது அவர் என்னையே உற்று நோக்கிக் கொண்டிருப்பதைக் கவனித்தேன். நடனம் முடிந்து, பிள்ளை வீட்டார் பிள்ளையின் சம்மதத்தைத் தெரிவித்து விட்டு வீடு சென்றனர். முகூர்த்தம் நிச்சயிக்கப்பட்டது. கல்யாணமும் வெகு விமரிசையாக நடந்தேறியது. வாழ்க்கைத் துணைவருடன் புறப்படப்போகும் நன்னாள் வந்தது. பிறந்தகத்தை விட்டுப் பிரியப் போகிறோம் என்பதை நினைத்ததும், என் மனம் தூண்டிற் புழுவெனத் துடித்தது. ஆயினும் கணவருடன் நடத்தப் போகும் இன்ப வாழ் நாட்களை நினைத்து, மனம் சமாதானம் அடைந்தது.

பம்பாய் மெயில் வெகு வேகமாகச் சென்று கொண்டிருந்தது. பல கற்பனைச் சித்திரங்கள், என் முன்னால் வெகு வேகமாகத் தோன்றி மறைந்தன. கனவு நனவாகப் போவதை என் லட்சியங்கள் யாவும் சித்தி பெறப்போவதை, எண்ணி அகமகிழ்ந்தேன். எனது ஆசை வேறொன்றுமல்ல. சங்கீதமும், நடனமும்தான். அதை மேன்மேலும் விருத்தி செய்து புகழ் பெறவேண்டுமென்ற அவா எனக்கு மிகுதியாக உண்டு. பம்பாயில் புதுமணம் கமழும் தம்பதிகளின் புதுக் குடித்தனம் ஆரம்பமாயிற்று. நாட்கள் உருண்டன. என் ஆசை ஒன்றும் நிறைவேறாததைக் கண்டு என் மனம் சஞ் சலமுற்றது. ஆயினும் கணவரின் பணிவிடைகளுக்காகத் தானே நாம் நேரத்தைச் செலவிடுகின்றோம் என்று மனத்தை ஆறுதல் செய்து கொண்டேன். ஆம்! என்று அவர் வாயிலிருந்து அவ்

மகாகவியுடன் கூடி வாழ்ந்தவர்களின் குறிப்புகள் ❂ 203

வார்த்தைகள் "நோட்டைத் தூர எறி, நீயும், உன் பாட்டும்," என்ற அப் படபடப்பான வார்த்தைகள் வெளி வந்தனவோ, அன்றுதான் அவர் மனத்திலுள்ளதை அறிந்தேன். அனலிலிட்ட புழுப்போல் துடித்தேன். உண்மையில் அவருக்குச் சங்கீதத்தில் பிரியமுண்டா, ஞானம் உண்டா, நடனக்கலையில் ஆர்வமுள்ளவரா? அன்று அவர் பெண் பார்க்க வந்தபோது, என் சங்கீதத்தைக் கேட்டுத் தலை யாட்டியதும், சபாஷ் கூறியதும், நடனத்தைக் கண்டு களித்ததும், உண்மையில் சங்கீத ரஸிகராய் இருந்ததனால் தானா! அல்லது அவையாவும் வெளி வேஷமா? சங்கீத ஞானம் உடையவரானால், ஆபீஸிலிருந்து வந்ததும் வராததுமாக, "போறும், நீயும் உன் பாட்டும். நோட்டைத் தூர எறி" என்ற அவ்வார்த்தைகள் தாம் வெளி வருமா இல்லை; அவ்வளவும் பொய் வேஷம் என்பதை நாட்கள் செல்லச்செல்ல நன்கு அறிந்தேன். நான் எப்போது பாடினாலும், வெளியே எழுந்து போய் விடுவார். நான் எப்போதாவது நாட்டியம் ஆடப் பார்த்தாரானால், "போதும் நாட்டியம், நம் குலத்திற்கு ஏற்றதில்லை" என்பார். இவ்வார்த்தைகளைக் கேட்கும்போதெல்லாம் என் மனம் அவரது பெண் பார்க்க வந்த படலத்தை, எண்ணி எண்ணி குமுறும். வெளி வேஷத்தைக் கண்டு மயங்கினேன். அதை உண்மை என நம்பினேன். என தாவிப்பூர்த்தி இவரே நமக்கு ஏற்ற கணவன் என எண்ணி மனம் பொய்த்துக்கொண்டேன். கடைசியில் மோசம் போனேன். எனது லட்சியக் கோட்டை தகர்த்தெறியப்பட்டது. கனவு சிதைந்தது. எல்லாம் என் பாழும் விதிதான். விதியை நினைத்துப் புலம்பி என்ன பயன்?

குருவியின் உபதேசம்

எங்கள் வீட்டு மாடியில் குருவிகளின் கூச்சல் பலமாயிருந்தது. எங்கள் தாயாருக்கு அது பெரிய தொந்தரவாயிருந்தது. தந்தையார் தமக்கு எது சாப்பிடக்கொடுத்தாலும் காக்கை, குருவிகளுக்குப் பகிர்ந்தளித்திடுவார். அதனால் அவைகளுக்கு நம் வீட்டில் சலுகை யதிகம். கீச், கீச் என்று கத்திக் கோஷமிடும். அவைகளின் கூச்சலில் தந்தையாருக்குத் 'தொக்க'ப் பொருள்கள் எல்லாம் தோன்றும். கவிதையுள்ளம் எதிலும் இன்பங் காணுமல்லவா? தந்தையார், குருவிகளின் பாஷையைத் தானும் கற்றுக் கொள்ள வேண்டுமென்று முயன்றார். குருவிகள் கீச் கீச் கீச் என்றன. தந்தையார் அதற்கு விடு,

விடு, விடு என்றார். தாயாருக்குக் கோபம் உண்டாயிற்று. "எதை விட வேண்டும், சாப்பாட்டையா, மனைவியையா, வீட்டையா, குழந்தைகளையா" என்று கேட்டார். தந்தையார் ஆவேசம் வந்தவர் போல் ஆத்திரமடைந்தார். "குருவி மனிதனைப்போல் சோம்பேறித்தனமாக மனைவி, மக்களை விட்டுவிட்டு 'காயமே இது பொய்யடா, காற்றடைத்த பையடா' என்று பாடிக்கொண்டு தெருப் பிச்சை எடுக்கச் சொல்லவில்லை. மற்றவரைத் துன்புறுத்தும் யோசனைகளில் மனத்தைச் செலுத்தச் சொல்லவில்லை. "பின் எதைவிடச் சொல்கிறது?" உள்ளத்தை, உள்ளத்தின் கட்டை அவிழ்த்து விடச் சொல்லுகிறது. வீண் யோசனையை விடச் சொல்லுகிறது. துன்பத்தை விடச் சொல்லுகிறது."

தாயார்: இது தமக்கே தெரிந்த விஷயம்தானே! இவற்றிடமிருந்தா நாம் கற்றுக்கொள்ளவேண்டும்? மனிதரை விட உயர்ந்த வாழ்க்கையை குருவி நடத்துகிறது. ஆத்மீக ஆராயச்சிகளையா குருவிகள் நடத்துகின்றன. எப்பொழுதும் வயிற்று ஞாபகமே கொண்டலையும் இந்தச் சின்னஞ் சிறு பறவைகளுக்கு இத்தனை மதிப்புக் கொடுக்கிறீர்களே.

தந்தை: எனக்கென்னவோ, தம்மைவிட அவைகள் கவலையற்றுத்தான் வாழ்கின்றது என்று தோன்றுகிறது. வெயிலும், மழையும், காற்றும் அவைகளுக்குச் சுகம் அளப்பதைப் போல் நமக்கு அளிக்கவில்லை.

தாயார்: கவிஞர்களே பொல்லாதவர்கள், ஒரு சிறு குருவிக்கு இத்தனை ஸ்தோத்திரம். இல்லாத கற்பனையினால்தான் இப்படித் தோன்றுகிறது. மனிதர் மட்டும் பயப்படுகிறார்கள் என்கிறீர்களே? குருவி பயப்படவில்லையா, அது வயிறு வளர்க்கவில்லையா, பிள்ளை குட்டி பெறவில்லையா, அதற்குப் பகையில்லையா, பூனை வந்தாலல்லவா தெரியும் குருவியின் தைரியம்?

தந்தை: நீ என்ன சொன்னாலும் சரி. நம்மைப்போல் வீண் கவலை அவைகளுக்குக் கிடையாது. நமது நெஞ்சை அரிக்கும் கவலைப் பூச்சி அவைகளை அணுகுவதில்லை. அதனால் கவலையின் காரணமாகத் தோன்றும் நோய்களும் அவைகளுக்கில்லை. ஆணும் பெண்ணும் சமம். எஜமானனும் அடிமையும் அவைகளில் இல்லை. குருவிக்கு வீடு உண்டு. தீர்வை கிடையாது. அன்பும் இன்பமும் கலந்த வாழ்க்கை அவைகளுடையது.

தாயார்: சரி: அப்படியானால் குருவியிடம் உபதேசம் பெற

வேண்டுமென்பது தங்கள் உத்தேசமா?

தந்தை: யாராயிருந்தால் என்ன? நமக்கு மனத்திற்குச் சாந்தியளிக்கும் யேசனை கூறுபவன் குருவானால் என்ன, குருவியானால் என்ன?

"விளையாட்டுக் கவிதை"

'கம்பன் வீட்டுக் கட்டுத்தறியும் கவி பாடும்' என்பது அநுபவம். அப்படியிருக்க, கவிஞரின் குழந்தைகளும் நண்பர்களும் கவிதை எழுதுவதில் ஆச்சரியம் ஒன்றிமில்லைதான். ஒரு நாள் நாங்கள் படித்துகொண்டிருக்கும்போது, "கவிதை எப்படி எழுதுவது" என்பது பற்றிச் சொன்னார் தந்தை. நாங்கள் யாவரும் சேர்ந்து கதம்பமாகக் கவிதை எழுதவேண்டும்.நாங்கள் ஒவ்வொருவரும் பதங்களை சொல்வதென்றும், தந்தையார் அவைகளை பொருத்தமாக அமைத்துக் கொடுக்க வேண்டும் என்றும் ஏற்பாடு. அந்தக் காலத்து நாடகப் பாட்டாகிய "ராம கந்தர்வனம் இதோ பார்" என்ற பாட்டின் வர்ண மெட்டில் பாடத் தீர்மானிக்கப்பட்டது முத்துகிருஷ்ணன் என்னும் நண்பர் ஆரம்பித்தார். "அம்மா என் மீதில் ஏதோ வர்மம்' தந்தை அந்த வாக்கியத்தை அநுமதிக்கவில்லை முதல் முதலாகத் தாயினிடம் இவ்விதம் பேசக் கூடாது என்றார். தன்னிடம் இரைஞ்ச மன்றாடந்தான் வேண்டுமா என்றார் நண்பர். தாயினிடம் கெஞ்சத்தான் வேண்டுமென்று நான் சொல்லவில்லை. ஆனால், கொடூரமாக மிரட்டக்கூடாது. நண்பர் யோசித்து, "சக்தியை நித்தமும் கொண்டாடு" என்றார். தந்தை சரி நீ சொல்லு அடுத்த வார்த்தை என்றார் என்னிடம். நான் "சஞ்சலம் நீக்கி" என்றேன். அடுத்தது பாப்பாவின் முறை. "அறிவை நாட்டி" என்றாள். இன்னொரு நண்பர் கவிதை வழியே அறியாதவர். அவர், தானும் ஏதாவது சொல்ல வேண்டுமென்ற ஆவலினால் "தைரியத்தைவிட்டு" என்றார். எல்லாரும் கொல்லென்று சிரித்தோம். தந்தையார் கூறி தைரியம் இல்லாவிட்டால் உலகத்தில் ஒரு காரியமும் நடத்த முடியாது. முன்னிய துணியில் லஷ்மி நடம் புரிவாள். அதில் தோல்வியடைந்தால் என்ன சொல்வது? என்று ஒரு வியாபாரி யோசித்தானானால் எவ்வித வியாபாரம் செய்ய முடியும்? எல்லா விஷயங்களுக்கும் தைரிய வார்த்தைச் சொல்லப்பா என்றார். நான் திக்குமுக்காடி 'சுகம் பெருக' எனவும் தந்தையார் "பலே" என்று மெச்சினார். பாட்டின் முழு வடிவமும் பின்வருமாறு:

கல்வெட்டு ராமாநந்தவனம் இதோ பார்"
சக்தியை நித்தமும் கொண்டாடு
சஞ்சலநீக்கி அறிவை நாட்டி
சுகம் பெருக (சக்தி)

..... மகிழ்ந்துயர் பக்தியுடன் சிவ
நர்த்தனமாடு நன்னெஞ்சே
முத்து மாலையும் ரத்ன ஹாரமும்
சக்தி பதத்திணைந்து பணிந்திடு
(சக்தியை நித்தமும் கொண்டாடு)

"இப்படி நாங்கள் கவிதை யெழுதிய சம்பவம் சமீபத்தில் ஏற்பட்ட ஒரு அநுபவத்தினால் ஞாபகத்திற்கு வந்தது. ஸ்ரீமான் டி.கே. சிதம்பரநாத முதலியாரவர்களைப் பார்ப்பதற்காகக் குற்றாலம் போயிந்தேன். டி.கே.சி அவர்களின் பேரன், பத்து வயதுச் சிறுவன் ஒருகவி கட்ட முயன்று கொண்டிருந்தான், மெட்டு, கிளிக் பண்ணி மெட்டு.

அந்தியும் வந்ததடி
ஆறுமுக வடிவேலனைச்
சந்திக்க வேணுமடி –கிளியே

என்றான்.

மேலே ஓடவில்லை. பையலுக்கு, டி.கே.சி. சிரித்துக்கொண்டு, 'தாமதம் ஏதுக்கடி' என்றார் டி.கே.சி.யின் ஒரு வார்த்தை விழுந்ததும், அடிகள் பூர்த்தியானதோடு, ...பெற்றுவிட்டன.

பாஞ்சாலி சபதம்

"பாஞ்சாலி சபதம்" தந்தையாரின் மனத்தில் அவரது பதினைந்தாம் ஆண்டிலேயே தோன்றிவிட்டது எனலாம். அஞ்சா நெஞ்சு படைத்த வீரப்பெண்மணி பாஞ்சாலி அவர் அகக் கண்ணில் வித விதமாக வடிவெடுத்து ஒரு அற்புதமான தமிழ் காவியத்தை தமிழருக்கு அளிக்கச் செய்தாள். தந்தையாருக்கு பராசக்தியாகத் தோன்றிய பாஞ்சாலி, மற்றொருவருக்கு அவரவர் மனப்பான்மைக் கிணங்கத் தோன்றுகிறாள். தமிழ் நாட்டில் அநேக இடங்களில் துரோபதையம்மனுக்குக் கோவில் கட்டி விழாக் கொண்டாடி வருகிறார்கள். அதில் தீ மிதித்தல்தான் முக்கியமான நிகழ்ச்சி. துரோபதையைப் போல் தெய்வமாக மாறிய பெண்கள், கண்ணகியும், பரசுராமரின் தாயுமானவர்.

தந்தையாருக்கு நண்பர் ஒருவர் பாஞ்சாலி சபதத்தைத்

தந்தையார் பாடக்கேட்டுக்கொண்டிருந்தார். "ஸ்வாமி, தாங்கள் பாஞ்சாலிக்கு அதியுன்னத ஸ்தானம் கொடுத்திருக்கிறீர்கள். நமது தற்காலத்து இளைஞர்களுக்கு நமது புராணங்கள் கேலியாகத் தோன்றுகின்றன. அவர்கள் சொல்லும் சில காரணங்களும் நாம் ஒப்பக்கூடியதாகத்தானிருக்கின்றன. "ஒரு பெண்ணுக்கு ஐந்து கணவர். அதற்குக் காரணம், நளாயினிகதை.

ஏகபத்னி விரதத்தையும், பாதி விருத்யத்தையும் ராமாயணத்தில் வட்சியமாக வைத்துவிட்டு, பாரதத்தில், பல தாரத்தையும், பல கணவரையும், தருமமாகப் போதிக்கிறார்களே, நமது முன்னோர் என்கிறார்கள். அதற்காக எழுந்த கேலிக் கதைகளோ அநேகம் உண்டு. வருங்காலத்து இளைஞர்களுக்கு இவைகளெல்லாம் பார்த்தால் எது சரி. எது பிசகு என்று தெரிந்து கொள்வதே சிரமமாய் போய்விடும் என்றெல்லாம் சொல்லிக்கொண்டே போனார். தந்தையார் இடையே குறுக்கிட்டு "முதலில் கேலிக்கதைகள் என்றீரே, ஒன்று சொல்லும் பார்க்கலாம்" என்றார். நண்பர் சொல்லத் தொடங்கினார்.

"ஒரு அரசன் இருந்தான். நமது மதநூல்களில் அளவற்ற அன்பும் மதிப்பும் கொண்டவன். தெய்வ பக்தி மிகுந்தவன். மற்ற ராஜாங்க விஷயங்களைக்கூட மந்திரிமாரின் மேற்பார்வையில் விட்டு விட்டு பாகவத கைங்கரியத்திலேயே தனது நேரத்தைக் கழிப்பவன். அப்படிப்பட்ட உத்தம அரசன் ஒரு சமயம் தன் அரண்மனையில் பாகவதமும், தன் மனைவியின் அந்தப்புரத்தில் பாரதமும் வாசிக்க ஏற்பாடு செய்தான். சாதாரணமாக ஒரு ஊர் அல்லது ஒரு கிராமத்தில் பாகவதம், பாரதம் வாசித்தாலே எல்லோருக்கும் அதில் ஒரு ஊக்கமும், சிரத்தையுமேற்படும். அப்படியிருக்க மன்னன் புராணங் கேட்டால் மற்றவர் எத்தனை ஆர்வம் காட்டியிருப்பார்கள்! புராணங்கள் படித்து முடிய ஒரு வருஷமும் சென்றது. புராணங்கள் படித்து முடித்த பாகவதர்களுக்குத் தகுந்த சன்மானங்கள், விருதுகள் முதலியன அளித்து மரியாதை செய்து அனுப்பினான் மன்னன். அன்று மன்னன் ஏகாந்தத்தில் மனைவியைச் சந்தித்தான். புருஷனும் மனைவியும் எல்லாவற்றிலும் அடியோடு மாறியிருந்ததாக அவர்களுக்குத் தோன்றியது. அது பெரும் வியப்பாகவும் இருந்தது அவர்களுக்கு. ராஜா மிகவும் குதூகலத்தோடு "பெண்ணே, புராணம் என்னைப் புது மனிதனாக்கிவிட்டது எனவும், ராணி, "நாதா உங்கள் கதையின் தத்துவம் என்ன?" என்று கேட்டாள். அரசன் "பெண்ணே, அதைத்தானே உன்னிடம் சொல்ல வந்தேன். ஒரு பெண்டாண்டியைக் கட்டிக்கொண்டு திண்டாடுவது ஒரு பிழப்பா?

பகவான் கிருஷ்ணனைப் பார். பதினாராயிரம் பெண்களுடன் லீலை புரிந்தான்! கண்ணன்! என்ன இன்பமான வாழ்க்கை?" என்று புகழ்ந்து கூறினான். உன் புராணத்தின் விசேஷமென்ன எனவும் அரசி "நாதா, ஒருவனை மணந்து அவனுக்கடிமையாக வாழும் வாழ்க்கை எனக்கு ரசிக்கவில்லைதான். குணங்களும் அழகும் வீரமும் நிறைந்த ஐவரை மணந்த வீரப்பெண் துரோபதை வாழ்வு இத்தனை துயரம் வந்துற்றபோதிலும் போற்றத்தக விதமாய் இருந்திருக்கிறது. காரணம் புருடரை மனந்ததால் அன்றோ என்று கூறினாள். அதைக் கேட்ட அரசன் கோபம் கொண்டு பாரதத்தைக் கொளுத்தினான். அதன் சதிபதிகளுள் ஒற்றுமை என்று முடித்தார் நண்பர். தங்களுக்குள் வெகு நேரம்வரை மௌனமாயிருந்தனர். பின்பு "மனித மனமே விசித்திரமானது. அதிலும் நம் நாட்டவருக்கு கற்பனை சக்தி மிகவும் அதிகம் தான் சொல்லும் கேலிக் கதையிலும் புராணத்தின் உயர்வு விளங்கி தான் செய்கிறது.

நண்பர்: ஸ்வாமி! அவ்விரு மனமும் கெடவல்லவா உதவி செய்திருக்கிறது?

தந்தை: இல்லை. பெண்மணி தாழ்வாக மதிக்கும் குணமுடைய அரசன் அவன். ராணி நலமுள்ள பெண்-கணவனுக்கு புத்தி வருவிப்பதற்காகத்தான் இடித்துக் கூறினாள்.

அந்த அரசன் கோபத்தினால் தாறுமாறாக நடந்துகொண்டாலும் பின்பு யோசித்துப் பார்த்திருக்கவும் இடமிருக்கிறதல்லவா.

நண்பர்: ஸ்வாமி, தாங்கள் தான் புத்திரரைப் போன்ற மனமுடையவர். அதனால் எந்த விஷயத்தை நன்மைதான் உங்களுக்குப்படும். என்னைப் போன்ற யோதன மனப்பான்மை கொண்டோர்தானே ஸ்வாமி உலகத்துக்கு அதிகம்!

தந்தை: சிரித்து, நண்பரே! உலகம் பலவிதமாகத்தான் இருக்கும். பல கோடி ஜீவன்கள் ஒரே மனபான்மையோடிருப்பது சாத்தியமா? இன்பம், துன்பம், நல்லது தீயது என்றிருந்தால்தான் அதனதன் குண விசேஷம் தெரியும். துரியோதனன் ஒருவன் இவ்விட்டால் தருமரின் நற்குணமங்கள் இப்படிக் குன்றின் மேலிட்ட விளக்காகப் பிரகாசிக்குமா!

அமரத்துவம்

"மனிதனுக்கு இறப்பே கிடையாது. ஆத்மா அழிவில்லாதவன். நித்தியன். உடலை மட்டும் நோயின்றி ஆரோக்யமாக வைத்துக் கொண்டால் நூறு வருஷம் மட்டுமல்ல, ஆயிரம் வருஷங்கள் கூட உலகத்தில் உலாவலாம்" என்று ஓயாமல் அமரத்வத்தை, ஜீவன் முக்த நிலையைப் பாரதியார் மற்றவர்களுக்கு உபதேசிப்பார்.

"எனக்குச் சாவே கிடையாது. அப்படி ஒருகால் நோயின் கொடுமையால் நான் இறந்தவன்போல் பேச்சு மூச்சற்றுப் போனால்கூட 'இறந்து விட்டான்' என்று எண்ணாதீர்கள்! எனது உடல் கெடாமல் வாசனையூட்டி வைத்திருந்தால், நோயின் கொடூரம் நீங்கியதும், ஏசு நாதரைப் போல் உயிர்த்தெழுந்து விடுவேன்" என்றெல்லாம் எங்களிடம் சொல்லுவார்.

பாரதியின் பொன்னுடலை அவ்வண்ணமே, அவர் சொல்லியபடியே வாசனை யூட்டி வைக்க வேண்டுமென்றுதான் நாங்கள் சொன்னோம்; ஆனால் நமது மனிதர்களையும் மதத்தையும் மீறமாட்டாமல், சுட்டெரிக்கச் சம்மதிக்க வேண்டியதாயிற்று.

இரண்டு லக்ஷம் ரூபாய்

தமது நூல்கள் அச்சு ஏறாமல் அப்படியே கிடந்தது பற்றிப் பாரதிக்கு உள்ளூர வருத்தம். சென்னையில் ஒவ்வொரு அச்சாபீசுக்கும், புஸ்தகக் கம்பெனிக்கும் கையெழுத்துப் பிரதிகளைக் கொண்டு சென்றார். கடைக்காரர்கள் மிகுந்த குறைந்த விலைக்குக் கேட்டபடியால் மனம் வராமல் திரும்பினார். இரண்டு பெரிய தகரப் பெட்டிகள் நிறையத் தமது நூல்களின் கையெழுத்துப் பிரதியை வைத்து, பொக்கிஷம் போல எண்ணி அதி ஜாக்கிரதையாகக் காப்பாற்றி வந்தார்.

"குழந்தைகளே! அப்பா தரித்திரன், உங்களுக்குச் சொத்து ஒன்றும் வைக்கவில்லையென்று எண்ணாதீர்கள்! இதோ தகரப் பெட்டியில் இருக்கும் கையெழுத்துப் பிரதிகள் குறைந்தது 2,00,000 ரூபாய் பெறுமானவை" என்று எங்களிடம் சொன்னார்.

என் தங்கை பாப்பா சிறு குழந்தையானாலும், முன் யோசனையிலும், ... என்ற பேச்சிலும், கிழவர்கள்கூட அவளை வெல்ல முடியாது. அதனால் அப்பா சொன்னவுடன், "சரி, அப்பா! உங்களுக்கோ பிள்ளைகள் இல்லையே, நீங்கள் வைத்திருக்கும் 2,00,000 ரூபாயும் சித்தப்பா பிள்ளைக்கன்றோ போய்ச் சேரும்? நம் நாட்டில் பெண்களுக்குத்தான் சொத்துரிமை யில்லையே!" என்றாள்.

பெண்மணிகளுக்கு நல்ல காலம்

"ஹஹ் ஹஹ்ஹா ஸபாஷ்! ரொம்ப பேஷ்! நல்ல கேள்வி, பாப்பா, நம்மாத்தில் சட்டமோ, 'ரூலோ' ஒன்றும் கிடையாது. தாயாதிச் சண்டை இங்கு ஏது? நீ கேவலம் இரண்டு லக்ஷம் ரூபாய்க்கு இவ்வளவு கணக்குக் கேட்கிறாயே! நமக்கு ராஜ்யமே கிடைக்கும்போது, ரூபாய் எதற்கு? மேலும் இந்த ஜன்மத்திலோ நான் சாகப் போவதில்லை. உனக்கேன் இவ்வளவு ஸந்தேஹம்?"

> "எல்லாரு மோர்குலம் – எல்லாரு மோரினம்
> எல்லாரு மிந்திய மக்கள்
> எல்லாரு மோர்நிறை – எல்லாரும் ஓர்விலை
> எல்லாரு மிந்நாட்டு மன்னர் – நாம்
> எல்லாரு மிந்நாட்டு மன்னர்; – ஆம் ஆம் ஆம்,
> எல்லாரு மிந்நாட்டு மன்னர்."

"மாதர்தம்மை யிழிவுசெய்யும் மடமையைக் கொளுத்துவோம்
வையவாழ்வு தன்னிலெந்த வகையிலும் நமக்குள்ளே
தாதரென்ற நிலைமைமாறி ஆண்களோடு பெண்களும்
சரிநிகர் சமானமாக வாழ்வமிந்த நாட்டிலே."

"பாப்பா! வருங்காலம் பெண்களுக்கு நல்ல காலம். நீ கொஞ் சம்கூடக் கவலைப்படாதே! உன்னுடைய குழந்தை உள்ளத்தில் இது போன்ற கவலைகளை நுழைக்காதே! 'விட்டு விடுதலையாகி நிற்பாய் இந்தச் சிட்டுக் குருவியைப் போலே' என்று அப்பா ஆறுதல் கூறினார்.

கதர் இயக்கத்தின் விசேஷம்

பாரதியார் இறப்பதற்குச் சிறிது காலத்துக்கு முன்தான் கதர் இயக்கம் ஆரம்பித்தது. இதற்கு முன் சுதேசிகள் யாவரும் நாட்டில் நெய்த வேஷ்டிகளைக் கட்டுவது வழக்கம். ஆடவர்கள் உத்தரீயத்திற்குப் பட்டு வஸ்திரங்களையே உபயோகிப்பார்கள். அந்தக் காலத்தில் அதுதான் புதிய மோஸ்தர்.

இந்த உத்தரீயங்கள் ரகத்துக்குத் தக்கபடி 15 ரூபாயிலிருந்து 40 ரூபாய் வரையுண்டு. எங்கள் வீட்டில் பட்டு உத்தரீயங்கள் ஐந்தாறு இருந்தன. அப்பா ஒரு நாள் மாடியில் தனியாக வெகுநேரம் யோசித்துக் கொண்டிருந்தார். என் தாயார் அது கண்டு, "இன்று எந்தச் சாமானுக்குக் கஷ்ட காலம் பிடித்திருக்கிறதோ, தெரியவில்லை. அப்பா என்னமோ ஆராய்ச்சியில் ஈடுபட்டிருக்கிறார். இன்று

பிச்சைக்காரர்களும் தெருவில் அதிகமாய் உலாத்துகிறார்கள். நாம் எவ்வளவோ கஷ்டப்பட்டுத் துணிகள் வாங்கினாலும், ஒரு நிமிஷத்துக்குள்ளாக எல்லாவற்றையும் காலி செய்து விடுகிறார்" என்று சொல்லி விட்டு, புதிய கோட்டுகள், நல்ல ஜரிகை வேஷ்டிகள், பட்டு வஸ்திரங்கள் எல்லாவற்றையும் பெட்டியில் பத்திரமாக வைத்துப் பூட்டினார்.

அப்பா சிறிது நேரத்திற்கெல்லாம் கீழே யிறங்கி வந்து, "என் உத்தரீயப் பட்டுக்கள் எல்லாம் எங்கே? எடு!" என்றார்.

"எதற்கு?" என்றார் தாயார்.

"இன்று முதல் பட்டுத் துணியை நான் உபயோகிப்பதில்லை. நான் ஜோராக மேலே போர்த்துக் கொள்வதற்காகப் பல ஆயிரக் கணக்கான பட்டுப் பூச்சிகள் உயிரை இழக்கின்றன. மனிதனின் கொடுமை வரம்பு மீறி விட்டது. தனது ஸௌகரியத்துக்காகவும் அலங்காரத்துக்காகவும் மற்ற மனிதரையோ அல்லது ஜந்துக்களையோ உயிரை வாங்கக் கூடச் சித்தமா யிருக்கிறான்" என்று மேலும் ஜீவகாருண்யத்தைப் பற்றி உபதேசம் செய்தார்.

என் தாயார், "சரி, இனிமேல் வாங்க வேண்டாம். அதிக விலை கொடுத்து வாங்கியவற்றைத் தூர எறிய முடியுமா? உங்களுக்கு வேண்டா மென்றால் குழந்தைகளாகிலும் அந்தப் பட்டுக்களைத் தாவணியாக உபயோகிப்பார்கள்!" என்று வேண்டினார்.

ஒரு க்ஷணங்கூட இருக்கக் கூடாது!

"நல்ல வேடிக்கை! எனக்கு அந்த உத்தரீயங்களைப் பார்க்கும் போதெல்லாம், பட்டாம்பூச்சிகள் கூட்டங் கூட்டமாக வந்து 'எங்களை வதைத்துப் பகுத்தறிவுள்ள மனிதர்களாகிய நீங்கள் இப்படிச் சிங்காரித்துக் கொள்வது உங்களுக்கு முறையா?' என்று கண்ணீர் விட்டுக் கதறிக் கேட்பது போலத் தோன்றுகிறது. அந்தப் பட்டுக்களைத் தீயில் கொளுத்தி விடட்டுமா? அல்லது, யாரேனும் ஏழைகளுக்குக் கொடுக்கட்டுமா? என்ன செய்ய வேண்டும்? சொல்லு! இனி நமது வீட்டில் அவை ஒரு க்ஷணம் கூட இருக்கக் கூடாது" என்று பாரதியார் கண்டிப்பாகக் கேட்டார்.

வாய் திறக்காமல் அரை டஜன் புத்தம் புதிய பட்டுக்களை எடுத்துக் கொடுத்து, "கொளுத்த வேண்டாம். யாருக்கேனும் கொடுத்து விடுங்கள்" என்றார் அம்மா.

மாடியேறி, "தம்பி! இங்கே வாருங்கள்" என்று கைதட்டிக் கூப்பிட்டார். உடனே ஐந்தாறு பிச்சைக்காரர், அரை நிர்வாணத்தோடு வந்து நின்றனர். ஒவ்வொன்றாகப் பட்டுக்களை எடுத்து வீசினார். இளம் பச்சை, ரோஸ், சந்தனக் கலர் முதலிய நிறங்களில் ஜரிகை பேட்டு மடிப்புக் கலையாமல் இருந்த புதிய வஸ்திரங்களைக் கண்டு பிச்சைக்காரர்கள் பிரமித்து, "சாமி! தரும துரையே! எங்களுக்கு இவ்வளவு புதிசு வேண்டாங்க. நீங்கள் உபயோகப்படுத்தின பழைய துணியே போதுமே" என்றனர்.

"பரவாயில்லை அப்பா, கொண்டு போங்கள்" என்றார்.

அவர்கள் பிரம்மானந்தத்தோடு சென்றனர். பாரதியாரும் நிம்மதியடைந்தார்.

சா. கணேசன்

காரைக்குடியில் பாரதி-சில நினைவுகள்

தேசபக்தர் சுப்பிரமணிய சிவா 1920ம் ஆண்டை ஒட்டி ஒருவருடத்திற்கு மேல் காரைக்குடி வாசியாக இருந்தார். காரைக்குடி நகரமும், முனீஸ்வரன் கோவில் தெருவும், ஸ்ரீ. கி. நாராயணன் செட்டியார் பங்களாவும் ஒரு ஆண்டுக்கு மேல் சிவாவின் உறவு பூணும் பாக்கியத்தைப் பெற்றவை. சிவா தங்கியிருந்த பங்களா 'பாரதாச்ரமம்' என்று பெயர் தாங்கி ராஜீய, வேதாந்த, இலக்கியப் பட்டிமண்டபமாகப் பிரகாசித்தது. எனக்கோ வயது பன்னிரண்டு; வெள்ளிதோறும் தவறாமல் தேசீய பஜனை ஊர்வலம். அதிலே கலந்து கொள்ளும் பாக்கியம் எனக்கும் கிடைத்தது. ஆம்; பன்னிரண்டு வயது பாலர்களை விட பஜனை ஊர்வலத்திற்குப் பக்குவமானவர்கள் வேறு யார்? பஜனையில் நூற்றுக்குத் தொண்ணூறு பாரதி பாடல்களே.

"வந்தேமாதரம்," "செந்தமிழ் நாடு", "வாழ்க திலகன் நாமம்", "முருகா முருகா" "ஓம் சக்தி ஓம்சக்தி" முதலிய பாடல்கள் மிகவும் முக்கியத்துவம் வாய்ந்தவை.

பாடல்களைப் படிக்கும் பொழுதெல்லாம் எங்கட்கு இல்லாத ஒரு உணர்ச்சி ஏற்படும். உடம்பு புல்லரிக்க, உள்ளம் துள்ளிக் குதிகொள்ளும். "என்ன அருமை" என்று கொஞ்சம் இலக்கிய உணர்ச்சி உடையவர்கள் வியப்பார்கள். உடனே சிவா யார் பாட்டு தெரியுமா?

பாரதி பாட்டடா என்று கூறுவார். சிவாவினால் பாராட்டப்பட்ட பாரதியாரிடம் எங்கட்கு ஒருமதிப்பு ஏற்படத் தொடங்கிற்று. மதிப்பு அன்பாக, காதலாக, கிறுக்காகவே மாறிவிட்டது. சிவா 1921 ல் காரைக்குடியை விட்டுச் சென்னைக்குப் போய்விட்டார். அதன் பிறகு பாரதி பாடல்களை புதிதாக வெளிவரும் பாடல்களோடு நாங்களாவே படிக்க ரசிக்கத் தொடங்கி விட்டோம். தாமாகவே ரசிக்கத் தொடங்கிய பிறகுதான் எங்களால் பாரதியின் பெருமையை நன்குணர முடிந்தது.

எனக்கு வயது பதினான்கிருக்கும். அப்பொழுது எங்கள் தாயகம் காரைக்குடியில் உள்ள ஹிந்து மதாபிமான சங்கமே. நான் அங்கே ராமகிருஷ்ண வித்யாசாலையில் தமிழ் படித்துக்கொண்டிருக்கிறேன். ஒருநாள் சங்கத்திலே அதுவரை யாரும் காணாத ஒரு பரபரப்பு. சங்கத்தின் திண்ணையில் பல வாலிபர்கள் குளித்து முழுகி அலங்காரப் புருடர்களாய் வீற்றிருக்கிறார்கள். முகத்திலே காணும் ஆனந்த வெறி உள்ளக் கிளர்ச்சியைப் பிரதிபலிக்கிறது. வண்டிச் சத்தம் கேட்க வேண்டியது தான், தெருக்கதவில் மண்டி விடும் திண்ணைக் கூட்டம். இவ்வளவு ஆர்வத்துடன் எவர் வரவுக்காகக் காத்திருக் கிறது இந்த இளைஞர் கூட்டம்? பாரதியைக் காணத்தான் என்பதைச் சொல்லவா வேண்டும்?

சிறிது நேரத்தில் சலங்கை மணியின் சப்தம் "கிணு கிணு கிண்" என்று எங்கள் காதில் விழுந்தது. அப்பாடா வந்துவிட்டார் என்று சொல்லிக்கொண்டே திண்ணைக் கூட்டம் தெருவிற்கே வந்துவிட்டது. தாடியும், மீசையும் அழுக்கேறிய உடையும் பூண்ட பார்க்கச் சிறிது பயங்கரமான ஒரு உருவம் வண்டி நின்றதும் கீழிறங்கிற்று. இவர்தான் பாரதியார் என்று என்னைப் போன்றவர்கள் தெரிந்து கொண்டார்கள். எங்கள் கற்பனையுலகில் உருவடைந்திருந்த பாரதிக்கும் வந்து சேர்ந்த பாரதியாருக்கும் உருவ ஒற்றுமையே இல்லை. உண்மையைச் சொல்லப் போனால் அவரைப் பார்க்கவே எனக்கு அருசியாக இருந்தது. ஆம் எங்கள் உள்ளத்திலே கொலுவீற்றிருந்த அந்தப் பாரதிக்கும், ஆண்டிப் பரதேசிக் கோலத்திலே வந்து நிற்கும் இந்தப் பாரதியாருக்கும் மலைக்கும் மடுவிற்குமுள்ள வித்தியாசம் காணப்பட்டது.

மகாகவியுடன் கூடி வாழ்ந்தவர்களின் குறிப்புகள்

எங்கள் கூட்டத்திலே இருந்த பெரியவர்கள் வரவேண்டும் வரவேண்டும் என்று முகமன் கூறி சங்கத்திற்குள் இட்டுச் சென்றார்கள். உள்ளே சென்ற பாரதியார் உட்கார்ந்தார். ஒரு நிமிஷம் சென்றதும் "என்ன ஸ்நானம் செய்ய வேண்டாமா?" என்றார். "ஆகா தயாராயிருக்கிறது, போகலாமா?" என்றார்கள் எங்கள் தலைவர்கள். "போகலாம் ஆனால்" என்று இழுத்தார் பாரதியார். "என்ன செய்ய வேண்டும்?" என்றது சுற்றியிருந்த பாரதி பக்த திருக்கூட்டம்.

"அம்பட்டரை அழையுங்கள். தாடியைக் களைய வேண்டும்" என்று கூறினார். சிறிது நேரத்தில் நாவிதர் வந்து சேர்ந்தார். தலை மொட்டையடிக்கப்பட்டது. முகக்ஷவரம் தொடங்கிற்று. தலைமயிருடன் தாடி முழுவதும் தரையில் விழுந்தது. மீசைப் பகுதிக்குக் கத்தி சென்றது. உடனே பாரதியார் "நில் நில்; நான் தமிழனல்லவா? தமிழன் வீரன்; வீரன் மீசையின்றி எப்படி இருக்க முடியும்? தம்பி! நீ மீசையை எடுத்துவிடாதே!" என்று கட்டளையிட்டு விட்டார். மீசை பிழைத்தது. ஸ்நானத்தை முடித்துக் கொண்டார். வந்து திண்ணையிலே அமர்ந்தார். அமர்ந்ததும் இது செட்டி நாடல்லவா செட்டியார்கள் திருப்பணிச் செல்வர்கள். வைதிக நெறி வளர வானளாவும் திருக்கோயில்கள் அமைத்தவர்கள் நாடல்லவா இது? இங்கே நான் வைதிக கோலத்துடன் இருக்க வேண்டாமா? ஆம் பிராமணக் கோலம் பூண்டுதான் ஆகவேண்டும். கொண்டு வாடா பாண்டியா ஒரு பூணூல் என்றார். எங்களிலே ஒருவர் பக்கத்தில் இருந்த சாஸ்திரிகள் வீட்டிற்குச் சென்றார். அவரிடம் பூணூல் ஒன்று வேண்டுமென்று கேட்டார். சாஸ்திரியார் திட்டித் துரத்திவிட்டார் பூணூல் கேட்டவரை. பாரதியாரிடம் செய்தி அறிவிக்கப்பட்டது. சாஸ்திரி தராவிட்டால் சாயுபுவிடம் போடா 40ம் நம்பர் நூல் அங்கு வேண்டிய அளவு கிடைக்கும் வாங்கி வாடா ஒரு கண்டு; பாரதி அறிவான் பிரம்ம முடிபோட, போ உடனே கொண்டு வாடா பாண்டியா" என்றார். நூல் கண்டு வந்தது. பாரதி அகத்தை அது பூணூலாக மாறி அலங்கரிக்கவும் செய்தது. என்ன ஆனந்தம் அப்பொழுது பார்க்க வேண்டும் பாரதியாரின் திருமுகத்தை.

பாரதியார் இரண்டரை நாட்கள் இங்கிருந்தார். இரவும் பகலும் பிரியாது, எப்பொழுதும் மதுவை மொய்க்கும் வண்டென இளைஞர் கூட்டம் பாரதியாரைச் சூழ்ந்து சுற்றிக்கொண்டேயிருந்தது. ஒரு நாள் காலையிலே திண்ணையில் எல்லோரும் சூழப் பாரதியார் உட்கார்ந்திருந்தார். தேசீய விஷயங்களைப் பற்றிச் சர்ச்சை நடந்துகொண்டிருந்தது. அவருக்கு நேரே என் உயிர் நண்பர்

ஸ்ரீ சி. த. ராமநாதன் உட்கார்ந்திருந்தார். அவர் மிகவும் பலஹீனமானவர். இரு கையையும் கட்டிக் கொண்டு மடியிலே கையை ஊன்றி, முதுகை வளைத்து உட்கார்ந்து கொண்டிருந்தார். இவருடைய இருப்பை பாரதியார் கண்டார். உடனே எழும்பி இவர் முதுகில் ஓங்கி ஒரு அடி வைத்து, "நிமிர்ந்திருடா கூனல் பாண்டியா?" என்றார். சுற்றியிருந்த எல்லோருமே தூணைப் போல விரைத்திருக்கத் தொடங்கிவிட்டோம்.

ஒரு நாள் மாலை. "கரும்புத் தோட்டத்திலே" என்ற பாட்டைப் பாட வேண்டும் என்று வேண்டிக் கொண்டோம். "என்னை என்ன, நாயென்றா எண்ணி விட்டீர்கள்" என்று கோபித்தார். எங்கட்கு அதன் பொருள் என்ன என்றே புரியவில்லை. திகைத்து விழித்திருப்பதை உணர்ந்த அவர், "நாய் தானடா கக்கியதை மீண்டும் உண்ணும்" என்று விளக்கவுரை பகன்றார். அத்துடன் நின்றாரா என்ன? பாரதிக்குப் பாட்டுப் பஞ்சம் இல்லையடா! தரித்திர மில்லாமல் கேள் ! தாராளமாய் வரும்" என்று சொல்லிக் கொண்டே

> "காலா உன்னைச் சிறு
> புல்லென மதிக்கின்றேன் என்றன்
> காலருகே வாடா சற்றே உன்னை மிதிக்கின்றேன்"

என்று ஒரே ஆவேசத்தில் பாடத் தொடங்கிவிட்டார். பாடினாரா? இல்லையில்லை. எதிரே மார்க்கண்டன் உயிரைக் கவர வந்த எமனைக் கண்டு கொதித்தெழுந்த சிவனாக அல்லவா மாறிவிட்டார்!

இவருடைய அருமையையும் பெருமையையும் இளைஞர்கள் ஒரு நாளிலேயே நன்குணர்ந்து விட்டனர். போகவேண்டும் போகவேண்டும் என்று துடித்துக் கொண்டிருந்தார் பாரதியார். அன்புத்தளை அவரை துருதுருத்த பாரதியை இரண்டரை நாள் காரைக்குடியில் இருக்க வைத்து விட்டது. இவரை போட்டோ எடுக்க வேண்டும் என்ற எண்ணம் உதித்தது. விருப்பம் பாரதியாரிடம் தெரிவிக்கப்பட்டது. 'அப்படியே போட்டோ எடுக்க வேண்டுமென்றால் 'அல்பாகாகோட்' அழகான 'பௌண்டன் பென்' வந்தால் பாரதியைப் படத்திலே பார்க்கலாம்" என்றார். இவருக்குப் பொருந்துகிற கோட்டிற்கு எங்கே போவது. உடனே எல்லோரும் வீட்டை நோக்கி ஓடினார்கள். சில நிமிஷங்களிலே ஒவ்வொருவரும் ஒவ்வொரு கோட்டுடன் திரும்பி வந்தார்கள். அவற்றுள் ஸ்ரீ கி. நாராயணன் செட்டியாரின் கோட்டிற்குத்தான் பாரதியின் ஆகத்தைத் தழுவும் பாக்கியம் கிடைத்தது. பௌண்டன் பேனாவும் வந்தது. கோட்பாக்கட்டிலும்

மகாகவியுடன் கூடி வாழ்ந்தவர்களின் குறிப்புகள் ❁ 217

அமர்ந்தது. அங்கவஸ்திரம் தலைப்பாகையாக மாறிற்று. "கையில் கம்பு வேண்டாமா?" என்றது தான் தாமதம், பல தலைவளைந்த பிரம்புகள் வந்தன. அவற்றை எல்லாம் "சோதாக்களின் கம்பு" என்று ஒதுக்கிவிட்டு "நெற்றி மட்டக் கம்பு கொண்டு வாடா" என்று கட்டளையிட்டார். வந்தது ஒரு கம்பு. அதைக் கையில் பிடித்துக் கொண்டு "பேஷ்! இனி பாரதியைப் படம் பிடிக்கலாம்" என்று போட்டோவுக்கு உட்கார்ந்துவிட்டார். அந்தத் திருவுருவைக் காணக் கண்கோடி வேண்டும்.

ஐஸெக் நியூட்டனுக்கும் பூனை ஒன்று வாய்த்ததைப் பற்றி விஞ்ஞான உலகத்தார் பெரிதும் கவலைப் படுவார்கள். ஐஸெக் நியூட்டனுக்கு வாய்த்த அந்தப் பாக்கியம் மகாகவி பாரதிக்கும் கிடைத்தது. ஒரு சிறந்த உரை எழுதி வைத்திருந்தார். அதைத் தலைமாட்டிலே வைத்துவிட்டு உறங்கிக் கொண்டிருந்தார். பாரதியாருடன் மொட்டைச் சாமியோ அல்லது குள்ளச்சாமியோ (பெயர் சரியாகத் தெரியவில்லை) வந்திருந்தார். பாரதியை எழுப்பினார். அவர் நன்றாக உறங்கிக்கொண்டிருந்தார்.

இவர் அந்தக் கீதை உனரயிருந்த பொட்டலத்தை அவிழ்த்தார். எல்லா வற்றையும் சுக்கு நூறாகக் கிழித்தார். கிழித்த துண்டுகளை எங்கும் பறக்கவிட்டார். அதன் பிறகு உறங்கிக் கொண்டிருந்த பாரதியின் கண்ணிலே எலுமிச்சை ரசத்தைப் பிழிந்து விட்டார். பாரதியார் துடித்துக்கொண்டு எழுந்து பார்த்தால் கீதை உரை லட்சம் துண்டுகளாகக் காட்சி தருகின்றது. கோபம் கோபமாக வருகிறது. என்றாலும் அந்தச் சாமியை ஒரு வார்த்தைகூடச் கடிந்து கொள்ளவில்லை. உடனே அந்த ஐ ஸெக் நியூட்டன் பூனையை அன்பர்கள் ஊருக்கு அனுப்பிவிட்டார்கள்.

இரண்டரை நாளும் இல்லாத இன்பத்திலே திளைத்துக் கொண்டிருந்த இளைஞர் கூட்டம் பாரதியைப் பிரிய மனமில்லாமல் விடை கொடுத்தனுப்பினார்கள். ஜரிகை வேட்டி, நல்ல சட்டை, கோட், நேரியல் துப்பட்டா, கோட் பாக்கட்டிலே முப்பத்தைந்து ரூபாய், பௌண்டன் பேனா, ஆகியவற்றுடன் மதுரைவரை டிக்கட்டும் எடுத்துக்கொடுத்து காரில் அனுப்பினார்கள். கார் அங்கிருந்து திருப்பத்தூர்தான் சென்றது. அங்கிருந்து ஒரு கார்டு எழுதினார். "கட்டிய வேட்டியைத் தவிர எல்லாம் ஏழைத் தம்பிகட்குத் தானமாகப் போய்விட்டது. கையில் பணமில்லை. உடனே அனுப்பு" என்று எழுதியிருந்தார்.

அவர் உள்ளமும் செயலும் எவ்வளவு தாராளம் என்பதையே இச்செய்தி உணர்த்துகிறது. இல்லையா! இங்கே ஒரு விஷயத்தை நான் சொல்ல வேண்டும். நெல்லையில் இவருடைய உயிர் நண்பர் ஒருவர் அவரிடம் தன் தேவைக்கு வேண்டிய பணத்தைப் பெற்றுக் கொள்ளுவார். கேட்டபொழுதெல்லாம் இல்லை என்னாது கொடுப்பவர் அந்த நண்பர். அவர் ஒரு நாள் ஏதோ முக்கிய வேலையில் ஈடுபட்டிருந்தார். பாரதி அந்த சமயத்தில் அங்கு வந்து சேர்ந்தார். "அடே கொண்டு வா பத்து ரூபாய்" என்று கட்டளையிட்டார். பத்து ரூபாய் நோட்டை எடுத்து வந்து பாரதியாரிடம் அந்த நண்பர் கொடுக்க வந்தார். அதாவது தன் கை விரல்களால் அந்த நோட்டைப் பிடித்துக் கொண்டு "இந்தா, பாரதி" என்று இவர் கையிலே வைக்க முயன்றார். வந்துவிட்டது கோபம் பாரதிக்கு! "என்னடா எண்ணிக்கொண்டாய் என்னைப் பற்றி? என் கை தாழ்ந்து நின்று எதையும் வாங்காது/ உன் கையிலே அதை வைத்துக்கொள். என் கைமேலே வந்து அதை எடுத்துக் கொள்ளும்". என்று சொன்னாராம். இந்தப் பாரதியையா பிச்சைக்காரன், தரித்திரம் பிடித்தவன் என்று கூறுகிறது அறிவற்ற உலகம்?

பிற்சேர்க்கை

கட்டுரைகள் வெளியான பத்திரிகைகள்

1. 'நான் கண்ட பாரதி', நாமக்கல் என். நாகராஜ ஐயங்கார், 'ஸ்ரீசுப்ரமண்ய பாரதி கவிதா மண்டலம்', 1983, ஜூன் (வைகாசி).

2. 'வரவே இல்லை', கி.வா. ஜகந்நாதன், 'ஒரு சாண் வயிறு', 'கலைமகள்' காரியாலயம், மயிலாப்பூர், சென்னை, 1943 டிசம்பர்.

3. 'நான் கண்ட பாரதியார்', 'ஆர்யசமாஜம்', 'பாரத சக்தி', 1947 நவம்பர்.

4. 'ஸ்ரீமான் பாரதியார்', தி.ந. சந்திரன், 'ஆத்மசக்தி', 14 அக்டோபர் 1923, பக்: 128. மறுபதிப்பு; 'ஸ்ரீசுப்ரமண்யபாரதி கவிதா மண்டலம்', ஆவணி 1983.

5. 'மாடசாமி', சுத்தானந்த பாரதியார், 'பாரத சக்தி', அக்டோபர் 1947, பக்: 237, 238, 239, 240. மற்றும் 'மகாகவியும் மகாத்மாவும்', 'தமிழரசு' இதழ் 16.09.1976.

6. 'பாரதியாரை நேரில் கண்டேன்', ஏ.ரங்கநாதன். 'ஆனந்த விகடன்' 10.03.1968.

7. 'இருளிடையே வீசிய ஒளி', மண்டயம் ஸ்ரீநிவாஸாச்சாரியார், 'ஹிந்துஸ்தான்', பாரதிமலர், 10.09.1939.

8. ‘பாரதியார்’, ராஜாஜி, ‘பாரதியார் பெருமை’, முல்லை பிஎல். முத்தையா. முல்லை பதிப்பகம், சென்னை 40, இரண்டாம் பதிப்பு: ஏப்ரல் 2016 பக்: 32–36.

9. மேலது, ‘பாரதியின் நினைவு’, சி.ஆர். ஸ்ரீநிவாசன், பக்: 84–88.

10. ‘பாரதி ஏழையல்ல’, கர்ணனே, வ.வெ.சு.ஐயர் மனைவி பாக்கியலக்ஷ்மி அம்மாள், ‘ஹிந்துஸ்தான்’, பாரதி மலர், 10.11.1939.

11. ‘பாப்பாவும் பாரதியும் பாடியபாட்டு’, சகுந்தலா பேட்டி, ‘கல்கி’, 17.02.1974 மற்றும் ‘என் தந்தை’, ந. சகுந்தலா பாரதி, ‘ஆனந்த விகடன்’, தீபாவளி மலர், 1956.

12. ‘பாரதி தமிழனா? இல்லையா?’, எஸ் சத்தியமூர்த்தி, எழுத்தாக்கம்: ‘பழம்நீ’, ‘பாரத சக்தி’, 1947 ஆவணி, பக்: 189–190.

13. குவளைக் கண்ணன் தினக்குறிப்பில் ஒரு நாள் ‘ஸ்ரீ சுப்ரமண்ய பாரதி கவிதா மண்டலம்’, மாசி பங்குனி 1983.

14. ‘பாரதியாரின் ஆங்கிலச் சொற்பொழிவு’, டாக்டர் எஸ். அண்ணாஸ்வாமி, சென்னை 17, ‘கலைமகள்’ ஜனவரி 1968, பக்: 40.

15. ‘பாண்டியில் வாழ்ந்த பாரதி’, விந்தன், ‘தினமணி கதிர்’, 14.08.1970 பக்: 23–26.

16. ‘நம் கவிச்சக்கரவர்த்தி’, கே. பாலசுப்பிரமணிய அய்யர், ‘ஆனந்த விகடன்’, தீபாவளி மலர், 1936.

17. ‘பிரமதரிசனம்’, வரகவி திரு. அ. சுப்பிரமணிய பாரதியார், ‘கலைமகள்’, நவம்பர் 1943, பக்: 303–304.

18. ‘பாரதி நினைவு – முதல் சந்திப்பு’, பரலி சு. நெல்லையப்பர், ‘சக்தி’, பார்த்திப வருடம், தை (பிப்ரவரி 1946).

19. ‘நெல்லையப்பருடன் 80 நிமிடங்கள்’, சந்திப்பு: ‘சிகரம்’ ச.செந்தில்நாதன், ‘தாமரை’ செப்டம்பர் 1967.

20. ‘பாரதியார் – சில குறிப்புகள்’, தலைப்பில் தங்கம்மாள் ‘ஆனந்த விகடன்’, பத்திரிகையில் எழுதியவை: ‘சமதிருஷ்டி’ (05.03.1939). ‘ரஸகுல்லா–ஆசாபங்கம்’ (12.03.1939), ‘கடவுள் குடிகொள்ளும் உள்ளம்’ (19.03.1939), ‘பால்ய லீலைகள்’ (26.03.1939), ‘இன்னா செய்தார்க்கு’ (02.04.1939), ‘மலைபோன்ற கஷ்டங்கள்’ (09.04.1939), ‘பஜனைக் கோஷ்டி’ (16.04.1939), ‘கடவுள் காதலால் கவலை தீரும்’ (23.04.1939), ‘அமரத்துவம்’ (30.04.1939), ‘ராஜாத் தோட்டம்’ (07.05.1939), மற்றும்

'சுதேசமித்திரன்' வாரப்பதிப்பில் வெளியானவை: 'சக்தி விசேஷம்' *(15.04.1945)*, 'அமரன் கதை' IV *(22.07.1945)*, 'நந்தலாலா' *(07.10.1945)*, 'உண்மைச் சம்பவம்' *(21.10.1945)*, 'அமரன் கதை' *(01.07.1945)*, 'பாஞ்சாலி சபதம்' *(03.03.1946)*, 'குருவின் உபதேசம்' *(17.03.1946)*.

21. 'காரைக்குடியில் பாரதி – சில நினைவுகள்', சா.கணேசன், 'பாரதியார் விருந்து', முல்லை பி.எல். முத்தையா, செல்வி பதிப்பகம், காரைக்குடி, மு.ப. ஜூன் 2002, பக்: 185–192.

பாரதி விஜயம் முதல் தொகுதி

பாரதி நினைவுகள்

பாரதி
நினைவுகள்
ம.கோ. யதுகிரி அம்மாள்
மீள் பதிப்பாசிரியர்
கடற்கரய் மத்தவிலாச அங்கதம்
விலை ரூ.
150/-